AF743082

മണൽജീവികൾ

manaljeevikal

(novel)

•

g r indugopan

•

first chintha edition
january 2013

•

second edition
december 2018

•

third edition
april 2019

•

typesetting & published
chintha publishers, thiruvananthapuram

•

cover
bloofish

വിതരണം

ദേശാഭിമാനി ബുക്ക് ഹൗസ്

H O തിരുവനന്തപുരം-695 035
phone: 0471-2303026, 6063026
www.chinthapublishers.com
chinthapublishers@gmail.com

ബ്രാഞ്ചുകൾ

ഹെഡ്ഡാഫീസ് ബ്രാഞ്ച് കുന്നുകുഴി • സ്റ്റാച്യു തിരുവനന്തപുരം • കെ എസ് ആർ ടി സി ബസ് സ്റ്റേഷൻ ആലപ്പുഴ • കെ എസ് ആർ ടി സി ബസ് സ്റ്റേഷൻ എറണാകുളം • ഐ ജി റോഡ് കോഴിക്കോട് • മാവൂർ റോഡ് കോഴിക്കോട് • എൻ ജി ഒ യൂണിയൻ ബിൽഡിങ് കണ്ണൂർ • സെൻട്രൽ ബസ് ടെർമിനൽ കോംപ്ലക്സ് താവക്കര കണ്ണൂർ

CR - 2118 / 5040
ISBN - 978-93-82808-06-0

മണൽജീവികൾ

(നോവൽ)

ജി ആർ ഇന്ദുഗോപൻ

ചിന്ത പബ്ലിഷേഴ്സ്
തിരുവനന്തപുരം-695 035

ജി ആർ ഇന്ദുഗോപൻ

1974 ഏപ്രിൽ 19 ന് കൊല്ലം ഇരവിപുരം വാളത്തുംഗലിൽ ജനനം. അച്ഛൻ: ടി ഗോപിനാഥപിള്ള. അമ്മ: സാധയമ്മ. 1995 മുതൽ പത്രപ്രവർത്തകൻ. *മലയാള മനോരമ* തിരുവനന്തപുരം യൂണിറ്റിൽ ചീഫ് സബ് എഡിറ്റർ.

പുസ്തകങ്ങൾ: *ഭൂമിശ്മശാനം, കൊടിയടയാളം, മുതല ലായനി, ഐസ്, വെള്ളിമൂങ്ങ* (നോവൽ), *ഇരുട്ടുപത്രാധിപർ, അജയന്റെ അമ്മയെ കൊന്നതാര്, ജീവിതം ഛിൽ ഛിലേന്ന് ചിലങ്ക കെട്ടി, ബീജബാങ്കിലെ പെൺകുട്ടി, ഒറ്റക്കാലുള്ള പ്രേതം* (കഥകൾ), *കള്ളൻ മണിയൻപിള്ളയുടെ ആത്മകഥ, കള്ളൻ ബാക്കിയെഴുതുന്നു* (ജീവചരിത്രം), *പ്രഭാകരൻ* അപസർപ്പക നോവൽ പരമ്പര-*ഡച്ച് ബംഗ്ലാവിലെ പ്രേതരഹസ്യം, രാത്രിയിൽ ഒരു സൈക്കിൾവാല, രക്തനിറമുള്ള ഓറഞ്ച്.* 2007 ലെ രണ്ട് സംസ്ഥാന ചലച്ചിത്ര പുരസ്കാരങ്ങൾ കരസ്ഥമാക്കിയ *ഒറ്റക്കൈയൻ* എന്ന ചലച്ചിത്രം എഴുതി സംവിധാനം ചെയ്തു. ഇതിന് മികച്ച നവാഗത സംവിധായകനുള്ള ജേസി ഫൗണ്ടേഷൻ പുരസ്കാരം. ആശാൻ പ്രൈസ്, അബുദാബി ശക്തി അവാർഡ്, കുങ്കുമം നോവൽ, കഥ പുരസ്കാരങ്ങൾ തുടങ്ങിയവ ലഭിച്ചു.

വിലാസം : എസ് ബി എൻ - 19
എൻ സി സി റോഡ്
പേരൂർക്കട പി ഒ
തിരുവനന്തപുരം - 5.

ഉള്ളടക്കം

പുതിയ പതിപ്പിന്റെ ആമുഖം

പഠനം

പുതിയ പതിപ്പിന്റെ ആമുഖം

പത്തുമിനിറ്റ് ആലപ്പാടിനെ മാറ്റിയെഴുതിയ 'തിര'ക്കഥ

ജി ആർ ഇന്ദുഗോപൻ

സുനാമിദിവസം

സുനാമിയെക്കുറിച്ച് ആദ്യം കേട്ടപ്പോൾ ഓർത്തതു ശ്രീകുമാറിനെയും കുടുംബാംഗങ്ങളെയുമാണ്. ശ്രീകുമാറിനെ വിളിച്ചപ്പോൾ ഫോണിൽ കടൽ മുരളുന്നപോലെ ബീപ്പ് ബീപ്പ് ശബ്ദം മാത്രം. ഒരു വശം കടലും മറുവശം കായലുമായ ആലപ്പാട് പഞ്ചായത്ത്. അതിന്റെ ഏറ്റവും വീതികുറഞ്ഞ ഭാഗത്താണ് ശ്രീകുമാറിന്റെ വീട്. ശ്രീകുമാറിന്റെ മൂന്നാം ക്ലാസിൽപഠിക്കുന്ന ഇളയകുട്ടി ഒരു കല്ലെറിഞ്ഞാൽ മുന്നിൽ കായലിൽ വീഴും. പിന്നോട്ടെറിഞ്ഞാൽ കടലിൽ. അത്ര ഇടുങ്ങിയ തീരം. സുനാമി ഏറെ നാശം വിതച്ച നാലാം വാർഡിൽ തീരത്തിന് ഇതിലും വീതിയുണ്ടായിരുന്നു. അപ്പോൾ ശ്രീകുമാറിന്റെ വീടും അതിനുള്ളിലുള്ളവരും... ഭയം അതായിരുന്നു.

ആരാണെനിക്ക് ശ്രീകുമാർ?

കരിമണൽഖനനംമൂലം ഇല്ലാതാകുന്ന ആലപ്പാട് പഞ്ചായത്തിനെക്കുറിച്ച് ഒരു നോവൽ എഴുതാനാണ് ഞാൻ പത്തുകൊല്ലം മുൻപ് അവിടെയെത്തുന്നത്. കുറച്ചു ദിവസം അലഞ്ഞിട്ടും പലരോടും സംസാരിച്ചിട്ടും എങ്ങുമെത്തുന്നില്ല. അങ്ങനെയാണ് സുഹൃത്ത് രാജു, ശ്രീകുമാറിനെ പരിചയപ്പെടുത്തിത്തരുന്നത്. മൽസ്യബന്ധനത്തൊഴിലാളിയായതിനാൽ സംശയമുണ്ടായിരുന്നു. പക്ഷേ, പിന്നീടാണു മനസിലാക്കിയത്, പുറംദേശത്തുള്ള പലരും കരുതുന്നതുപോലെ ആലപ്പാട് നിരക്ഷരരായ വിവരമില്ലാത്ത കുറെ മൽസ്യത്തൊഴിലാളികളുടെ ഗ്രാമമല്ല.

ജനങ്ങൾ പാവങ്ങളാണെങ്കിലും ബിരുദധാരികളായ ചെറുപ്പക്കാർ മറ്റേതു ഗ്രാമങ്ങളിലേതുംപോലെ ഇവിടുണ്ട്. പക്ഷേ, അവരൊന്നും മിഥ്യാ

ഭിമാനമുള്ളവരല്ല. കടലിൽ പോകുന്നത് അവർക്കു മാനക്കേടുമല്ല. അത്തരത്തിൽ ധാരണയുള്ള മനുഷ്യരുടെ കൂട്ടത്തിലാണ് ശ്രീകുമാറും.

കരിമണൽഖനനത്തെ സംബന്ധിച്ചു ശ്രീകുമാർ ഒരു പാഠപുസ്തകമായിരുന്നു. 'കേരളത്തിലെവിടെ കടലു കേറിയാലും അത് ആദ്യം പതിക്കുന്നത് ആലപ്പാട്ടായിരിക്കും. തീരം അത്രമാത്രം കടൽപ്പരപ്പിലായിക്കഴിഞ്ഞു. ശ്രീകുമാർ പലപ്പോഴും പറഞ്ഞ കാര്യമിതാ പ്രവചനംപോലെ ഭവിച്ചിരിക്കുന്നു. ആ അറംപറ്റിയ വാക്കിൽ ശ്രീകുമാറും പെട്ടിട്ടുണ്ടാകുമോ? അതാണു പേടി. പത്രങ്ങളിൽ മരണ ലിസ്റ്റിൽ ശ്രീകുമാറിന്റെ പേരില്ലെന്നതു മാത്രമാണ് ആശ്വാസം. പക്ഷേ, ആ ലിസ്റ്റ് യഥാർഥ ലിസ്റ്റല്ല.

ശ്രീകുമാർ പിന്നിൽ നിന്നപ്പോൾ *മണൽജീവികൾ* എന്ന എന്റെ നോവൽ എളുപ്പം തീർന്നു. ശ്രീകുമാർ അതിന് അവതാരിക എഴുതി.

ശ്രീകുമാർ എഴുതിയത് ഇങ്ങനെ: "ഖനനം തുടങ്ങിയതിനുശേഷം തീരത്ത് ഡിപ്പോസിറ്റ് ചെയ്യുന്ന മണലിന്റെ അളവ് കുറയാൻ തുടങ്ങി... മണലിന്റെ കുന്നുകൾ ഇല്ലാതായ സ്ഥലങ്ങളിൽ ആദ്യമായി രൂക്ഷമായ കടലാക്രമണമുണ്ടായി... കടലാക്രമണം കൂടുതൽ ത്വരിതപ്പെടുകയായിരുന്നു. ഉഴുതുമറിക്കൽ തുടങ്ങിയതോടെ, തീരത്തിന്റെ സ്ഥായിയായ ഉറപ്പുനഷ്ടപ്പെട്ടു. തീരം കൂടുതൽ രൂക്ഷമായ കടലാക്രമണത്തിനു വിധേയമായി... അങ്ങനെ കുഴിച്ചു കുഴിച്ച് കടലിൽ വേലിയേറ്റമുണ്ടായാൽ ഞങ്ങളുടെ ഉടൽ കയറി കടൽ ഒഴുകുന്ന സ്ഥിതിയായി.

കായലിനും കടലിനുമിടയിൽ ഞങ്ങൾ തിങ്ങിവിങ്ങി കഴിയുന്നു. കടൽ അടുത്തടുത്തു വരുന്നു. ഞങ്ങളെ ഞെരുക്കിക്കൊണ്ടേയിരിക്കുന്നു. ആരുണ്ട് ചോദിക്കാൻ? ഞങ്ങൾക്കാരുണ്ട്....? തീരം പോയവരുടെ ഉപജീവനമാർഗമായ മൽസ്യബന്ധനം തടസപ്പെട്ടു. കുടിലുകളിൽ കടൽ കയറി ഒഴുകി."

സ്വന്തം പണി കളഞ്ഞ് എത്രയോ ദിവസങ്ങൾ, ആഴ്ചകൾ ശ്രീകുമാർ എനിക്കായി ചെലവഴിച്ചു. പത്തു പതിനാറു കിലോമീറ്റർ നീളം വരുന്ന പ്രദേശം പലതവണ ഞങ്ങൾ ചവിട്ടിത്തള്ളി. പുസ്തകമായിട്ടും സൗഹൃദം നഷ്ടപ്പെട്ടില്ല. എന്റെ അടുത്ത സുഹൃത്തുക്കളിലൊരാളായി ശ്രീകുമാർ മാറി.

സുനാമിക്കുശേഷം: ദിനം ഒന്ന്

അങ്ങനെയാണ് ശ്രീകുമാറിനെ കുറിച്ചോർത്ത് നിൽക്കക്കള്ളിയില്ലാതെ പിറ്റേന്ന് ഞാൻ കരുനാഗപ്പള്ളിയിലെത്തിയത്. ആലപ്പാടിന്റെ ചേതനയറ്റ ദേഹങ്ങൾ, നിലവിളി... ഒരു യുദ്ധത്തിന്റെ പിറ്റേന്ന് എന്ന പോലെ...

പരിചയമുള്ള ഒരു മുഖം കണ്ടു. പണ്ടെങ്ങോ ശ്രീകുമാർ പരിചയപ്പെടുത്തിയ ഒരാൾ ശ്രീകുമാറിനെ കുറിച്ചു മാത്രം അന്വേഷിക്കുന്നതിലെ ജാള്യം മറച്ചുചോദിച്ചു. അയാളുടെ മറുപടി തേങ്ങിക്കൊണ്ടായിരുന്നു.

വെറും തിരയായിരുന്നില്ല തിരകളുടെ ഒരു മല. എടുത്തു കമഴ്ത്തി. രണ്ടുമൂന്നു ചുഴികൾ. ആലപ്പാടിനെയുംകൊണ്ട് കമിഴ്ന്നു. നേരെ കായ

ലിലേക്ക്. പത്തേ പത്തുമിനിറ്റ് തിരിച്ചിറങ്ങിയപ്പോൾ കടലിലുള്ളവരെത്ര. കായലിലുള്ളവർ ആരൊക്കെ? ആരൊക്കെ?

ആ ചോദ്യത്തിനു മുന്നിൽ നിസ്സഹായനായി ഞാൻ മടങ്ങി. മൂന്നും നാലും ദിവസങ്ങളിലൊക്കെ ഞാൻ ചാനലുകൾക്ക് മുന്നിൽ കുത്തിയിരുന്നു. ശ്രീകുമാർ എവിടെ? അയാൾ അടങ്ങിയിരിക്കുന്ന ടൈപ്പല്ല. പക്ഷേ, നരച്ചുതുടങ്ങിയ ആ താടി എവിടെയും കണ്ടില്ല.

സുനാമിക്കുശേഷം: ദിനം അഞ്ച്.

വീണ്ടും ഞാൻ ചെന്നു. ദുരിതാശ്വാസക്യാമ്പിലെല്ലാംകൂടി കാൽലക്ഷത്തിലേറെ വരുന്ന ജനങ്ങൾ. ഇതിൽനിന്ന് എങ്ങനെ ശ്രീകുമാറിനെ തിരയും?

കരുനാഗപ്പള്ളി സ്റ്റാന്റിൽനിന്നു സജിയുടെ ഓട്ടോയിൽ കേറി. അവിടത്തെ ക്യാമ്പുകളിൽ നിന്നറിഞ്ഞു ആലപ്പാട് ശ്രായിക്കാട് ഭാഗത്തുള്ളവർ ഓച്ചിറ ഭാഗങ്ങളിലെ ക്യാമ്പുകളിലാണെന്ന്. ക്യാമ്പുകളിൽ പരിഭ്രാന്തി ഒന്നടങ്ങിയിട്ടുണ്ട്. ഓച്ചിറയിലെ ആദ്യ ക്യാമ്പിൽ അനൗൺസ് ചെയ്യിച്ചു. ശ്രായിക്കാട് കമലാലയത്തിൽ ശ്രീകുമാറോ ബന്ധുക്കളോ...

ഞാൻ നെഞ്ചിടിപ്പോടെ കാത്തുനിന്നു. ഒരു മിനിറ്റ്, രണ്ടു മിനിറ്റ് അത്ഭുതപ്പെടുത്തിക്കൊണ്ട് ശ്രീകുമാറിന്റെ ഒരുപറ്റം ബന്ധുക്കൾ. അളിയൻ പറഞ്ഞു: പേടിക്കണ്ട ശ്രീകുമാർ ബോട്ടിലായിരുന്നു. ഭാര്യയുമൊത്ത് ക്ലാപ്പനയിലെ ക്യാമ്പിൽ. മക്കൾ ചവറയിലുള്ള പെങ്ങൾക്കൊപ്പം.

ഹോ! മനസിൽ ഒരു തിര അടങ്ങി. എന്തൊരാശ്വാസം. ക്ലാപ്പനയിലെ ക്യാമ്പിൽ എത്തുമ്പോൾ ശ്രീകുമാറിന്റെ ഭാര്യ മാത്രം. ശ്രീകുമാർ ദുരിതാശ്വാസ പ്രവർത്തനവുമായി ടി വി പത്ര ക്യാമറകളില്ലാത്ത ഭാഗത്ത്.

ശ്രീകുമാറിന്റെ ഭാര്യ കടൽ കേറിയ കഥ പറഞ്ഞു: വിറച്ചുകൊണ്ട്.

ഒന്നുരണ്ടു തവണ നേരിയ തോതിൽ കടൽ കേറിയിരുന്നു. ആൾക്കാർ രക്ഷാമാർഗം അന്വേഷിക്കുകയായിരുന്നു. ആയിരം തെങ്ങിൽനിന്നു രക്ഷാവള്ളങ്ങളും ബോട്ടുകളും പെട്ടെന്ന് എത്തി. കടലപ്പോൾ ഇന്നുവരെ കാണാത്ത തരത്തിൽ അകത്തേക്കു വലിഞ്ഞ് ഗർത്തത്തിൽ ഒരു തടാകമെന്നപോലെ തിരയടങ്ങി കിടക്കുകയായിരുന്നു. അപ്പോഴേ പന്തികേട് തോന്നിയിരുന്നു.

സഹോദരൻ വന്നു; ബൈക്കിൽ രണ്ടുമക്കളെയും പണിക്കരുകടവു വഴി രക്ഷപ്പെടുത്താൻ. മൂന്നു വശവും ജലമായതിനാൽ അതാണ് ഏക കരമാർഗം. പക്ഷേ, കടലു വന്നാൽ രക്ഷപ്പെടാൻ തീരത്തിന് വീതിയില്ല. അതൊരു കെണിയാകും. അതുകൊണ്ട് കുട്ടികളെ പറഞ്ഞുവിടാൻ മനസുവന്നില്ല. കുട്ടികളെ പറഞ്ഞുവിടണമെന്നു ശുപാർശ പറയാൻ റോഡിനപ്പുറമുള്ള കുടുംബവീട്ടിൽനിന്നു ശ്രീകുമാറിന്റെ അമ്മ വന്നു. പെട്ടെന്നാണ് പിന്നിലൊരു ശബ്ദം കേട്ടത്. ഉടൻ വീട്ടിൽ കേറി കതകടച്ചു. പിന്നിലെ കണ്ണാടിജനലിലൂടെ നോക്കിയപ്പോൾ കടലില്ല. പകരം ആകാശത്തോളം ജലം. പിന്നെ കാണുന്നത് ചുറ്റുമതിൽ ഇല്ലാതാകുന്നതും

ജനൽച്ചില്ലുകൾ തകരുന്നതുമാണ്. വെള്ളം കേറി വീടുമൂടി. കുട്ടികൾ ഡൈനിങ്ങ് ടേബിളിന്റെ മുകളിൽ കേറിനിന്നു.

ശ്രീകുമാറിന്റെ അമ്മ പെട്ടുപോയി. തെങ്ങിൽ പിടിച്ചെങ്കിലും കൈവിട്ടു. നേരെ കായലിലേക്ക് പോകുന്നതിനിടയിൽ ഒരു മാഞ്ചിയം തൈയിൽ പിടിത്തംകിട്ടി. അത് ജീവൻ തിരിച്ചുകൊടുത്തു. ശ്രീകുമാറിന്റെ കുടുംബവീട് നിന്നിടത്ത് കരിമണൽ മാത്രം. അവിടെ ഒരു വീട് ഉണ്ടായിരുന്നുവെന്ന് പറയാൻ ഒരു കല്ലുപോലുമില്ല. ഇങ്ങനെ എത്രയോ വീടുകൾ. പിടിക്കാൻ വള്ളിയോ മരമോ കിട്ടാതെ ഒലിച്ചുപോയവരെത്ര?

ബൈക്കുമായി വന്ന സഹോദരൻ രക്ഷപ്പെട്ടു, പക്ഷേ, ബൈക്ക് എവിടെ? കായലിൽ മുങ്ങിത്തപ്പിയിട്ടും കണ്ടെത്താനായില്ല. അടുത്ത വീട്ടിലെ ഒരു തയ്യൽമെഷീൻ മാത്രം കൈയിൽ തടഞ്ഞു. അയൽപ്രദേശങ്ങളിൽനിന്നും പലരേയും കടലെടുത്തു.

ഏഴാം ദിവസം ശ്രീകുമാർ വിളിച്ചു. ആ ശബ്ദം കേട്ടപ്പോൾ ആശ്വാസം. എട്ടാം ദിവസം ശ്രീകുമാർ കരുനാഗപ്പള്ളിയിൽ കാത്തുനിന്നു. കണ്ടു വന്ന് കെട്ടിപ്പിടിച്ചു.

സുനാമിക്കുശേഷം: ദിനം എട്ട്.

ആയിരംതെങ്ങ് കടത്തുവഴി ഞങ്ങൾ ആലപ്പാട്ടിറങ്ങി. വള്ളത്തിൽ വലിയ തിരക്ക്. ഓസ്ട്രിയക്കാരായ രണ്ടു ലേഖികമാർ. പിന്നിൽനിന്നു ക്യാമറ.

ഇക്കരെ ആയിരംതെങ്ങ് ജംഗ്ഷനിലേക്കുവരെ കായൽ തുളുമ്പിയിട്ടുണ്ട്. വറ്റാത്ത ഓർമകൾപോലെ പാടുകൾ കാണാം. അക്കരെയിറങ്ങിയപ്പോൾ അവിടെ കടലൊഴുകിയ നനവും വറ്റിയിട്ടില്ല. വഞ്ചി ഇറങ്ങിയവർ എല്ലാവരും കാഴ്ചക്കാരായിരുന്നില്ല. സ്വന്തം വീടിന്റെ മുന്നിൽനിന്ന് ചിലർ കരയുമ്പോഴാണ് ബോധ്യമാകുന്നത്. നശിക്കാത്ത വീടുകൾക്കുള്ളിൽ കരിമണലിന്റെ വലിയൊരു അട്ടി ബാക്കിയാണ്. കഴുകി വൃത്തിയാക്കണം. പൈപ്പ് ലൈൻ സാധാരണ നിലയിലായിട്ടില്ല. അൻപതു കൊല്ലത്തിലേറെ പഴക്കമുള്ള തുരുമ്പുകേറിയ പൈപ്പുകളെല്ലാം മാറുമോയെന്നാണു ചിലരുടെ സംശയം. ചിലർ കടലിൽനിന്നു വെള്ളമെടുക്കുന്നു. ഇടയ്ക്ക് നിവർന്നു നോക്കുന്നു. ഒരു ഭയം.

പലരും കടൽ കയറിയതിനിടയിലെ വേദനയുടെ ത്യാഗത്തിന്റെ ഭാഗ്യത്തിന്റെ കഥകൾ പറയുന്നു. രക്ഷാവള്ളം വിടാൻ ഭാവിച്ചപ്പോഴാണ് ഒരു കൊച്ചുപെൺകുട്ടി കൈനീട്ടിയത്. വള്ളത്തിൽ ഇനിയൊരിഞ്ച് സ്ഥലമില്ല. പക്ഷേ, അവളെ കയറ്റിയില്ലെങ്കിൽ... വള്ളത്തിലിരുന്ന ഒരു സ്ത്രീക്ക് സഹിച്ചില്ല. അവർ എഴുന്നേറ്റു കൈനീട്ടി. വള്ളം മറിഞ്ഞു. നിവർത്തിയപ്പോൾ ആ അമ്മയും അവർക്കൊപ്പമുള്ള പതിനാലുകാരി മകളും ഉണ്ടായിരുന്നില്ല.

മറ്റൊരു സംഭവം ഒരാൾ വള്ളത്തിൽ ഒരു കാൽവച്ച് വെള്ളത്തിലിരുന്ന മറുകാൽ പൊക്കാൻ നോക്കിയപ്പോൾ ഒരു ഭാരം. കുടയാൻ തോന്നി

യില്ല. വെള്ളത്തിൽ തപ്പിയപ്പോൾ ഒരു എട്ടുവയസുകാരൻ പയ്യൻ. അവന്റെ ജീവനെ അതുകൊണ്ട് എടുത്തുയർത്താനായി.

രക്ഷാപ്രവർത്തനം നടക്കുന്നതിനിടയിൽ ഒരാൾ അറിഞ്ഞില്ല. സ്വന്തം ഭാര്യയും മകളും നഷ്ടപ്പെട്ടത്. നാലുപേർ നഷ്ടപ്പെട്ട മറ്റൊരു കുടുംബം. ഇങ്ങനെ എത്ര കരളലിയിക്കുന്ന സംഭവങ്ങൾ.

കവിയായ അഴീക്കൽ മുരളി വ്യക്തിപരമായ ദുഃഖത്തിലാണ്. തന്റെ അടുത്ത കാവ്യസമാഹാരത്തിനുള്ള കവിതകളൊക്കെ അടുക്കി, മുകളിൽ ഷെൽഫിന്റെ മൂന്നാംതട്ടിൽ വച്ചിരുന്നതാണ്. കടൽ അവിടംവരെയെത്തി കവിതയൊക്കെയും കൊണ്ടുപോയി. ഒരു തെങ്ങിൻകുറ്റിയാണ് മുരളിയണ്ണന്റെ ഭാര്യയെ രക്ഷിച്ചത്. കവി ഓച്ചിറയിൽപോയിരിക്കുകയായിരുന്നു. 450 രൂപയ്ക്കു വാങ്ങിച്ച കവിയുടെ പെട്ടി തുറന്നു കിടക്കുന്നു. പക്ഷേ, അതിനെ മൂടിയിരുന്ന കോട്ടൺ കവറിന് ബട്ടൻസുകളായിരുന്നു, അവ ഇളക്കി മാറ്റിയിരിക്കുന്നു. തിരകൾ അതു ചെയ്യുമോ? അപ്പോൾ പിന്നെ മനുഷ്യകരങ്ങളോ? ഇങ്ങനെയും ദുഷ്ടന്മാരുണ്ടോ?

ശ്രായിക്കാട്ടെ ഹരിജൻ വെൽഫെയർ എൽ പി സ്കൂളിന് കാര്യമായ ആഘാതമൊന്നും പുറമേ നിന്ന് നോക്കിയാൽ കാണാനില്ല. മാതാ അമൃതാനന്ദമയി പഠിച്ച സ്കൂളാണ്. വലിയൊരു കോൺക്രീറ്റ് തൂണു മാത്രം വെള്ളമെടുത്തുപോയി. ഓഫീസ് റൂമിന്റെ ചുവരിൽ വലിയൊരു ഗർത്തവും സമീപത്ത് വെള്ളം ചുഴിയടിച്ചുണ്ടായ കുറെ താഴ്ചകളും.

റോഡിലൂടെ പോകുമ്പോൾ സ്കൂളിനെ മറച്ച് നാലു വീടുകളുണ്ടായിരുന്നു. ഇപ്പോൾ സ്കൂൾ മാത്രം. വീടിന്റെ ചില ലക്ഷണങ്ങളും. സ്കൂളിനു മുന്നിലെ ഗ്രൗണ്ടിൽ എങ്ങുനിന്നോ കടൽ വലിച്ചു പിഴുതുകൊണ്ടിട്ട ഒരു വീടിന്റെ കോൺക്രീറ്റ് തലപ്പ് വന്നുകിടപ്പുണ്ട്. 77 കുട്ടികൾ മാത്രം പഠിക്കുന്ന ഈ സ്കൂൾ റോളിൽ ഇനി 75 പേർ മാത്രം. മൂന്നിലും രണ്ടിലും പഠിക്കുന്ന അഖിൽ അപ്പുവും ആദിത്യയും മരിച്ചു. രക്ഷാകർത്താക്കളിൽ ചിലർ മരിച്ചു. വെക്കേഷൻ കാലമായതു ഭാഗ്യം. അഴീക്കൽ യു പി എസിലും സമീപത്തെ നഴ്സറികളിലും അംഗൻവാടികളിലുമൊക്കെയായി ആയിരത്തോളം കുട്ടികളെങ്കിലും അപകടത്തിൽപ്പെട്ടേനെ.

"37 കൊല്ലം മുൻപുണ്ടായ ചുഴലിക്കാറ്റാണ് ഓർമവരുന്നത്" ശ്രീകുമാർ പറഞ്ഞു. അന്നു സ്കൂളിന്റെ പഴയ കെട്ടിടം തകർന്ന് ഒരാൾ മരിച്ചിരുന്നു. പല വിദ്യാർഥികളും വികലാംഗരായി. ശ്രീകുമാർ ഭാഗ്യംകൊണ്ടാണ് ചില്ലറ പരിക്കുകളോടെ രക്ഷപ്പെട്ടത്. വികലാംഗനായ ഒരാൾ ഇതേ സ്കൂളിൽത്തന്നെ സ്റ്റാഫായി. ഇനിയൊരു ദുരന്തം ആവർത്തിക്കരുതെന്ന് കരുതി ജനങ്ങൾ തറ പലവട്ടം ഉറപ്പിച്ച് കെട്ടിയുയർത്തിയതാണ് ഈ സ്കൂൾ. അൽപ്പമെങ്കിലും ദുരന്തത്തെ ചെറുത്തത് ഇതുകൊണ്ടാണ്.

പഴയ പഞ്ചായത്ത് അംഗവും തീപ്പൊരി പ്രസംഗത്തിന് പേരുകേട്ട ആളുമായിരുന്ന എം എസ് രുദ്രന്റെ ജഡം കണ്ടുകിട്ടിയത് ഈ സ്കൂൾ പരിസരത്തുനിന്നാണ്. നകുലൻ തുടരുന്നു. ഞങ്ങൾ നിന്ന് സംസാരി

ക്കുകയായിരുന്നു. ഞാനും മറ്റൊരാളുംകൂടി തെക്കോട്ടോടി, രുദ്രൻ വടക്കോട്ടും. ഞങ്ങൾ തെങ്ങിൽ പിടിച്ചു നിന്നു.

പനക്കടക്ഷേത്രം പുനരുദ്ധാരണത്തിന്റെ പാതയിലായിരുന്നു. അവിടത്തെ കൂറ്റൻ ഗോപുരം കോൺക്രീറ്റ് ഉൾപ്പെടെ സുനാമി തിരകൾ പിഴുതിട്ടിരുന്നു. പനക്കട ക്ഷേത്രക്കുളത്തിൽ പണ്ട് താമരകളുണ്ടായിരുന്നു. കാവുണ്ടായിരുന്നു. ശൂരനാട് വിപ്ലവകാലത്ത്, അരനൂറ്റാണ്ട് മുൻപ് ആ കാവിൽ കേറി തോപ്പിൽ ഭാസിയും ശങ്കരനാരായണൻതമ്പിയും ഒളിച്ചിരുന്നു. പനക്കടപ്പാടം നെൽവയൽശേഖരമായിരുന്നു. കടൽ കേറിക്കേറി വന്ന് ഉപ്പുവെള്ളംകൊണ്ട് എല്ലാം നശിച്ചു.

ആലപ്പാട്ടുകാർ കാഴ്ചക്കാരെയൊന്നും ശ്രദ്ധിക്കുന്നില്ല. അവർ കൂട്ടസംസ്കാരം നടന്ന സ്ഥലത്ത്, തങ്ങളുടെ പ്രിയപ്പെട്ടവരുടെ ഓർമപ്രദേശത്ത് അതിരുവയ്ക്കുകയാണ്. “ഇവിടെയാണ് ഇനി ആലപ്പാടിന്റെ ഓർമകൾ മയങ്ങുന്നത്” ശ്രീകുമാർ വേദനയോടെ പറയുന്നു. ഓർമകളെ കടലിന് എടുക്കാനാവില്ലല്ലോ!

ഒന്നാംപതിപ്പിന്റെ അവതാരിക

നിങ്ങൾ കുഴിക്കുന്നു ഞങ്ങളെ കടലെടുക്കുന്നു

കെ സി ശ്രീകുമാർ

അപ്പൂപ്പൻമാരും അമ്മൂമ്മമാരുംകൂടി പറയുന്ന കഥകളും കൂട്ടിവായിക്കുമ്പോൾ ഇന്ദുഗോപന്റെ *മണൽജീവികൾ* എന്ന നോവൽ ഞങ്ങളുടെ ജീവിതമാകുന്നു.

കൊല്ലം ജില്ലയിലെ നീണ്ടകര മുതൽ ആലപ്പുഴ ജില്ലയുടെ തെക്കൻ തീരഗ്രാമമായ ആറാട്ടുപുഴ വരെയുള്ള തീരപ്രദേശം സമ്പദ്സമൃദ്ധമായിരുന്നു. തിരുവിതാംകൂറിന്റെ ധാന്യകലവറകളായിരുന്നു ഈ പ്രദേശത്തെ മുക്കുംപുഴപാടവും പനക്കുടപാടവും. ഇവിടത്തെ പാടങ്ങളിൽ കണ്ണെത്താദൂരത്തിൽ വിളഞ്ഞു കിടന്ന കതിർമണികളെക്കുറിച്ചു പഴമക്കാർ അയവിറക്കുമ്പോൾ ഞങ്ങൾ പുതുമക്കാർ കേട്ടിരിക്കാറില്ല. കാരണം ഇപ്പോൾ ഞങ്ങൾക്കത് വേദനയാണ്. കടലിനോടു ചേർന്ന വിശാലമായ വെള്ളമണൽപ്പരപ്പ്. അതിന് കിഴക്ക് വിശാലമായ കരിമണൽ കുന്നുകൾ. കുന്നുകൾക്കിടയിൽ കുറ്റിക്കാടുകളും മറ്റു സസ്യാവരണങ്ങളും പച്ചപുതച്ചിരുന്നു. ആമ്പലും താമരയും വിടർന്നു നിൽക്കുന്ന ശുദ്ധജലതടാകങ്ങൾ. ഔഷധ സസ്യങ്ങളുൾപ്പെടെ പന്തലിച്ചു നിൽക്കുന്ന ചെറുകാടുകൾ. ശൂരനാട് കൊലക്കേസിനെ തുടർന്ന് കമ്യൂണിസ്റ്റ് നേതാക്കളായ തോപ്പിൽഭാസിയും ശങ്കരനാരായണൻ തമ്പിയും ഒളിവിലിരുന്ന പനക്കടക്കാട്.

കുന്നുകൾക്ക് താഴെയുള്ള നിരപ്പായ സ്ഥലങ്ങളിലായിരുന്നു ഞങ്ങൾ മനുഷ്യരുടെ വാസസ്ഥലം. ടി എസ് കനാലുമായി ബന്ധപ്പെട്ടു കിടക്കുന്ന വീതിയേറിയ ഇടക്കായലുകൾ. തീരംചേർന്നു കടൽ തന്നെ സൃഷ്ടിച്ച വീതിയേറിയ കരിമണൽപ്പരപ്പുകൾ. ഈ കൂനയിൽ കമ്പവലയും താങ്ങുവള്ളങ്ങളും ചെറുവള്ളങ്ങളും പിടിച്ചുകയറ്റി വയ്ക്കുമായിരുന്നു. റോക്കറ്റുവിക്ഷേപണ കേന്ദ്രം സ്ഥാപിക്കുന്നതിന് വിക്രം സാരാഭായി

പരിഗണിച്ചിരുന്നത് ഞങ്ങളുടെ പഞ്ചായത്തിലെ വെള്ളനാതുരുത്ത് പ്രദേശമാണ്. അദ്ദേഹം ഇവിടെ സന്ദർശിക്കുകയും കേന്ദ്രം സ്ഥാപിക്കാൻ മനുഷ്യവാസം കഴിഞ്ഞുള്ള വിശാലമായ ഭൂപ്രദേശമുണ്ടെന്ന് പറഞ്ഞ് തിരുവനന്തപുരത്ത് പത്രസമ്മേളനം നടത്തിയതും ചരിത്രമാണ്. പിന്നീടത് എന്തുകൊണ്ടോ നടക്കാതെ പോയി. ഒരുപക്ഷേ അതു വന്നിരുന്നെങ്കിൽ ഞങ്ങൾക്കീ ഗതി ഉണ്ടാകുമായിരുന്നില്ല. ചിലപ്പോൾ ഈ കരിമണ്ണിനെ പ്രതിയുള്ള ഗൂഢാലോചനയിലാവാം ആ പദ്ധതി തട്ടിപ്പോയത്.

മണൽക്കമ്പനികൾ ഖനനം തുടങ്ങിയതിനുശേഷം തീരത്തു ഡിപ്പോസിറ്റ് ചെയ്യുന്ന മണലിന്റെ അളവ് കുറയാൻ തുടങ്ങി. പ്രാരംഭഘട്ടത്തിൽ കരിമണൽ കുന്നുകളിൽ നിന്നുമാണ് മൈനിങ് തുടങ്ങിയത്.

സ്വകാര്യകമ്പനികളായിരുന്നു ഖനനരംഗത്തുണ്ടായിരുന്നത്. കുന്നുകൾ ഇല്ലാതായ സ്ഥലങ്ങളിൽ ആദ്യമായി രൂക്ഷമായ കടലാക്രമണമുണ്ടായി. അപ്പോൾ ഞങ്ങൾ കരുതി അത് ജനവാസപ്രദേശത്തേക്ക് ബാധിക്കില്ലെന്ന്. ഖനനംമൂലം കായലിനും കടലിനുമിടയിൽ ദുർബലമായിത്തീർന്ന പ്രദേശങ്ങൾ ഉപേക്ഷിച്ചു. കൂടുതൽ കുന്നുകളും വിശാലമായ കരിമണൽ തീരങ്ങളും ഖനനത്തിന് വിധേയമായി. ഇതോടെ കടലാക്രമണം കൂടുതൽ ത്വരിതപ്പെടുകയായിരുന്നു. തീരം ചേർന്നു സംഭവിക്കുന്ന പ്രകൃതിയുടെ ദാനമായ ചാകര (mud bank) തീരത്തിനു എന്നെന്നേക്കുമായി നഷ്ടമായി. ഞങ്ങളുടെ കടൽ എന്നൊക്കെയുള്ള സങ്കൽപ്പം മെല്ലെ നഷ്ടപ്പെട്ടു. അത് മറ്റാരുടേതൊക്കെയോ ആയി. ഉഴുതു മറിക്കൽ തുടങ്ങിയതോടെ തീരത്തിന്റെ സ്ഥായിയായ ഉറപ്പു നഷ്ടപ്പെട്ടു. തീരം കൂടുതൽ രൂക്ഷമായ കടലാക്രമണത്തിന് വിധേയമായി. സ്വകാര്യകമ്പനികളുടെ സ്ഥാനത്ത് പൊതുമേഖലാ സ്ഥാപനം വരികയും ഫ്രണ്ട് ലോഡർ, ബുൾഡോസർ, എസ്കവേറ്റർ എന്നൊക്കെ പറയുന്ന മെഷീനറികൾവന്നു, അത് ഉപയോഗിച്ചുള്ള ഖനനം തുടങ്ങി. ഞങ്ങളുടെ നെഞ്ചു പിളരും പോലെയുള്ള ഖനനം. ആഴത്തിലും കടലിലും. ആരുടെയൊക്കെയോ കരാറുകൾ; മണ്ണ് കുത്തിക്കൊടുക്കുന്നു. ഞങ്ങൾ തലമുറകളായി കിടക്കുന്ന മണ്ണ് ഇടിഞ്ഞിടിഞ്ഞ് വരുന്നു; ഞങ്ങളില്ലാതാകുന്നു.

ബിനാമി പേരിൽ ധാതുമണൽ വ്യവസായത്തിന് സ്വകാര്യകമ്പനികൾ വന്നു. മുമ്പത്തേക്കാൾ ഖനനം തീവ്രമായി. സ്ഥാപനത്തിന്റെ മേധാവികളുടെ ബിനാമി പേരിലുള്ള സ്വകാര്യകമ്പനികൾക്കുകൂടി കയറ്റുമതി അവകാശം. എതിർപ്പില്ലാതെ മണലെടുക്കേണ്ടതുകൊണ്ട് തീരമേഖലകളിൽ ബോധപൂർവം സംഘട്ടനം സൃഷ്ടിച്ചു. രാഷ്ട്രീയ നേതൃത്വങ്ങളെ വിലയ്ക്കെടുത്തു. അങ്ങനെ കുഴിച്ചുകുഴിച്ചു കടലിൽ വേലിയേറ്റമുണ്ടായാൽ ഉപ്പുവെള്ളം ഞങ്ങളുടെ ഉടൽ കയറി ഒഴുകുന്ന സ്ഥിതിവിശേഷമായി. കടൽവെള്ളം കയറി പനക്കടപാടവും മൂക്കുംപുഴപാടവും ഉപയോഗശൂന്യമായി. ഉപ്പുവെള്ളത്തിൽ കിളിർക്കുന്ന ചില സസ്യങ്ങളൊഴിച്ചാൽ ബാക്കിയുള്ളവ അപ്രത്യക്ഷമായി.

കായലിനും കടലിനുമിടയിൽ ഞങ്ങൾ തിങ്ങിവിങ്ങി കഴിയുന്നു. പിന്നിൽ കടൽ അടുത്തടുത്ത് വരുന്നു. ഞങ്ങൾ ഞെരുക്കിക്കൊണ്ടേയിരിക്കുന്നു. ആയിരങ്ങൾ. ആരുണ്ട് ചോദിക്കാൻ? ഞങ്ങൾക്കാരുണ്ട്?

തീരംപോയവരുടെ ഉപജീവനമാർഗമായ മത്സ്യബന്ധനം തടസപ്പെട്ടു. കുടിലുകളിൽ കടൽ കയറി ഒഴുകി. നിവൃത്തിയില്ലാതെ ജനങ്ങൾ ചെറുത്തു നിൽക്കാനായി വന്നു. അവർക്കപ്പോൾ നേതാക്കളുണ്ടായി. ഞങ്ങളുടേതല്ലാത്ത നേതാക്കൾ. സമരം ലാഭം കായ്ക്കുന്ന മരമായി. അതുകൊണ്ടു തന്നെ പല സമരങ്ങളും പൂത്തിരിപോലെ കത്തി ഉടൻ തന്നെ ചിതറി ഭൂമിയിലേക്ക് അമർന്നു ഭസ്മമായി. സമരക്കാരുടെമേൽ പൊലീസ് കേറി നിരങ്ങി.

ഞങ്ങളുടെ വയറു പലപ്പോഴും തരിശാണ്. തീരവും തരിശാകുന്നു. ഞങ്ങളെ ഞെരുക്കി ഓടിച്ച് ബാക്കിയും തരിശാക്കി. ആ മണ്ണും കുത്തി വിൽക്കാനാണ് ശ്രമം. ഇങ്ങനെയൊക്കെ ഇരിക്കുന്നു. അപ്പോൾ ഈ നോവൽ വരുന്നു. ധാതുമണൽ രാഷ്ട്രീയത്തിന്റെ നിലവിലുള്ള സാഹചര്യങ്ങളിൽ മണൽജീവികൾക്കു ഏറെ പ്രസക്തിയുണ്ട്. ചൂഷകരുടെ ലോകമുള്ളിടത്തോളം പ്രസക്തി നിലനിൽക്കും. വനങ്ങളും കടലും കൊള്ളയടിച്ചു ഇന്ത്യൻ സമുദ്രം വിദേശീയർക്ക് തീറെഴുതി. അവശേഷിക്കുന്ന ധാതുസമ്പത്തുകൾകൂടി കൊള്ളയടിക്കുവാൻ അത്യാകർഷകമായ നിബന്ധനകളുമായി നോവലിലെ കള്ളനോട്ടടിക്കാരൻ രാമൻപിള്ളയെപ്പോലെ ഒരിക്കലും മരിക്കാത്ത ജീവിതങ്ങൾ ഞങ്ങളുടെ മണ്ണു ചവിട്ടിക്കുഴച്ച് നടന്നുപോകുന്നു. കൂടെ ജീവിച്ചിരുന്നവരൊക്കെ ചത്തിട്ടും രാമൻപിള്ള ഇറങ്ങി നടക്കുകയാണ്.

ജനങ്ങളെ കടിച്ചുകുടയാനുള്ള വ്യഗ്രതയോടെ പിന്നെയും പിന്നെയും അയാൾ എത്തിച്ചേരുകയാണ്, ഒരിക്കൽ അപ്രത്യക്ഷനായ അയാൾ. സർവനാശത്തിന്റെ പ്രതിനിധികൾ അർബുദത്തിന്റെ വേഷത്തിൽ നീല കണ്ഠനിലൂടെ പുറത്തേക്ക് വരികയാകാം. ചെറുത്തുനിൽപ്പുകൾ ശക്തമാവാൻ തുടങ്ങുമ്പോൾ അപ്രത്യക്ഷനാകുന്ന ഒറ്റുകൊടുപ്പുകാരൻ ഉണ്ണിരാമൻ. ഉണ്ണിരാമന്റെ ബീജം അസ്വസ്ഥതയുടെയും അങ്കലാപ്പിന്റെയും പ്രതിനിധിയായി കൃഷ്ണകുമാരിയുടെ ഗർഭത്തിലൂടെ വളരുന്നു, അർബുദം പോലെ. അവളൊരു പാവം. ഞങ്ങളിലൊരുവൾ. എന്തുവേണമെന്നാണ് അങ്കലാപ്പ്. ഞങ്ങളെപ്പോലെ. കടലോരത്തെ വികിരണത്തെ കുറിച്ച്പഠിക്കാനും എഴുതാനുമെത്തിയവർ ഇടവേളകളിൽ എവിടെയോ അപ്രത്യക്ഷരാകുന്നു; എവിടെ പോകുന്നു? ആ... പക്ഷേ ഈ കടപ്പുറത്ത് അതൊക്കെ ഞങ്ങൾ കണ്ടിട്ടുണ്ട്.

1700 വർഷം പഴക്കമുള്ള ഞങ്ങളുടെ തീരപ്രദേശചരിത്രം (അതിനിനി എത്ര തുച്ഛമായ ആയുസ്സ്) ഐതിഹ്യത്തിൽനിന്നും കൊണ്ടുവരാൻ പ്രത്യേകിച്ചൊരു കഥയിലൂടെ ശ്രമിച്ചിട്ടുണ്ടിതിൽ. ഈ ചരിത്രമൊക്കെ കേട്ട് ഞങ്ങൾ കൂടുതൽ നീറുന്നു. എങ്കിലും ആരെങ്കിലും അറി

യണം എല്ലാം. ഞങ്ങളുടെ ജനതയ്ക്കിനി എത്രനാൾ. കടലുകേറും മുമ്പ് ആരെങ്കിലും അറിയട്ടെ.

കേരളത്തിലെ പരിസ്ഥിതിവാദികളിൽ പലരും ചില കാര്യങ്ങളിൽ ചിലപ്പോൾ മാത്രം പ്രതികരിക്കുന്നതിന്റെ നിഗൂഢതകളിലേക്ക് നോവൽ വിരൽ ചൂണ്ടുന്നുണ്ട്. ഹൃദയംകൊണ്ട് വായിച്ചാൽ ഇനിയുമൊരുപാട് മുറിപ്പാടുകൾ ഈ നോവലിൽ തട്ടിത്തടഞ്ഞ് കിടപ്പുണ്ട്. ഒരുപാട് പറയാനും ബാക്കിയുണ്ട്. നോവലിനപ്പുറത്തേക്ക്.

(മണൽ ഖനനംമൂലം തീരദേശം കടലിനടിയിലാകുമെന്ന് പബ്ലിക് മീറ്റിങ്ങിൽ പ്രഖ്യാപനം നടത്തിയ വിദഗ്ധൻ ശാസ്ത്രപഠനകേന്ദ്രത്തിന്റെ തലപ്പത്തേക്ക് വളർന്നുകയറിയപ്പോൾ നേരെ വിരുദ്ധമായി പറഞ്ഞതൊക്കെ ഞങ്ങൾ കേട്ടതിൽ ചിലതു മാത്രം.)

ജനങ്ങൾക്കുവേണ്ടി പോരാടിയ കാലത്തുനിന്നും യാത്ര തുടങ്ങിയ നീലകണ്ഠൻ ശാക്തികചേരി കീഴടക്കുന്ന ധാതുമണൽ മേഖലയിൽ അയാൾ കുറെയേറെക്കാലം ചെലവഴിക്കുന്നുണ്ട്. നോവലിൽ ചെറുത്തുനിൽപ്പുകളുണ്ട്. പ്രതിനിധിയായ ഡിസൂസയ്ക്ക് ഇതിൽപ്പരം പറ്റാനില്ല. ഞങ്ങളൊക്കെ തന്നെയാണ് അവൻ.

ഈ നാടിന്റെ ഹൃദയത്തുടിപ്പുകളും ദുരന്തങ്ങളും വേദനകളും മനുഷ്യത്വത്തോടെ എഴുതിയിട്ടുണ്ട്. എങ്കിലും ഞങ്ങൾക്ക് എല്ലാം മനസിലായില്ലെങ്കിലും മിക്കതും മനസിലാകുന്നു. ചിലപ്പോൾ നോവലിസ്റ്റ് എഴുതിയ അതേപടി അല്ലായിരിക്കും. പക്ഷേ, ഞങ്ങളുടെ നെഞ്ചുപൊട്ടിയ നിലവിളി ഈ നോവലിൽ കിടപ്പുണ്ട്. വല്യ വിവരമൊന്നുമില്ലെങ്കിലും ഞങ്ങൾക്കത് കേൾക്കാം, പലരും മനപ്പൂർവം കേൾക്കുന്നില്ലെങ്കിലും.

(ആലപ്പാട് പഞ്ചായത്തിലെ മത്സ്യബന്ധനത്തൊഴിലാളിയാണ് ലേഖകൻ)

ഒന്നാംപതിപ്പിന്റെ ആമുഖം

കരിമണൽത്തീരങ്ങളിൽ എന്റെ ഖനനം

അപരിചിതരെ 'ബുൾഡോസറുകൾക്ക് മനസിലാകും. കടലിലിറങ്ങി മണ്ണുകോരുന്നതു നിർത്തി അത് തീരസംരക്ഷണനിയമം പാലിക്കും. അശുവായ ഈ ലേഖകനെ കണ്ട് ഭീമൻ ബുൾഡോസറുകൾ പിൻവാങ്ങുന്നത് തമാശയാണ്. ഏത് അശക്തനും കരിമണൽത്തീരങ്ങളിൽ ഇതനുഭവിച്ച് നിർവൃതിയടയാം. കൊല്ലം ബെൽറ്റിൽ തന്നെയുള്ള കടലോരവാസിയാണ് ഈ ആളും. പക്ഷേ, ഈ കരിമണൽത്തീരങ്ങളിലേതുപോലെ ലക്കുകെട്ട തിരകൾ കണ്ടിട്ടില്ല. കടലിന്റെ സംസ്കാരമറിയുന്നവർക്ക് കരയ്ക്കേറ്റ മുറിവ് വേഗം മനസിലാകും. ഇപ്പോൾ മഴ ചാറി. മെല്ലെ പെയ്ത് ശക്തമായപ്പോൾ കടലിൽനിന്ന് ഏതാണ്ട് 150 അടി മുകളിൽ നിൽക്കുന്ന പഴയൊരു കെട്ടിടത്തിലേക്ക് ഓടിക്കയറി. നോവൽരചനയുമായി ബന്ധപ്പെട്ടാണ് അവിടെയെത്തിയത്.

ഒന്നര കൊല്ലത്തിനുശേഷം

*കലാകൗമുദി*യിൽ നോവൽ ഖണ്ഡശഃ പ്രസിദ്ധീകരിക്കാൻ പോകുന്നു. ഡോ. അജിത്തിന് പടം വരയ്ക്കണം. *കലാകൗമുദി*യിൽ ടി കെ സന്തോഷ്കുമാർ, സഹൃദയനായ ആശ്രാമം ഭാസി, ഫോട്ടോഗ്രാഫർ കണ്ണൻ ഷൺമുഖം എന്നിവരോടൊപ്പം ഒരു ദിവസത്തെ പരിപാടി.

അന്ന് മഴ പെയ്തില്ല. പെയ്തിരുന്നുവെങ്കിൽ തണൽ തരാൻ പഴയ കോൺക്രീറ്റ് കെട്ടിടം സഹായിക്കില്ല. കാരണം, ഇപ്പോൾ കെട്ടിടത്തിന്റെ അവശിഷ്ടങ്ങളിലൂടെയാണ് തിരയൊഴുകുന്നത്.

കെട്ടിടം പകുതി ഇടിഞ്ഞു കഴിഞ്ഞു. ഒന്നരക്കൊല്ലംകൊണ്ട് കടൽ ഇരുനൂറ് മീറ്ററോളം കയറിയിരുന്നു. നോവലിനു മുകളിൽ ആശങ്കപ്പെടുത്തുന്ന ഈ അറിവ് ഉള്ളിലിരിക്കുമ്പോൾ വാരികയിലെ ചില അധ്യായം വായിച്ച് വിളിച്ചവരിൽ ഒരാൾ ചോദിക്കുന്നു:

“ആരു പറഞ്ഞു, കടൽ ഇക്കാലയളവിൽ രണ്ടു കിലോമീറ്ററോളം കേറിയെന്ന് രേഖയുണ്ടോ?”

നമ്മൾ വെറുതെ ചിരിക്കുന്നു. അറിഞ്ഞ സത്യത്തിനുമേൽ ഇനിയെന്തു മറുപടി?

മണൽകമ്പനികൾക്കു ഭൂമി ഏറ്റെടുത്തപ്പോൾ പല പഴയ കുടുംബങ്ങൾക്കും കുടിയൊഴിയേണ്ടി വന്നു. കൊല്ലിനും കൊലയ്ക്കും അധികാരമുണ്ടായിരുന്ന ദിവാൻ ശങ്കരൻതമ്പിയുടെ പിൻമുറക്കാരിൽ ഒരുകുടുംബം എന്റെ ഗ്രാമത്തിലാണെത്തിയത്. കമ്പനിയിൽ ജോലി നൽകുമെന്ന് വാഗ്ദാനമുണ്ടായിരുന്നു. നൽകിയില്ല. ഇങ്ങനെയൊക്കെ ഈ പ്രദേശം മനസിൽ പതിഞ്ഞിരുന്നതാണ്. എഴുതണമെന്ന തോന്നലുണ്ടായിട്ട് ആറേഴുകൊല്ലമായി. ഇപ്പോൾ സൂര്യ ടി വിയിലുള്ള പ്രശാന്ത് കുമാർ 1999 ൽ *മാധ്യമം* ആഴ്ചപ്പതിപ്പിൽ എഴുതിയ ‘വെളിച്ചം ഭയക്കുന്ന കരിമണൽപഠനങ്ങൾ’ എന്ന ലേഖനം വായിച്ചപ്പോഴാണ് ഇത്തരമൊരു വിഷയത്തിന്റെ സാധ്യത തെളിഞ്ഞത്. ആ പ്രചോദനവും വച്ച് കുറച്ചു നാളിരുന്നു. പറയാൻ സ്വാതന്ത്ര്യമുള്ളത് *കലാകൗമുദി* എഡിറ്റർ ശ്രീ എൻ ആർ എസ് ബാബുവിനോടാണ്. അദ്ദേഹം എന്റെ അധ്യാപകൻ കൂടിയാണ്. ബാബു സാർ ഇതിനായി കാത്തിരുന്നപോലെയാണ് പെരുമാറിയത്. കരിമണലിന്റെ ചരിത്രവും രാസപരിണാമവും തുടങ്ങി ഒന്നരമണിക്കൂർ സമഗ്രമായ ക്ലാസ്. ഇത്രയും മനസിൽ അടുക്കി സൂക്ഷിക്കാൻ. അപ്രതീക്ഷിതമായ ആവശ്യം വരുമ്പോൾ എടുത്തുപയോഗിക്കാനുള്ള കഴിവ് അപൂർവമാണ്. പിന്നീട് ഇതു സംബന്ധിച്ച് കിട്ടാവുന്ന പല പുസ്തകങ്ങളും വായിച്ചിട്ടും അദ്ദേഹം പറഞ്ഞത്ര സമഗ്രമായ ആശയങ്ങൾ കിട്ടിയില്ല. നോവലുണ്ടായതിനു പിന്നിലെ പ്രചോദനം പൂർണമായും ബാബുസാർ തന്നെയാണ്.

എഴുതുമ്പോൾ നാല് കാര്യങ്ങൾ ശ്രദ്ധിക്കാൻ ശ്രമിച്ചു.

1. കണക്കുകളും ചരിത്രവും വായനയിൽ മുള്ളുകളാകരുത്.
2. നോവൽ ഒരു ക്ലാസ് പുസ്തകമല്ല. അത് ബോറടിപ്പിക്കരുത്.
3. കഴിയുന്നതും ഇതുമായി ബന്ധപ്പെട്ട ഒരു മനുഷ്യനെയും വേദനിപ്പിക്കരുത്.
4. വിവാദം എന്ന സങ്കുചിതലക്ഷ്യം ഒരു ഘട്ടത്തിലും പ്രലോഭിപ്പിക്കരുത്.

ഇത്തരം കാര്യങ്ങൾ മനസിൽ വച്ച് എഴുതിക്കഴിയുമ്പോൾ,

കഥയ്ക്ക് ആധാരമായ പ്രദേശത്തെ ജനങ്ങളെയോ കമ്പനി തൊഴിലാളികളെയോ ഏതെങ്കിലും വ്യക്തിയെയോ ബാധിക്കുന്ന ഭാഗങ്ങൾ ഒഴിവാക്കാൻ നിർബന്ധിതനായി. നോവൽ എന്നതിലുപരി വിവാദമായി ഈ പുസ്തകം ‘അധഃപതിക്കാതി’രിക്കാൻ ശ്രമിച്ചിട്ടുണ്ട്. വിവാദത്തിന്റെ എഴുത്തുകാർ വേറെ വരും. ഞാൻ തൊട്ടുപോയിട്ടേയുള്ളൂ. അവർക്ക് മുഴുവൻ ബാക്കിയാണ്. അതുകൊണ്ട് ചരിത്രസംഭവങ്ങൾ കാര്യമായി പരാമർശിക്കാതെ സൂചനകൾ മാത്രം നൽകി നീങ്ങുന്ന രീതി സ്വീകരിച്ചു.

വായനക്കാരനോടല്ല എഴുതുന്നവന്റെ വ്യക്തിത്വത്തിനോടാണ് ആദ്യം നീതി പുലർത്തേണ്ടതെന്ന വിശ്വാസമായിരുന്നു പിന്നിൽ. കുട്ടിക്കാലത്ത് ഞങ്ങളുടെ നാട്ടിലെ മുറുക്കാൻ കടകളിലും യൂണിയനാപ്പീസിലും പല വീടുകളിലും ഒരു മനുഷ്യന്റെ ചിത്രംകണ്ട് അത്ഭുതപ്പെട്ടിട്ടുണ്ട്. കൊമ്പൻ മീശയും തലയിലെ ഷാളും... ഇത്രയേറെ വീടുകൾക്കും മനുഷ്യർക്കും ബന്ധുവായ ഇയാൾ ആരെടാ? പിന്നീടാണ് ഈ സഖാവ് എൻ ശ്രീകണ്ഠൻനായരാണെന്നും ആരാധനയുടെ കാരണവും മനസിലായത്. ഈ നോവലിലെ നായകൻ നീലകണ്ഠൻചേട്ടനെ ആയൊരു സ്വരൂപത്തിൽ നിർത്തി വികസിപ്പിക്കാൻ തോന്നിയത് ഇങ്ങനെയൊരു ഗൃഹാതുരത്വ ബോധം മൂലമാണ്.

ഇതിന്റെ എഴുത്തുവഴിയിൽ ഒരുപാട് പേർ സഹായിച്ചു. കുമ്പളം ശങ്കുപ്പിള്ള, ശ്രീകണ്ഠൻനായർ തുടങ്ങിയവരുടേതുൾപ്പെടെ നിരവധി ആത്മകഥകളും കൊല്ലത്തെ സമരചരിത്രമുൾക്കൊള്ളുന്ന പുസ്തകങ്ങളും ശേഖരിച്ചു തന്ന ആർ രാജീവ്. അന്താരാഷ്ട്ര വേദികളിൽ ഈ വികിരണതീരം ചർച്ച ചെയ്യപ്പെട്ടതിനെ സംബന്ധിച്ച ലേഖനങ്ങളും പുസ്തകങ്ങളും തന്ന് സഹായിച്ച ഈ സോമനാഥ്, ആർ സി സി നടത്തിയ കരിമണൽ പഠനങ്ങളെ സംബന്ധിച്ച സംശയങ്ങൾ തീർത്തു തന്ന ഡോക്ടർമാർ, അതിലേക്ക് സഹായിച്ച കവി ശാന്തൻ, ജോണി ലൂക്കോസ്, ഒ എൻ വി കുറുപ്പ്, രഹസ്യമെന്ന മുഖവുരയോടെ വിവരങ്ങൾ തന്ന ഭൗമപഠനകേന്ദ്രത്തിലെ ഉദ്യോഗസ്ഥർ, വികിരണവുമായി സംബന്ധിച്ച ഡോക്യുമെന്ററികൾ നൽകിയ സതീശ് നായർ, കരിമണൽ നിലത്തിലേക്ക് നയിച്ച രാജു ഇടവട്ടിയിൽ, ബ്രഹൽ സേനൻ നായർ, ഫാദർ ഫ്രാൻസിസ് കാരയ്ക്കാട്ട്, ഷൈനി, മാത്യു കെ കുര്യൻ, ബെന്നി പോൾ, വിധു എന്ന രാജേഷ് കുമാർ, ചവറയിലെ ഫാക്ടറി തൊഴിലാളികൾ, പഴയ സുവനീറുകളും മറ്റും തന്ന് സഹായിച്ച ആർ എസ് പി ക്കാർ, കടൽ, എന്റെ കൈ, മറന്നു പോയ ചിലർ...

മുമ്പെഴുതിയ രണ്ടു പുസ്തകങ്ങൾക്കും അവതാരികയോ പഠനമോ ഉണ്ടായിട്ടില്ല. ഇത്തവണ അങ്ങനെയൊന്ന് ഉണ്ടാകുന്നതിൽ പ്രസക്തി ഉണ്ടെന്ന് തോന്നി. അവതാരികയെഴുതാൻ ശ്രീകുമാറിനോളം അർഹതയുള്ളവരില്ല. മസ്തിഷ്കം കൊണ്ടല്ല ഹൃദയം കൊണ്ടാണ് അദ്ദേഹം അതെഴുതിയത്. അതിനാൽ കടിച്ചാൽ പൊട്ടാത്ത പദങ്ങളോ ഇടിവാൾ വാക്യങ്ങളോ കണ്ടെന്നു വരില്ല; പക്ഷേ, അവിടെ ജനിച്ചു വളർന്ന ശ്രീകുമാറിന്റെകൂടി ജീവിതമാണ് ഈ അവതാരിക. അതിൽ ജാഡകളില്ല. ആത്മാർഥത മാത്രം, എഴുത്തുകാരനും വായനക്കാരനും അത്ര ആശ്വാസം.

ശ്രീ. ജി മധുസൂദനൻ പൂനയിൽ നിന്ന് അപ്രതീക്ഷിതമായൊരു കത്തയയ്ക്കുകയായിരുന്നു. കൊല്ലത്തുകാരനായ അദ്ദേഹം ഈ നോവൽ തുടക്കം മുതൽ ശ്രദ്ധിക്കുന്നുണ്ടായിരുന്നു. തന്റെ പുതിയ പുസ്തകത്തിൽ ഈ നോവലും പഠിക്കുന്നുണ്ടെന്നും അതിനാൽ വിട്ടുപോയ രണ്ട് നോവൽ

ലക്കങ്ങൾ എത്തിച്ചുകൊടുക്കണമെന്നും ആവശ്യപ്പെട്ടായിരുന്നു എഴുത്ത്. അപ്പോഴാണ് ഒരു പഠനത്തിന്റെ സാധ്യത തെളിഞ്ഞത്. പുസ്തകത്തിനൊപ്പം കൊടുക്കാനുതകുന്ന തരത്തിൽ നൽകുമോയെന്ന് ആവശ്യപ്പെട്ടത് അദ്ദേഹം സമ്മതിച്ചു. ഇത്തരത്തിൽ മുൻപരിചയത്തിന്റെ പേരിലോ ആരാധനയുടെ പേരിലോ അല്ല പഠനമെന്നതിനാൽ അതിലും വലിയ കളങ്കമുണ്ടാകില്ലെന്നു കരുതുന്നു. സാഹിത്യതട്ടിപ്പുകളുടെ കാലത്ത് വ്യത്തികേട് കുറച്ച് പുസ്തകമിറക്കുന്നു എന്നത്രെ ഇതൊക്കെ പറഞ്ഞതിനർഥം.

വേറെന്ത്?

ഈ പുസ്തകം വായിക്കാനെടുത്തതിന് നന്ദി,

സ്വന്തം

ഇന്ദുഗോപൻ

ആമുഖ അധ്യായം

ആണവനൃത്തം

കൊല്ലത്ത് ചവറ എന്ന സ്ഥലത്തിനടുത്ത് ദേശീയ പാതയ്ക്കരികിൽ ഒരു സുബ്രഹ്മണ്യക്ഷേത്രമുണ്ടായിരുന്നു. ഒരുദിവസം ശാന്തിക്കാരൻ നട അടയ്ക്കാനൊരുങ്ങുമ്പോൾ രാമൻപിള്ള എന്ന നോട്ടട വയ്പുക്കാരൻ മുന്നിൽ നിൽക്കുന്നു. കൈയിൽ അനങ്ങുന്ന ഒരു പൊതിയും.

"ഇത് രണ്ട് മയിൽക്കുഞ്ഞുങ്ങളാണ്. ഇവിടെ നടയ്ക്കിരുത്താൻ കൊണ്ടുവന്നതാണ്."

"ജീവിക്കുമോ ഇത്?" ശാന്തിക്ക് സംശയം.

"ജീവിക്കുമെന്നല്ല."

രാമൻപിള്ള അർധോക്തിയിൽ നിർത്തി.

"ങും...?"

"അവിടുത്തേക്ക് ആയുസുണ്ടെങ്കിൽ കാത്തിരുന്നു കാണുവിൻ."

ചന്ദനമുരയ്ക്കാൻ പഴയ മുറിയിൽ കുഞ്ഞുങ്ങളെ രണ്ടിനെയും ഇട്ടടച്ചു പോകുന്നപോക്കിൽ രാമൻപിള്ള പറഞ്ഞു.

"നോട്ട് അടവെയ്ക്കുന്ന കൈകളാണ്. ഒരു നല്ല നോട്ടുതന്നാൽ കള്ളനോട്ട് രണ്ട്. രണ്ടിനു നാല്. നാലിന് എട്ട്."

മയിലുകൾ ചാകാതെ കിടന്നു. നിവേദ്യച്ചോറിന്റെ ബാക്കിയും പക്കിയും പൂച്ചിയും പ്രാണിയുമൊക്കെ തിന്നു വളർന്നു. മുട്ടയിട്ടു. പെറ്റുപെരുകി. അമ്പലം മുഴുവൻ നിറഞ്ഞു.

ഒരുദിവസം കടൽത്തീരത്തുനിന്ന് ഒരു മയിലിന്റെ ജഡം കണ്ടുകിട്ടി. അരയപ്പിള്ളേർ അതിന്റെ പീലികൾ വലിച്ചൂരിയെടുത്തു തൊപ്പിയിൽ പതിപ്പിച്ചു. കറുത്തിരുണ്ട ലോഹമണൽ കയറ്റിവരുന്ന ടിപ്പർലോറികളിലേക്ക് ജഡം തൂക്കിയെറിഞ്ഞു. റെയർ എർത്ത് കമ്പനിയിൽ ലോറിയെത്തിയപ്പോൾ ജഡം കണ്ട ജോലിക്കാർ അതിനെ വളപ്പിലേക്ക് വലിച്ചെറിഞ്ഞു.

പിറ്റേന്ന് ജോലിക്കിടയിൽ തൊഴിലാളികൾ കണ്ടത് മുറ്റത്ത് പീലി വിരിച്ച് മത്തരായി നട്ടുച്ചയ്ക്ക് നിന്നാടുന്ന ഒരുകൂട്ടം മയിലുകളെയായിരുന്നു. ജോലി നിർത്തി എല്ലാവരും കൗതുകം കാണാൻ വന്നുകൂടി. ആളനക്കം കൂടിയിട്ടും മയിലുകൾക്കു കൂസലില്ല.

ഒടുവിൽ ഓഫീസർ വന്നു ജോലിക്കാരെ ശാസിച്ച് പണിക്കു കയറ്റുകയും വാച്ചറെ വിളിച്ച് മയിലുകളെ ഓടിച്ചുവിടുകയും ചെയ്തു.

പിന്നീട് എന്തുകൊണ്ടോ മയിലുകൾക്ക് ശനിദശയായിരുന്നു. അവയുടെ എണ്ണം കുറഞ്ഞുവന്നു. തെങ്ങിൻതലപ്പുകളിൽ പലതും ചത്തിരുന്നു. തേങ്ങയിടാൻ കയറുന്നവർ അസ്ഥികൂടങ്ങൾ താഴേക്കിട്ടു. ദുർഗന്ധത്തിനൊപ്പം തെങ്ങിൻതലപ്പുകളിൽ നിന്നു മയിൽപ്പീലികളും ഊർന്നു വീണു. ചവറയിലെ കുട്ടികൾ പീലികൾകൊണ്ടു ക്ഷാമമില്ലാതെ കളിച്ചു.

ഒടുവിൽ...

രണ്ടു മയിൽക്കുഞ്ഞുങ്ങൾ മാത്രം അമ്പലവളപ്പിൽ ശേഷിച്ചു. ആ അവസ്ഥയിൽ ഒരു ദിവസം രാമൻപിള്ള മടങ്ങിവന്നു. പത്തിരുപത്തിരണ്ടുവർഷം അപ്പോൾ കഴിഞ്ഞിരുന്നു.

കിണറിനു മുകളിലിരുന്നരണ്ടിനെയും തോർത്തെറിഞ്ഞുപിടിച്ച് പഴയ ശാന്തിയുടെ അടുത്തേക്ക് രാമൻപിള്ള ചെന്നു.

"ഇപ്പോഴും ജീവിച്ചിരിപ്പുണ്ടല്ലേ?"

"ങും. നീയും.. എവിടായിരുന്നു ഇതുവരെ."

"കുമിഞ്ഞുകൂടിയ പണമെല്ലാം പൊയ്പ്പോയി. അപ്പോൾ മനസിലായി തിരിച്ചുവന്നു. നിൽക്കുന്നില്ല. പോകുന്നു. അവസ്ഥകണ്ടപ്പോഴേ ഇവിടെ ശരിയാവില്ലെന്നു തോന്നുന്നു. ഈ മയിലുകളെയും കൊണ്ടു പോകുന്നു."

വയസനായിപ്പോയ രാമൻപിള്ള. നടക്കാൻകാലിന് ഏന്തൽ. നടുവിനൊരു വളവ്. പോകുന്നപോക്കിൽ ഒരു മയിൽക്കുഞ്ഞ് കൊക്കി നിലവിളിച്ചു.

നടപ്പിനിടയിൽ ശാന്തിയെ ദുഃഖം കലർന്ന് ഒന്നുകൂടി നോക്കി. നോട്ടടവയ്പ്പുകാരൻ രാമൻപിള്ള പ്രാഞ്ചി നടന്നുപോയി.

കടൽ വന്നു അമ്പലം കടന്നു

കടലാക്രമണത്തിന്റെ കാലമായിരുന്നു. കൂറ്റൻ തിരകളെത്തി കര അറുത്തു മാറ്റി. ഇപ്പോൾ മണൽക്കോട്ടയ്ക്കുള്ളിലെ കൂറ്റൻ ഗർത്തത്തിനുള്ളിലായി കടൽ. കരിമണ്ണിന്റെ കറുത്തുപ്പ് ഉയരെ ചിതറിത്തെറിച്ചു. കടൽ കലങ്ങി മറിഞ്ഞിരുന്നു. ഉപ്പുകാറ്റ് മഞ്ഞനിറത്തിൽ തൂവാനമടിച്ചു കയറി. കടലറുത്ത മൺഭിത്തിയെ ഇടിച്ചിറക്കി. റെയർ എർത്ത്സ് കമ്പനി (ആർ ഇ സി)യുടെ ഫ്രണ്ട് ലോഡർ മെഷീൻ തിരയോളം ഇറങ്ങിച്ചെന്നു. കരിമണൽ കുത്തിയെടുത്തു മുകളിലേക്കിട്ടു മറ്റൊരു യന്ത്രം നനഞ്ഞ മണ്ണിനെ കരയിലേക്കു കൂമ്പാരം കുത്തിക്കൂട്ടി.

വൈകുന്നേരം. ഡിസൂസ അന്നു കോളേജിൽ പോയിരുന്നില്ല. സ്വന്തം കുടിൽ കടലെടുക്കുമോയെന്ന പേടിയായിരുന്നു. ഇന്നലെരാത്രി കടൽ അത്രമാത്രം അടുത്തെത്തിയിരുന്നു. കുടിലിനു മുന്നിൽ കടൽനാക്ക് ശിവക്ഷേത്രം. ഒരിക്കലും അത് നശിക്കില്ല. അതുകടന്ന് കടൽ വളരില്ല. ആ വിശ്വാസമാണ് ഏക ബലം.

പഞ്ഞ സമയമാണ്. കൊല്ലത്തുവരെ പോയി കോളേജിലെത്താനും ഉച്ചയ്ക്ക് ചോറുണ്ണാനും വഴിയുണ്ടായിരുന്നില്ല. മടിച്ചു.പോയിട്ടും വലിയ കാര്യമൊന്നുമില്ല. ക്ലാസുകൾ ആരംഭിച്ചിട്ടേയുള്ളൂ. രണ്ടുകൊല്ലം രസതന്ത്രം ബിരുദത്തിനാണ് ഡിസൂസ പഠിക്കുന്നത്.

കടൽ അലറുന്നതുംനോക്കി കടൽനാക്ക് ശിവക്ഷേത്രത്തിനു നേരെ ഇടത്ത് പൂഴിമണലിൽ ഡിസൂസ ചാരിക്കിടന്നു. ദൂരെ മണൽ ലോറികൾ കടലിനെപ്പോലെ മുക്രയിടുന്നു. പുതുമണ്ണിൽനിന്നു രക്ഷപ്പെടാൻ ആഞ്ഞു ശ്വസിക്കുകയാണവ. യമഹ എൻജിനുകൾ ഘടിപ്പിച്ച ചില വലിയ താങ്ങുവള്ളങ്ങൾ മാത്രം അഴീക്കൽ പൊഴിവഴി കടലിൽ പോയിട്ടുണ്ട്. പല വള്ളങ്ങളും കരയിലാണ്. ആകെ ബോറടിപ്പിക്കുന്ന കാലം.

സന്ധ്യയായി. വേലിയേറ്റത്തിന്റെ മുഴക്കമാണിപ്പോൾ. കടലിന് മൺമതിലിനു പുറത്തേക്ക് കടൽ കയറിവന്നു. ഇരുട്ടിൽ നിലാവിന്റെ ലാഞ്ചനയുണ്ട്. മണൽപ്പുറത്തു കിടന്നു മയങ്ങിപ്പോയി. കാലിൽ കടലിന്റെ നനവു കൊണ്ടാണു ഞെട്ടിയുണർന്നത്. പേടിച്ചു. നിലാവിൽ പ്രേതങ്ങൾപോലെ തിരകൾ പൊട്ടിച്ചിരിച്ചു. എഴുന്നേൽക്കാനോങ്ങുമ്പോൾ മുന്നറിയിപ്പുപോലെ ഒരു വൻതിര കടലിൽ നിന്നൊരു ഭീകരജീവിയെന്നവണ്ണം മറിഞ്ഞുവന്നു. കാൽതെറ്റിവീണു പോയി. ദേഹമാകെ നനഞ്ഞു.

തിരകൾക്കു വലിപ്പം കൂടിവരുന്നപോലെ. നോക്കിനിൽക്കെ ഒരു തിര വന്നുതൊട്ടു. തിരയ്ക്ക് ഇത്ര ധിക്കാരമോ? വീണ്ടുംതിരകൾ. ഇടയ്ക്ക് ഒന്ന് ഉൾവലിഞ്ഞ് കടലിൽ കിടന്നു കുറുകി. പ്രതിമകണക്കെ ഡിസൂസ തിരകളുടെ നീളവും വലിപ്പവും കണ്ട് അങ്കലാപ്പിൽ നിൽക്കുകയാണ്. തിരകൾ വന്നു മലയ്ക്കുന്നതിനിടയിൽ.... ഒരു വൻതിര.... ശ്രീകോവിൽ ഒന്നാടിയോ? ഇപ്പോൾ ഓരോ തിരയിലും അവൻ നെഞ്ചത്തു കൈവച്ചു. ഇനി മുന്നോട്ടു നീങ്ങരുത്. അവിടെവച്ചു തിര വറ്റിപ്പോവട്ടെ.

കടലിൽ ഭൂഗോളം പതിച്ചപോലൊരു ശബ്ദമുണ്ടായി. അതിന്റെ ശക്തിയിൽ ഞെങ്ങി വിങ്ങി പുറത്തു ചാടിയതുപോലൊരു വമ്പൻ തിര. ശ്രീകോവിലും കടന്നിപ്പോൾ അകലെ കരയിൽ നിൽക്കുന്ന ഡിസൂസയുടെ മുട്ടോളം വന്നുകയറി. തിര മടങ്ങിപ്പോകെ ഒന്നുലഞ്ഞ് ശ്രീകോവിൽ വെള്ളത്തിൽ കമിഴ്ന്നു വീണു.

"ദൈവമേ" ഡിസൂസ പേടിച്ചുനിലവിളിച്ചു. അവൻ കടലിനു സമാന്തരമായി അലറിക്കൊണ്ടോടി. ഓടിയോടി കിഴക്കേക്കരയിലുള്ള ഒരു വീട്ടിലേക്കു ചെന്നുകേറി.

"അയ്യോ ചേട്ടാ നീലകണ്ടൻചേട്ടാ."

അവൻ വാതിൽക്കൽ കൊട്ടിവിളിച്ചു. പേടിച്ചു പിന്നോട്ടു നോക്കി. ഒരു തിരകൈ കരയിലൂടെ പിന്തുടരുന്നുണ്ടോ?

അകത്തുവെട്ടം വീണു. വാതിൽ തുറന്നു. ആറടിപ്പൊക്കത്തിൽ ആജാനുബാഹുവായ നീലകണ്ഠൻചേട്ടൻ വെളുത്ത കൊമ്പൻമീശയുമായി ശ്രീകോവിലിൽനിന്നു പുറത്തുചാടിയ ശിവനെപ്പോലെ നിൽക്കുന്നു. ഡിസൂസ പേടിയും വേവലാതിയുംകൊണ്ട് ബോധംകെട്ടു വീണുപോയി.

മുഖത്തു വെള്ളം തളിച്ചപ്പോൾ അവൻ ഉണർന്നു. ഒരു മൊന്ത വെള്ളം കുടിച്ചു വറ്റിച്ചു. ബോധം ശരിക്കുവീണപ്പോൾ നീലകണ്ഠൻ ചേട്ടന്റെ മടിയിലാണ്. അവൻ ചാടിയെഴുന്നേറ്റു.

"മണ്ടാ നീ എന്തോകണ്ടു പേടിച്ചോടി, എന്തുപറ്റി?"

"ഞാൻ?"

"കാര്യം പറ."

"കടൽനാക്കമ്പലം."

"അമ്പലം?"

"അമ്പലം കടലടിയേറ്റുവീണു. കൂപ്പുകുത്തി വെള്ളത്തിൽ.... ശ്രീകോവിൽപോലും, ഇനിയൊന്നുമില്ല."

"ഇത്രയേയുള്ളൂ. ചുമ്മാ പോട്ടെ."

ഡിസൂസയ്ക്കു പക്ഷേ, വേദന സഹിക്കാനായില്ല. അവൻ പൊട്ടിക്കരഞ്ഞു. ചേട്ടൻ അവന്റെ തോളത്തു തട്ടി.

"അതിന് നീയെന്തിനു കരയുന്നു. എന്തിനെടാ ങേ?"

സൗമ്യമായി തുടങ്ങിയ ആ ശബ്ദം വഴിക്കുവച്ചു കനത്ത് ഒടുവിൽ കിടുങ്ങിവീണു. കണ്ണുകളിലിപ്പോൾ ദേഷ്യം കത്തുന്നു. പലപ്പോഴും സംസാരിക്കാനാഗ്രഹിച്ചിട്ടുണ്ടെങ്കിലും പേടിയായിരുന്നു. അച്ഛൻ പണ്ടു പറഞ്ഞിട്ടുണ്ട്, വലിയ ദേഷ്യക്കാരനാണെന്ന്. ഡിസൂസ ആ ദേഷ്യത്തിലേക്ക് കൗതുകപൂർവം നോക്കി. മെല്ലെ ദേഷ്യം പൊട്ടി. ചേട്ടൻ പുഞ്ചിരിച്ചു. പുഞ്ചിരി പൊട്ടിച്ചിരിയായി. കടൽ ശബ്ദത്തോളം കലമ്പലിൽ ചേട്ടൻ അട്ടഹസിച്ചു. പിന്നെ മെല്ലെ ചോദിച്ചു:

"നിനക്ക് വീട്ടിൽ പോകണ്ടേ?"

"ഇനി എന്റെ വീടാണ് കടലെടുക്കാൻ പോകുന്നത്. അമ്പലത്തിനു തൊട്ടുപിറകിലാണെന്റെ കുടില്. എങ്കിലും കടൽനാക്കമ്പലം." അവന് അപ്പോഴും വിശ്വാസംവന്നില്ല.

"നിന്റെപേരെന്താ?"

"ഡിസൂസ അലക്സാണ്ടർ"

"ചെമ്പേലേ അലക്സിന്റെ മോനാന്നാടാ."

"ങാ."

ചേട്ടൻ എങ്ങോട്ടോ നോക്കിയിരുന്നു. മുഖത്തെ നൂറു ചുളിവുകൾ ഇടയ്ക്ക് എന്തോ ചിന്തയിൽ വിടർന്നു വന്നു.

"അപ്പനെ അറിയാമായിരുന്നോ?" അവൻ ചോദിച്ചു

"പിന്നറിയാൻ പാടില്ലാത്തതെന്ത്?"

"അപ്പനും അമ്മയും പറഞ്ഞിട്ടുണ്ട്."

"ങാ പറ, എന്തോപറഞ്ഞിട്ടൊണ്ട്."

നീലകണ്ഠൻചേട്ടൻ ചിരിച്ചു.

"വല്യ ആളാണ്."

"അവൻ ചത്തിട്ട് എത്ര കൊല്ലമായി."

"നാല്. അമ്മച്ചി ചത്തിട്ട് ആറുമാസം. അമ്മച്ചിയെ അറിയാൻപാടില്ലായിരുന്നോ. ബെറ്റി."

ചേട്ടൻ വെറുതെ മൂളി. തെല്ലു മിണ്ടാതിരുന്നു.

"അമ്മച്ചിക്ക് എന്തായിരുന്നു?"

"അറിയാൻ പാടില്ല. ഇടയ്ക്ക് തലചുറ്റലൊണ്ടായിരുന്നു. ഒരുദിവസം എണീറ്റില്ല. അപ്പന് ക്യാൻസറായിരുന്നു."

"നോക്കിയില്ലേ?"

"കരുനാഗപ്പള്ളിയിലൊരു ക്യാൻസർ കേന്ദ്രമുണ്ടായിരുന്നു. അവിടായിരുന്നു ചികിത്സ. പാതിവച്ച് എന്തോ കാരണംകൊണ്ട് ആശുപത്രി അടച്ചുപൂട്ടി. പിന്നെ തിരുവനന്തപുരത്തു കൊണ്ടുപോകണമെന്നൊക്കെയുണ്ടായിരുന്നു. കാശില്ലായിരുന്നു. കരുനാഗപ്പള്ളിയിലെ ക്യാൻസർ ആശുപത്രി ഉണ്ടെങ്കിൽ ചിലപ്പോൾ ചാകത്തില്ലായിരുന്നു. പരിസ്ഥിതിക്കാരു പറയുന്നത് ഇവടത്തെ കരിമണ്ണിന്റെ റേഡിയേഷൻ കൊണ്ടാ അപ്പൻ ചത്തതെന്നാ. ഇവടത്തെ ക്യാൻസറിന്റെ കണക്കറിയാതിരിക്കാനാ ആശുപത്രിപൂട്ടിയതെന്നും പറയുന്നു."

"നീ എങ്ങനാ പിന്നെ പിഴയ്ക്കുന്നത്?"

"ചില ദിവസം കടലിപ്പോകും. ചിലപ്പോ കോളേജിൽ. സാറമ്മാർക്ക് അറിയാം അവസ്ഥ. എങ്കിലും എന്റെ കുടില് കടലെടുക്കുമല്ലോ ഈശോയെ."

അവൻ ആകുലപ്പെട്ടു.

"ഇനി ഇന്ന് ഇവിടെ കിടക്ക്. കടലിന്റെ കോളൊന്നൊടുങ്ങട്ട്. വീട് ബാക്കിയില്ലെങ്കിൽ അപ്പൊ നോക്കാം."

കടൽക്കരയിലേക്കു മാറി അവർ ഇരുന്നു.

"ആ അമ്പലത്തിന് ഒരുപാടു മുന്നിലായിരുന്നു ഞങ്ങടെ കുടിലെന്ന് അപ്പൻ പറഞ്ഞിട്ടൊണ്ട്. പിന്നെ കടലു കയറുന്ന മുറയ്ക്ക് പിറകോട്ടു പിറകോട്ടു മാറ്റിയതാ. കടലെന്തേ ഇങ്ങനെ കൂടുതൽ കയറിവരാൻ?"

അവൻ ചേട്ടന്റെ മുഖത്തേക്ക് നോക്കി. അദ്ദേഹം ഒന്നും മിണ്ടുന്നില്ല. കഴുത്തിലെ ഷാളെടുത്ത് തലയിൽക്കെട്ടി മീശ പിരിച്ചിരുന്നു. ഇടയ്ക്ക് മഞ്ഞുകയറി ഒന്നുരണ്ടുതവണ ചുമച്ചു. അൽപ്പനേരം നിശ്ശബ്ദത. ഡിസൂസ തുടർന്നു:

"അമ്പലത്തിനു മുന്നിലൊരു കൽവിളക്കുണ്ടായിരുന്നതു കൊച്ചിലേ എനിക്ക് ഓർമയുണ്ട്. എന്നോ അതു പോയി. പിന്നെ ചുറ്റുമതിൽ. എല്ലാം പതുക്കെപ്പതുക്കെ കടൽ തീണ്ടി. എങ്കിലും ശ്രീകോവിലും ശിവനേയും...."

പണ്ട് അതൊരു കാവായിരുന്നു. വമ്പൻ കാവ്. പകലും കുറ്റിരുട്ട്. കടൽക്കാറ്റിൽ വെള്ളിവീണ ശബ്ദത്തിൽ തന്നോടെന്നവിധം ചേട്ടൻ പറഞ്ഞുതുടങ്ങി.

"ശൂരനാട് കേസിൽ ഒളിവിലായിരുന്ന തോപ്പിൽ ഭാസിയും മറ്റും ഒളികേന്ദ്രം മാറിമാറി ഇവിടെയും ഒന്നു രണ്ടുദിവസം തങ്ങിയിട്ടൊണ്ട്. നിബിഡവനം പോലുള്ള ഈ കാവിനുള്ളിൽ. പകലും അതിലാരും കേറുമായിരുന്നില്ല. കാവിനുള്ളിലെ മരത്തിനു മുകളിൽ കയറി നോക്കിയാൽ കടൽ കാണാമായിരുന്നു. അമ്പതു കൊല്ലത്തിനുശേഷം കാവ് കടലിനു നടുവിൽ പോയി. ആ കാവു പോയതോടെ എല്ലാം പോയി. പിന്നെ അമ്പലം. അതിനെന്തു പ്രസക്തി. പോട്ടെ വെറുതെ."

"എന്റെ കുടില്."

അതിലെന്തെങ്കിലും നീക്കുപോക്കുണ്ടോയെന്നറിയാൻ ഡിസൂസ ചേട്ടന്റെ മുഖത്തു നോക്കി.

"കടൽ രണ്ടു കിലോമീറ്ററോളം കയറിയിട്ടുണ്ട്. ചിലപ്പോൾ അതിലുമേറെ...കഴിഞ്ഞ എൺപതു കൊല്ലത്തിനിടയിൽ..."

"മണ്ണ് എടുത്താൽ തീരം തീരുമല്ലേ?"

മറുപടി പറഞ്ഞില്ല. ചുമ കൂടി ചേട്ടൻ എഴുന്നേറ്റു വീട്ടിനുള്ളിലേക്കു നടന്നു.

കട്ടിലിൽ രാമച്ചത്തിന്റെ പാവിരിച്ചു. പിന്നെ കട്ടിലിലേക്കു മലച്ചു. കട്ടിലൊന്നു കിടുകിടുങ്ങി ഞരങ്ങി. വീണ്ടും ഒരു തിരയടിച്ച സമയം. നോക്കിയപ്പോൾ ചേട്ടൻ കൂർക്കംവലിക്കുന്നു.

പ്രേമം:
ഒരു തുറയിൽ നിന്ന് മറ്റൊന്നിലേക്ക്...

ആപ്പാടം പഞ്ചായത്തിലെ വെള്ളിമൺ തുരുത്തിലെ ഉണ്ണിരാമനും അതേ പഞ്ചായത്തിലെ കൂമൻതുറ വാർഡിലെ കൃഷ്ണകുമാരിയും പ്രേമിച്ചു. റെയർ എർത്ത്സ് കമ്പിനിയിലെ എൻജിനീയറായിരുന്നു ഉണ്ണി രാമൻ.

തദ്ദേശീയനായ ആളെന്ന നിലയിൽ കമ്പനി സ്ഥാനത്തും അസ്ഥാനത്തും ഉണ്ണിരാമനെ ഉയർത്തിക്കാട്ടി. കരിമണൽഖനനം തീവ്രമായി നടക്കുന്നുവെന്നും കമ്പനി തീരസംരക്ഷണനിയമത്തിന്റെ ചട്ടങ്ങളൊന്നും പാലിക്കുന്നില്ലെന്നും ആരോപിച്ച് തീരക്കാർ ഇടയ്ക്കിടെ സമരത്തിനിറങ്ങും. എതിർപ്പിന് തീപിടിക്കുമ്പോൾ നാട്ടുകാരും തൊഴിലാളികളും ഒരു വശത്തും കമ്പനിമാനേജ്മെന്റ് മറുവശത്തുമായി ചർച്ച നടത്തും. ഉണ്ണിരാമനെ കമ്പനി മുമ്പിൽ നിറുത്തി.

“കമ്പനി നമുക്കുവേണ്ടി ഒന്നും ചെയ്യുന്നില്ലെന്നു കരുതരുത്. നമുക്കിടയിൽനിന്ന് നമ്മുടെ സമുദായത്തിൽനിന്ന് വേണ്ടത്രയോഗ്യതയില്ലെങ്കിൽക്കൂടി കമ്പനി എന്നെ എൻജിനീയറായി ഉയർത്തിയില്ലേ?”

പൊളിടെക്നിക്കുകാരനായ തന്നെ സ്ഥാനക്കയറ്റങ്ങൾ കൊണ്ട് എൻജിനീയറായി ഉയർത്തിയതിന്റെ നന്ദിപ്രകടനം കണക്കെ അപ്പോൾ ഉണ്ണിരാമൻ ഇടതുവശത്തു നിശ്ശബ്ദനായിരിക്കുന്ന എം ഡി, കെ പി കുറുപ്പിനെ നോക്കും. അയാൾ ഗൗരവം വിടില്ല. പക്ഷേ, തൊഴിലാളിഭാഗത്തു നിന്നും മറുപടി വരും.

“എൻജിനീയറാക്കിയെങ്കിൽ സാറിനു കൊള്ളാം. ഞങ്ങൾക്കെന്തു ഗുണം?”

“നാട്ടുകാർക്കും തൊഴിലാളികൾക്കും എന്താണു വേണ്ടത്? അതു പറ. കമ്പനി അനുഭാവപൂർവം പരിഗണിക്കും.”

ചർച്ച ഇത്തരത്തിൽ പെട്ടെന്നു വട്ടത്തിലെത്തിക്കാൻ ഉണ്ണിരാമന്റെ ഈ തന്ത്രംകൊണ്ടു കഴിയും. പിന്നെ എന്തു നക്കാപ്പിച്ച കൊടുക്കണം എന്ന കാര്യത്തിലേ തർക്കമുള്ളൂ.

ഇങ്ങനെ ആർ ഇ സി കമ്പനിയിൽ സ്ഥാനവും വിലയുമുള്ള ഉണ്ണിരാമൻ തങ്ങളുടെ തുരുത്തിലെ കൃഷ്ണകുമാരിയെ പ്രേമിക്കുന്നതിൽ കൂമൻതുറക്കാർക്ക് ഉള്ളിലെങ്കിലും തെല്ലഭിമാനം തോന്നിയിരുന്നു. എങ്കിലും അവരതു പ്രകടിപ്പിച്ചില്ല. ആർ ഇ സിയുമായുള്ള തൊഴിൽത്തർക്കങ്ങളിൽ രണ്ടുതുറക്കാരും എപ്പോഴും രണ്ടുചേരികളിലായിരുന്നു.

ഖനനഭൂമിയിൽനിന്ന് ആർ ഇ സിയിലേക്കു മണൽ കൊണ്ടുപോകാൻ ഒരു വഴിയേയുള്ളൂ. എന്തു തൊഴിൽത്തർക്കമുണ്ടായാലും ആദ്യം ഈ വഴിയിലിറങ്ങി മണൽ ലോറി തടയുകയാണ് പതിവ്.

തൊഴിൽത്തർക്കം രണ്ടുതരത്തിലാണ്. കമ്പനിക്ക് പുതിയ തൊഴിലാളികളെ വേണ്ടപ്പോൾ യൂണിയനുകൾക്ക് ലിസ്റ്റ് കൊടുക്കും. പണ്ട് രണ്ട് യൂണിയനുകൾ മാത്രമേ ഉണ്ടായിരുന്നുള്ളൂ. സി ടി യു സിയും ഐ ടി യു സിയും. സി ടി യു സിയായിരുന്നു ശക്തം. ഇപ്പോഴും ഏതാണ്ട് അതെ. പക്ഷേ ഇപ്പോൾ പല യൂണിയനുകളുണ്ട്. അവരെല്ലാം ലിസ്റ്റ് നൽകുകയും ചെയ്യും. ഇതിൽ പ്രശ്നമുണ്ടാക്കാൻ എളുപ്പമാണ്. ഏതൊരു യൂണിയന് അസംതൃപ്തി തോന്നിയാലും കുഴപ്പമാണ്. മണ്ണിൽ കൊടി ഉയരും. കരുത്തനുസരിച്ച് ലോറി തടയും. പിന്നെ ചർച്ച. ചില നേതാക്കൾ കൈയിൽ വല്ലതും തടഞ്ഞാൽ ഉടൻ കൊടിയൂരും.

ഏറ്റവുമധികം മണൽത്തൊഴിലാളികളുള്ളത് വെള്ളിമൺ, കൂമൻതുറ പ്രദേശങ്ങളിലാണ്. യൂണിയൻ പ്രശ്നങ്ങൾ ഒരു വഴിക്ക് നീളും. ലിസ്റ്റിൽ ഈ രണ്ടു പ്രദേശത്തെ ആളുകൾക്ക് ഒരേപോലെ ജോലി നൽകണം. പക്ഷാഭേദം ഉണ്ടെന്ന് ആർക്കെങ്കിലും തോന്നിയാൽ യൂണിയനുപരിയായി പ്രാദേശികവാദം ഉയരും. വെള്ളിമൺതുരുത്തിലൂടെയോ കൂമൻതുറയിലൂടെയോ ലോറി നീങ്ങുമ്പോൾ തടയും. പിന്നെ ആർ ഇ സിക്കു ലോഹമാക്കാൻ കരിമണൽ ചെല്ലില്ല.

ഏതു നിമിഷവും പെട്ടെന്നുയർത്താനായി കൊടികൾ ചില നേതാക്കന്മാർ അരയിൽ സൂക്ഷിക്കും. ചിലർ പ്ലാസ്റ്റിക്കിൽ പൊതിഞ്ഞ് മണലിൽ കുഴിച്ചിടും. അടുത്തുള്ള മുറുക്കാൻ കടയിൽ ഏൽപ്പിക്കും. ഇതുകൊണ്ടൊക്കെ എപ്പോൾ മണൽകൂനയിൽ കൊടിയുയരുമെന്ന് പറയാൻ ആർക്കുമാവില്ല.

വെള്ളിമൺതുരുത്തുകാർക്ക് എതെങ്കിലും തരത്തിൽ നേട്ടമുണ്ടായാൽ സ്വാഭാവികമായും ഉണ്ണിരാമൻ എൻജിനീയറും പ്രതിയാകും. പ്രദേശവാസിയായ അയാൾ കൂമൻതുറയ്ക്കെതിരെ കളിച്ച കളിയെന്നുവരും. "ഉണ്ണിരാമാ മുട്ടാളാ മണ്ണിടല്ലേ കണ്ണിൽ നീ. നിന്നെപ്പിന്നെ കണ്ടോളാം." എന്ന സ്ഥിരം മുദ്രാവാക്യം മുഴങ്ങും.

ഉണ്ണിരാമൻ കൂമൻതുറയിൽ ഒരു മണൽ യൂണിയൻ തർക്കം ഒത്തുതീർക്കാൻ മാനേജ്മെന്റ് പ്രതിനിധിയായി എത്തിയപ്പോഴാണ് കൃഷ്ണ

കുമാരിയെ ആദ്യമായി കണ്ടത്. ധീവരകരയോഗം ഓഫീസിൽ വച്ചായിരുന്നു ചർച്ച. കരയോഗാംഗങ്ങളുടെ മക്കളിൽ കൂടുതൽ മാർക്കു വാങ്ങുന്ന മിടുക്കരായ കുട്ടികളെ അനുമോദിച്ച് സമ്മാനം നൽകുന്ന യോഗം അപ്പോൾ നടക്കുകയായിരുന്നു. അതുകഴിഞ്ഞിട്ടുവേണം ചർച്ച നടക്കാൻ. ബി എ മലയാളം പരീക്ഷയിൽ സർവകലാശാലയിൽ രണ്ടാം റാങ്കു നേടിയ കൃഷ്ണകുമാരിയെ അവിടെവച്ചാണ് ഉണ്ണിരാമൻ കാണുന്നത്. പെണ്ണിന്റെ എണ്ണക്കറുപ്പു നിറവും ഒരു കടലു മറയ്ക്കാനാവുന്നത്രയും മുടിയും കണ്ടപ്പോൾത്തന്നെ എൻജിനീയറുടെ മനസിളകി.

മുൻഭാഗത്തിരിക്കുകയായിരുന്നു ഉണ്ണിരാമൻ. വേദിവിട്ടിറങ്ങി വരുമ്പോൾ വശത്തിരിക്കുന്ന ഉണ്ണിരാമന്റെ മുഖത്ത് അവളുടെ പിന്നിയിട്ട മുടിയുടെ കാറ്റുകൊള്ളുകയും ചെയ്തു. സാധാരണ അരയപ്പെണ്ണുങ്ങളിൽ കാണാത്ത തരമൊരു വാസന അതിൽനിന്നുണ്ടായി. വലിയ കണ്ണുകളും നീണ്ടുതടിച്ച മൂക്കും. പെണ്ണൊരു ചന്തക്കാരിതന്നെ. ആരിവൾ?

പെണ്ണ് എം എ മലയാളത്തിനു രണ്ടാം കൊല്ലമെത്തി അപ്പോൾ. ആർ ഇ സിയുടെ ജീപ്പിൽ ഉണ്ണിരാമൻ സ്ഥിരമായി പിന്തുടർന്നു. ആദ്യമൊക്കെ അടുക്കാനൊരു പേടിയായിരന്നു. അപ്പോഴെല്ലാം തന്റെ ഉദ്യോഗത്തിന്റെ മേന്മയും ശമ്പളത്തിന്റെ കട്ടിക്കണക്കും ഭാവിയിലെ ഉയർച്ചയും ഉണ്ണിരാമൻ മനസിൽകൊണ്ടുവന്ന് ഊർജം നേടും. ആത്മവിശ്വാസം വർധിപ്പിക്കും.

പിന്നെ ഉണ്ണിരാമൻ പലപ്പോഴും കൂമൻതുറയിൽ എന്തെങ്കിലും കാരണമുണ്ടാക്കി വന്നു. കമ്പനിയിലെ ജോലിക്കാരോടും നാട്ടുകാരോടും പെണ്ണിനെക്കുറിച്ചു തിരക്കി. അങ്ങനെയൊക്കെ നാട്ടിൽ അതങ്ങു പാട്ടായി. ആപ്പാടം പഞ്ചായത്തിൽ ഇനി അതറിയാൻ ആരും ബാക്കിയില്ലെന്നായി. ഇങ്ങനെയാണ് കൃഷ്ണകുമാരിപോലും സംഭവമറിഞ്ഞത്. അച്ഛൻ രാഘവൻ പെണ്ണിനെ വിളിച്ചു കലമ്പി. "എനിക്കയാളെ അറിഞ്ഞൂടെ"ന്ന് കൃഷ്ണകുമാരി തറപ്പിച്ചു പറഞ്ഞു. വേണ്ടാത്ത കളിക്കു നിന്നാ കൊത്തിയരിഞ്ഞു ചൂണ്ടയിൽ കൊരുക്കുമെന്ന് കടന്നൊരു താക്കീതും രാഘവൻ കൊടുത്തു. അപ്പോഴേ ഇയാളെയൊന്നു കാണണമെന്നുതന്നെ കൃഷ്ണകുമാരി ഉറപ്പിച്ചിരുന്നു.

പലപ്പോഴും ഒരു കമ്പനി ജീപ്പ് തന്നെ കടന്നുപോകുന്നത് കുമാരി ശ്രദ്ധിച്ചിരുന്നു. അതിനകത്തിരുന്ന നഖം കടിക്കുന്ന എഞ്ചിനീയർക്ക് അതൊന്നു നിർത്തി രണ്ടുവാക്ക് പറയാനുള്ള ധൈര്യമില്ലായിരുന്നു. അങ്ങനെയൊരു ദിവസം ആരുടെയൊക്കെയോ നിർബന്ധപ്രകാരം ഉണ്ണിരാമൻ കൊല്ലത്തെത്തി. എസ് എൻ കോളേജ് ജംഗ്ഷനിൽ കാത്തുനിന്നു. പെണ്ണിനെ കണ്ടു. സംഗതി പറഞ്ഞു തുടങ്ങിയപ്പോഴേ പെണ്ണിനു ചിരിവന്നു. എങ്കിലും..

"നാട്ടിപ്പാട്ടാക്കുകയാണോ ചെയ്യുന്നത്? ഇതാണോ മര്യാദ?" കുമാരി ദേഷ്യം ഭാവിച്ചു.

"ഞാനൊന്നുംചെയ്തില്ല. സത്യം."

എഞ്ചിനീയർ നിഷ്കളങ്കനായി. അങ്ങനെ പറഞ്ഞുപറഞ്ഞ് കമ്പനി വണ്ടിയിൽ ഉണ്ണിരാമൻ പെണ്ണിനെ കരുനാഗപ്പള്ളിയിൽ ഇറക്കിക്കൊടുത്തു. പിന്നിൽ മുഖാമുഖമിരുന്ന് പെണ്ണ് നാണത്തോടെ ഒരുപിടി കാര്യം പറയുകയും കേൾക്കുകയും ചെയ്തു. കരുനാഗപ്പള്ളിയിൽനിന്ന് ആപ്പാടത്തേക്കു പോയാൽ ആളറിയും. കൂടുതൽ ഗുലുമാലാകും.

'ഞാൻ ഒരുദിവസം അച്ഛനെ കാണാൻ വരും."

"വരണം."

ഉണ്ണിരാമൻ അങ്ങനെ കൃഷ്ണകുമാരിയുടെ വീട്ടിൽപ്പോയി കല്യാണം ആലോചിക്കാൻ തീരുമാനിച്ചു. അതിനുമുമ്പ് എം ഡി കുറുപ്പു സാറുമായി ഇക്കാര്യം ചർച്ച ചെയ്തു. കമ്പനിയുടെ ആശീർവാദം ആവശ്യമാണ്. അതു കുറുപ്പു സാറിലൂടെയാണ് ഒഴുകുന്നത്.

"അതിനെന്താ" കുറുപ്പിന് വലിയ സന്തോഷമായി.

"ഞാൻ അവളുടെ വീട്ടിൽപ്പോയി ചോദിക്കട്ടെ."

"പെണ്ണ് ചോദിക്കാനോ."

"അതെ."

"അതവിടെ നിൽക്കട്ടെ രാമാ." കുറുപ്പ് പറഞ്ഞു. "എന്താ ഇത്ര ധൃതി? നീ കുറച്ചുകാലംകൂടി പ്രേമിക്ക്. അതിന്റെ സുഖം കല്യാണം കഴിഞ്ഞാൽ കിട്ടുമോ?" കുറുപ്പ് കണ്ണുചുളിച്ചു നിവർത്തി നെറ്റിയുടെ ഇടത്തുള്ള ഞരമ്പ് തിണർപ്പിച്ച് അത്ഭുതം വരുത്തി.

"വയസു പത്തുമുപ്പത്തിരണ്ടായി." ഉണ്ണിരാമൻ തന്റെ ബുദ്ധിമുട്ടു പറഞ്ഞു.

"പ്രേമിക്കാൻ അതൊരു പ്രായക്കൂടുതലൊന്നുമല്ല. ഡിപ്ലോമക്കാരനായ നീ എഞ്ചിനീയറായി എത്ര പെട്ടെന്ന് ഉയർന്നു. അതിനു തക്ക പ്രായമുണ്ടോ നിനക്ക്? കഴിവാണ് പ്രധാനം. അതാണ് കമ്പനി അംഗീകരിച്ചത്. ആട്ടെ നിന്റെ ഇഷ്ടത്തിന് ആരും എതിരു നിൽക്കുന്നില്ല. പക്ഷേ, ഒരുമാസം കഴിയട്ടെ. പോയി കമ്പനിയുടെ ആശീർവാദത്തിൽ കല്യാണം നടക്കുമെന്ന് സന്തോഷ വർത്തമാനം പറയണം അവളോട്.

ഉണ്ണിരാമന്റെ കല്യാണം അടുത്ത മാനേജ്മെന്റ് കമ്മിറ്റിയോഗത്തിൽ ചർച്ച ചെയ്യേണ്ടതുണ്ടെന്ന് കുറുപ്പ് കരുതി. നല്ലൊരു അവസരമാണിത്. ജനങ്ങളിലേക്കൊന്നിറങ്ങിച്ചെല്ലാൻ പറ്റിയ സമയം. അതിന് ഈ വിവാഹത്തെ ഉപയോഗിക്കാം. രണ്ടു തുറക്കാർ തമ്മിലുള്ള തൊഴിൽത്തർക്കങ്ങൾ കുറയ്ക്കാൻ ഈ ബന്ധുത സഹായിക്കുമോയെന്നു നോക്കണം. പ്രാദേശിക പ്രശ്നങ്ങളിൽപ്പെട്ട് ഇനി മണ്ണ് തടയാൻ ഇടവരരുത്. നേതാക്കന്മാരുള്ളതുകൊണ്ട് യൂണിയനുകളെ കൈകാര്യംചെയ്യാവുന്നതേയുള്ളൂ. പ്രാദേശികമായ വികാരം മറ്റൊരു മനഃശാസ്ത്രമാണ്. അതിനെ ഒതുക്കാൻ പണത്തിനും മദ്യത്തിനും വക്രബുദ്ധിക്കും പാടുപെടേണ്ടി വരും. അതിന്റെ ബുദ്ധിമുട്ട് കമ്പനി അനുഭവിക്കുന്നുണ്ട്.

മകൻ ഇങ്ങനെയൊരു പെണ്ണിനെ തപ്പിപ്പിടിച്ചതിൽ ഉണ്ണിരാമന്റെ വീട്ടുകാർക്ക് തൃപ്തിയുണ്ടായിരുന്നില്ല. മകൻ ലക്ഷങ്ങൾ സ്ത്രീധനം വാങ്ങി

കാറും ബംഗ്ലാവും നേടുന്നതു സ്വപ്നം കണ്ടിരിക്കുകയായിരുന്നു അവർ. അമ്മ ദമയന്തിയുടെയും അച്ഛൻ ഭാഗീരഥന്റെയും സ്വപ്നങ്ങൾക്കിട്ടാണ് ഉണ്ണിരാമൻ തുരങ്കംവച്ചത്. സംഗതി കൃഷ്ണകുമാരിയുടെ അച്ഛൻ തുറ മൂപ്പന്മാരുടെ പരമ്പയിൽപ്പെട്ടയാളാണ്. തള്ളയ്ക്കും കുടുംബമഹിമ കുറ വല്ല. ഉണ്ണിരാമന് അങ്ങനെ പാരമ്പര്യമൊന്നും ഇല്ലതാനും. എങ്കിലും ഇന്നു പാരമ്പര്യമല്ല പണമാണു കാര്യം.

പണത്തിന്റെ കാര്യത്തിലും കൃഷ്ണകുമാരിയുടെ വീട്ടുകാർ മോശ ക്കാരല്ല. രണ്ടുവള്ളങ്ങൾ സ്വന്തമായുണ്ട്. അതിനുള്ള വലയും. പക്ഷേ അതിലൊക്കെ ലോൺ കാണും. കടലിൽ കാശിറക്കിയുള്ള ബിസനസ് വെള്ളത്തിൽക്കളിത്തന്നെയാണ്. പണം എപ്പോൾ പോകുമെന്നും ദരിദ്ര നാകുമെന്നും അറിയാൻ പറ്റില്ല. മാത്രമല്ല. പിന്നിൽ എന്തുമാത്രം ബാധ്യ തയുണ്ടെന്ന് അറിയാനും പറ്റില്ല. ഐസിട്ടു പുറംപോച്ച് നാശമാക്കാതെ അകംകെട്ട മീനുപോലെയുള്ള വള്ളക്കാരെ ഭാഗീരഥനറിയാം. അതുകൊ ണ്ടൊക്കെയാണ് അയാൾക്ക് അതൃപ്തി. വല്ല പൊന്നും പണവും ചോദി ക്കാമെന്നുവച്ചാൽ അതിനു ചെക്കൻ സമ്മതിക്കുകയില്ല. അവനെ ദേഷ്യം പിടിപ്പിക്കുന്നതും ശരിയല്ല. അവൻ സ്വന്തമായിട്ട് പഠിച്ചുകേറി വന്നതാണ്, ചാളപെറുക്കിവിറ്റും മീൻകച്ചവടം നടത്തിയും. അവന്റെ വിധം തെറ്റിയാൽ അതൊക്കെ വിളിച്ചുപറയും.

എനിക്ക് അവളെ മതിയെന്ന് ഉണ്ണിരാമൻ തീർത്തുപറഞ്ഞു കഴി ഞ്ഞു. മുറുകി മുറുകി നിന്ന് പതുക്കെപ്പതുക്കെ അയഞ്ഞ് മുറുമുറുപ്പായി എതിർപ്പുകൾ ചുരുങ്ങി. എങ്കിലും തള്ള ദമയന്തിയുടെ മനസിൽ കൃഷ്ണ കുമാരിയോടുള്ള വൈരാഗ്യം വിട്ടില്ല, കൊട്ടാരത്തിൽ താമസിച്ച് കാറിൽ കയറി പോകാനുള്ള പൂതിയാണ് ചെറുക്കനെ വലവീശിപ്പിടിച്ച് അവളു തല്ലിക്കെടുത്തിയത്.

കമ്പനിയുടെ ആശീർവാദത്തോടെതന്നെ പെണ്ണുകാണൽ നടന്നു. അതോടനുബന്ധിച്ചു നടന്ന വിപുലമായ യോഗത്തിൽ രണ്ടുകരക്കാരും ചേരിതിരിവു മറന്ന് പങ്കെടുത്തു. പ്രാദേശികപ്രശ്നങ്ങൾ ഇരുകരയും മറക്കണമെന്നും ഇരുവരും ഇനി ബന്ധുക്കളാണെന്നും പറഞ്ഞ് കുറുപ്പ് കൈയടി വാങ്ങി. ഇതിലുള്ള സന്തോഷസൂചകമായി കമ്പനിയുടെവക യായി രണ്ടുകരയിലെയും കോസ്റ്റൽക്ലബ്ബുകൾക്ക് ഓരോ കളർ ടിവി സൗജന്യമായി നൽകുമെന്ന് പ്രഖ്യാപിച്ചു. അതോടെ കൈയടി ആഹ്ലാദ ശബ്ദമായി, ബഹളമായി.

ബഹളംകേട്ട് തെങ്ങിൻ തലപ്പുകളിൽനിന്നു കടൽക്കാക്കകളും കരി ങ്കാക്കകളും ഒരേസമയം ചിടകടിച്ചുയർന്നു. ഇതുകണ്ട് കുറുപ്പ് സാഹിത്യം പറഞ്ഞു: “നോക്കൂ ആകാശത്തുനിന്ന് പറവകൾപോലും ഇതുകേട്ട് ആഹ്ലാദിക്കുന്നു.” കടലിലേക്കു പറക്കുന്ന കടൽക്കാക്കകളെ ജനം തിരിഞ്ഞുനോക്കി.

“ഈ ടി വികളിൽ നൂറു ചാനലുകൾ കാണിക്കാനും 24മണിക്കൂറും പ്രവർത്തിക്കാനുമുള്ള സൗകര്യം കമ്പനി ഏറ്റെടുക്കും. വള്ളത്തിൽപ്പോ

യിവരുന്ന ആളുകൾക്കും വീട്ടുജോലി കഴിഞ്ഞ് പെണ്ണുങ്ങൾക്കും സന്തോഷിക്കാൻ ഇതൊരു മാർഗമാകട്ടെ. ടി വിയുടെ ഉദ്ഘാടനം നിങ്ങളിലൊരാളായ കമ്പനിയുടെ അഭിമാനമായ ഉണ്ണിരാമൻ എഞ്ചിനീയറുടെയും (അക്കാര്യം കുറുപ്പ് ബലംപിടിച്ചാണ് പറഞ്ഞത്) കൃഷ്ണകുമാരിക്കൊച്ചമ്മയുടെയും കല്യാണത്തിന്റെ അന്നു നടത്തും. ഇതിനുവേണ്ടി പഞ്ചായത്തിൽ കമ്പനി കേബിൾസംവിധാനം കൊണ്ടുവരികയാണ്. ഭീമമായ ചെലവുള്ള പദ്ധതിയാണിത്. അത്യാവശ്യം സാമ്പത്തികശേഷിയുള്ളവർക്കും സ്വന്തമായി ടി വി ഉള്ളവർക്കും കേബിൾകണക്ഷന് ഈ സംവിധാനം ഉപയോഗപ്പെടുത്താവുന്നതാണ്.

കമ്പനി ചെയ്തുതരുന്ന ഈ സേവനങ്ങൾക്കു നന്ദിയായി അതിന്റെ പ്രവർത്തനങ്ങളെ തടസപ്പെടുത്താതെ സഹായിക്കാൻ നിങ്ങൾക്കു ബാധ്യതയുണ്ടെന്നുകൂടി ഓർമിപ്പിച്ചു കൊള്ളട്ടെ.”

ജനം സന്തോഷിച്ച് പുതിയ ചാനലുകളുടെ വൈപുല്യത്തെക്കുറിച്ചു സംസാരിച്ചു.

തിരിച്ചുവരുമ്പോൾ കുറുപ്പ് അടുത്തിരുന്ന പേഴ്സണൽ മാനേജരോടു പറഞ്ഞു: “ജനം എൻഗേജ്ഡ് ആകട്ടെ കൂടുതൽ കൂടുതൽ. പണി ഇല്ലാതിരിക്കുമ്പോഴാണ് വിപ്ലവം തോന്നുന്നത്.”

മൂന്നു മാസങ്ങൾക്കുശേഷം കല്യാണം ആഘോഷപൂർവം നടന്നു. വെള്ളിമൺതുരുത്തിലേക്കു വരനും വധുവും കൂമൻതുറയിൽനിന്നു നടന്നു ചെണ്ടമേളവും മുത്തുക്കുടയുമൊക്കെയായി വലിയൊരു ജനക്കൂട്ടവും.

ആറുമാസങ്ങൾക്കുശേഷം.

ഉണ്ണിരാമൻ കുറുപ്പുസാറിനോടുപറഞ്ഞു:

“സാററിഞ്ഞില്ലേ കൂമൻതുറക്കാർ ഇലക്ട്രിസിറ്റി ആപ്പീസിൽ പ്രശ്നമുണ്ടാക്കി. ജീവനക്കാരെ അടിച്ചു. കേസായി.”

“എന്താ പ്രശ്നം?”

“ടി വിയിൽ ക്രിക്കറ്റ് കളിസമയത്ത് കറണ്ട്പോയതാണ് കാരണം.”

“ആയിക്കോട്ടെ.” കുറുപ്പ് താൽപ്പര്യമില്ലാത്ത മട്ടിൽപറഞ്ഞു.

“കോസ്റ്റൽ ലൈബ്രറിയുടെ ഗ്രാന്റ് വന്നു. ലൈബ്രേറിയൻ കാണാൻ വന്നിട്ടുണ്ട്.”

“കമ്പനി വക ഗ്രാന്റുകൂടി പാസാക്കിയേക്കൂ. കമ്പനി ലൈബ്രേറിയൻ പുസ്തകമെടുക്കാൻക്കൂടി പോകട്ടെ.”

“അങ്ങനെയല്ലായിരുന്നല്ലോ.”

“ഇനി അങ്ങനെയാണ്.” കുറുപ്പ് പറഞ്ഞു. “കമ്പനി ഗ്രാന്റും അതിനാണ്. വാങ്ങിക്കേണ്ട പുസ്തകങ്ങളുടെ രീതിയും സ്വഭാവവും നമ്മുടെ ലൈബ്രേറിയന് അറിയാം.”

പരുന്തുകൾ: ഡിസൂസ ആകപ്പാടെ താറുമാറാകുന്നു

പരമുവിന്റെ മുറുക്കാൻ കടയിലിരുന്ന് നീലകണ്ഠൻചേട്ടൻ വെറ്റില തേച്ചുമിനുക്കുകയായിരുന്നു. ഉള്ളംകയ്യിൽവച്ച് ഒന്നടിച്ചു. പിന്നെയെടുത്ത് വെയിലത്തേക്കു പിടിച്ച് അതിന്റെ നാഡിഞരമ്പുകളുടെ നേർത്തഭാഗങ്ങളിലേക്കു നോക്കി. ചുണ്ണാമ്പുപാത്രത്തിലേക്കു വിരലിട്ടു. വിഷക്കല്ലിൽ ചവിട്ടിയതുപോലെ. നഖങ്ങൾക്കിടയിലേക്കു കൂർത്ത എന്തോ തരി കടന്നു. കിരുകിരുപ്പും അസ്വസ്ഥതയും. വിരലെടുത്തു കുടഞ്ഞുനോക്കി. ചുണ്ണാമ്പുഭരണിയിലക്കു നോക്കി.

"എന്താ ചേട്ടാ" പരമു ചോദിച്ചു.

"എന്തോ വിരലിൽ കൊണ്ടതുപോലെ."

"കക്കയുടെ തുമ്പായിരിക്കും."

അപ്പോൾ ആരോ ഒരാൾ ഓടിവന്നു.

"നീലൻചേട്ടാ ഓടി വരണേ. ആ അലക്സാണ്ടറുചേട്ടന്റെ മകൻ ഡിസൂസ, ചേട്ടന്റെ വീടിനുമുമ്പിൽ ബോധമില്ലാതെ കെടക്കുന്നു. ശരീരത്ത് പലയിടത്തും മുറിഞ്ഞിട്ടുണ്ട്."

വിരലിലെ തരിപ്പ് വലിച്ചെറിഞ്ഞ് നീലകണ്ഠൻ ചേട്ടൻ വീട്ടിലേക്ക് വേഗം നടന്നു.

"എന്തുപറ്റിയതാടാ?"

"അറിയത്തില്ല" ഓടിവന്ന ചെറുപ്പക്കാരൻ മുമ്പേ ഓടി. "ചോരയുമായിട്ട് കിഴക്കുന്ന് ഓടിവന്നത് കണ്ടവരുണ്ട്."

കടയിലുണ്ടായിരുന്നവരും ഒപ്പം കൂടി. പരമു കട പയ്യനെ ഏൽപ്പിച്ച് ഒന്നു ചുമച്ചു കൂടെ ഓടി.

ഡിസൂസ മണ്ണിൽ കമിഴ്ന്നു കിടക്കുകയായിരുന്നു. ഇട്ടിരുന്ന ചന്ദന നിറമുള്ള ഉടുപ്പിൽ ചിലയിടത്ത് ചോരചത്ത പാടുകൾ.

* * * *

നീലകണ്ഠൻ ചേട്ടന്റെ വീടിന് മുന്നിലെ ചായ്പിൽ വെറും നിലത്ത് കടലും നോക്കി കമിഴ്ന്നുകിടക്കുകയായിരുന്നു ഡിസൂസ. മുറിവുകളിലെ ചോരയുടെ കടുപ്പം ചെറുചൂടുവെള്ളം കൊണ്ടു ചേട്ടൻ തുടച്ചെടുത്തു. നീറുന്നുണ്ടായിരുന്നു. മുറിവിലുപരിയായി പക്ഷേ മറ്റെന്തിലോ അവന്റെ ശ്രദ്ധ ചെന്നുടക്കി കിടക്കുകയായിരുന്നു.

"പരുന്തുകൾ എന്നെ കൊത്തിത്തുരത്തി."

ഇന്നലെ ബോധം വീണപ്പോൾ അതുമാത്രമായിരുന്നു അവൻ പറഞ്ഞിരുന്നത്.

നീലകണ്ഠൻ അവന്റെ മുഖത്തേക്ക് നോക്കി. തോർത്തിന്റെ ചൂടും കുറവുമൊന്നും അവനറിയുന്നില്ല. കണ്ണുകളിലെ തിളക്കത്തിന് ഒരേ അവസ്ഥ. ബോധത്തിന്റെ വേറെയേതോ അറയിൽനിന്നൂറ്റിയെടുക്കുംവിധം അവൻ പറഞ്ഞു തുടങ്ങി.

"ഇന്നലെ റിപ്പബ്ലിക് ദിനമായതിനാൽ പണിയുമില്ലായിരുന്നു, പഠിത്തവുമില്ലായിരുന്നു. അവിടെ തങ്കശ്ശേരിയിൽ ബ്രേക്കുവാട്ടർ പദ്ധതിയുടെ നിർമാണം നടക്കുന്നിടം ഒന്നു കാണണമെന്ന് കുറേനാളത്തെ ആശയായിരുന്നു. കടലിലേക്ക് രണ്ടുകിലോമീറ്ററോളം നടന്നുപോകാനുള്ള പാത. അതിലേ ഒരു യാത്ര ഒറ്റയ്ക്ക്.

ഒഴിവുദിവസമായതിനാൽ ആരുമില്ലായിരുന്നു. പ്രധാനപ്പെട്ട ഗേറ്റ് പൂട്ടിക്കിടന്നിരുന്നു. ഞാൻ ചുറ്റിനടന്നു. ചില കുടിലുകൾക്കിടയിലൂടെ താഴേക്കുള്ള വഴി കണ്ടു. ഒരാൾക്കു കഷ്ടിച്ച് ഇറങ്ങാൻ പറ്റുന്ന ഒന്ന്. താഴേക്കിറങ്ങിയപ്പോൾ അത്ഭുതങ്ങളുടെ ലോകം. ആയിരക്കണക്കിനു പുലിമുട്ടകൾ. തിരകളെ അമർത്താൻ ഭംഗിയായി അടുക്കിവച്ചിരിക്കുന്നു. ഒരു മുട്ട് മുകളിലേക്കും മൂന്ന് മുട്ട് താഴേക്കും. മുട്ടുകളുടെ കൂട്ടത്തിലേക്കു നോക്കിയാൽ കണ്ണ് അത്ഭുതപ്പെട്ടുവിടരും. അത്ര രസം. എല്ലാം ഇരട്ടിക്കുന്നതുപോലെ തലകറങ്ങും. അടുത്ത് കടലിറങ്ങിപ്പോയി വെള്ളം മാത്രം കെട്ടിക്കിടക്കുന്ന കടൽത്തടാകം വശങ്ങളിൽ മഞ്ഞനിറത്തിൽ ഉപ്പിന്റെ അംശങ്ങൾ.

ചുറ്റും കടൽച്ചെടികളുടെ കടുംപച്ചകൾക്കു സമീപം ഉള്ളു പൊള്ളയായ ഭീമൻ ഇരുമ്പുകുഴലുകൾ തുരുമ്പിച്ചു ചുവന്നുകിടപ്പുണ്ട്.

കടൽപ്പാത അവിടെനിന്നും കാണാം. വശത്തെ കടൽത്തിര ചത്ത ഒന്നാണ്. തടാകംപോലെ മനോഹരം. തിരയടികളില്ല. കാറ്റിലെ അലയിളക്കം മാത്രമാണ് തിര. കായൽപ്പരപ്പുപോലെ, മനോഹരമായ തീരം. അതിന്റെ വശത്തൂടെ നടന്നു. മുന്നിൽ പാറകളുടെ കൂമ്പാരം. അതിനു മുകളിലാണ് കടൽമുനമ്പിലേക്കുള്ള റോഡ്. പാറകളിലൂടെ ഇഴഞ്ഞു കയറി മുകളിലെത്തി.

താറിട്ട പാത. ഇരുവശത്തും കടൽ മാത്രം. ഒറ്റ മനുഷ്യനെയും കാണാനില്ല. മുന്നോട്ടു നടന്നു. ഇടത്ത് ദൂരെ ബോട്ടുകൾ നിരന്നുകിടക്കുന്ന തങ്കശ്ശേരിത്തീരം. ആകാശത്തിൽ കൊല്ലം നഗരത്തിന്റെ ലക്ഷ

ണങ്ങൾ. റേഡിയോ ടവർ, ലാൽ ബഹാദൂർ സ്റ്റേഡിയത്തിലെ ഫ്ളഡ്ലൈറ്റുകൾ.

മുന്നോട്ടു നടക്കുമ്പോൾ വലതുവശത്തെ പാറയുടെ കൂമ്പാരം ഉയർന്നുയർന്നു വന്നു. ഒരെണ്ണം കയറിയാൽ ഒരു ലോറി നിറയും വിധമുള്ള ഭീമാകാരന്മാരായ പാറകൾ. അതിലേക്കു നോക്കി നിൽക്കരുത്. ഇളകി മുതുകിലേയ്ക്കു വീഴാൻ ആഞ്ഞു തുടങ്ങുകയായിത്തോന്നും.

പാറയ്ക്കിടയിൽ വെള്ളം അലയ്ക്കുന്നതിന്റെ ഹുങ്കാരം. എനിക്കു പേടിയുണ്ടായിരുന്നില്ല. പറയാൻ പറ്റാത്തതരം അനുഭൂതി. ഉച്ചകഴിഞ്ഞ് പകൽ കനച്ചു തുടങ്ങിയിരുന്നു. വെയിലിലേക്കു നോക്കുമ്പോൾ കണ്ണിനുള്ളിൽ പൊരിച്ചിൽ ഇളകി വെള്ളത്തുള്ളികളായി പാഞ്ഞുപോയി.

ഇടത്ത് പാറക്കെട്ടിനോടു ചേർന്ന് വെള്ളത്തിൽ കരിമ്പടംപോലെ എന്തോ ഒന്ന് കിടക്കുന്നു. നേരത്തേ കണ്ടിരുന്നു. കടൽച്ചെടികളുടെ കൂട്ടമാണെന്നാണ് കരുതിയത്. ഇപ്പോൾ ഇത്ര നടന്നിട്ടും അതു കൂടെയുണ്ട്. ഞാൻ നിന്നപ്പോൾ അതും നിന്നു. നടന്നു തുടങ്ങിയപ്പോൾ എനിക്കൊപ്പം ചലിച്ചു. അതെന്നെ പിന്തുടരുകയാണ്. യാത്രയിൽ പരിസരത്തെ ചെടികൾ നമുക്കൊപ്പം ചലിക്കുന്നത് എന്തുരസമാണ്.

സൂക്ഷിച്ചു നോക്കിയപ്പോൾ ഇഴയടുക്കത്തോടെ സഞ്ചരിക്കുന്ന വലിയൊരു കൂട്ടം ചെറുമത്സ്യങ്ങളാണെന്നു മനസിലായി. നെത്തോലിയാണോ? തിട്ടമുണ്ടായില്ല. മീനുകളുടെ അകമ്പടിയോടെയുള്ള യാത്ര. ഞാനത് ആസ്വദിക്കുകയായിരുന്നു. വലിയൊരു പാറയിൽ തമരടിച്ച ഇരുതല ഇരുമ്പുകുറ്റി തുരുമ്പിച്ചിരിക്കുന്നു. പാമ്പ് തലനീട്ടിയതുപോലെ ചുവന്നു തുരുമ്പിച്ച പാമ്പ്.

പിന്നോട്ടു തിരിഞ്ഞുനോക്കിയപ്പോൾ വിജനം. പാറക്കൂട്ടങ്ങളും നീണ്ടുനിവർന്ന പാതയും മാത്രം. കാറ്റും പാറയിൽ വെള്ളത്തിന്റെ കൊത്തുമാണ് ആകെ ശബ്ദം. മുനമ്പിനോടടുക്കുകയാണ് ഞാൻ. അവിടെനിന്ന് മുന്നിൽ ലോകം മുഴുവൻ വ്യാപിച്ചുകിടക്കുന്ന കടലിനെ കാണണം. വലിയൊരു കാഴ്ചയുടെ തുഞ്ചത്തേക്കാണ് നീക്കം.

ചൂടിൽ നടന്നപ്പോൾ തല പെരുത്തു. ഞാൻ സഹിതം കടൽപ്പാത അനങ്ങുന്നതായി തോന്നി. തോന്നലായിരുന്നോ. അല്ല അനങ്ങിയതുതന്നെ. അനക്കം വ്യക്തമായിരുന്നു. കാരണം മുനമ്പിൽക്കിടന്നിരുന്ന പാറ കൊളുത്തിപ്പൊക്കി കടലിൽ താഴ്ത്താനുള്ള കൂറ്റൻ ക്രെയിൻ ശബ്ദമുണ്ടാക്കി. അതിന്റെ കൊളുത്ത് ഒന്നുലഞ്ഞു താഴുന്നതും ഇരുമ്പിന്റെ നാദവും ഞാൻ കേട്ടു. തല മരവിച്ചതുകൊണ്ടാണോ?

കാൽ ഒന്നു പതറുകയും ചെയ്തു. ഇപ്പോൾ ഞാൻ കടൽപ്പാതയുടെ തുഞ്ചത്തോടടുത്തു. അമ്പതടി മുമ്പിൽ ക്രെയിൻ. അതിനു പത്തടി പിന്നിൽ കടൽ. അനന്തമായ കടൽ.

അപ്പോഴാണ് അപ്രതീക്ഷിതമായതു സംഭവിച്ചത്. ആകാശത്തിന്റെ ഒടുക്കത്തെ ഉയരത്തിൽ നിന്നൊരു കറുത്ത പൊട്ടുണ്ടായി. അത് വളർന്ന് ചിറകുകൾ മുളച്ചു. കഴുത്തിൽ വെളുത്ത വളയമുള്ള പരുന്തായി മാറി.

പിന്നെയും ആകാശത്തുനിന്നും പൊട്ടുകൾ ജനിച്ചു പരുന്തുകളായി. ആകെ പന്ത്രണ്ടു പരുന്തുകളെ ഞാനെണ്ണി. അവ ആകാശത്തു വട്ടമിട്ടു റാകിപ്പറന്ന് താഴ്ന്നു വന്നു.

ആകുലതകളോടെ ഞാൻ വശത്തെ മീൻകൂട്ടത്തിലേക്കു നോക്കി. അവ രക്ഷപ്പെട്ടോ? ഇല്ല. എനിക്കൊപ്പം ഇപ്പോഴും അതുണ്ട്. പാവങ്ങൾ. പരുന്തുകൾ ഉന്നംപിടിക്കുന്നത് അറിഞ്ഞിട്ടില്ല. എന്റെ നിഴലിൽ ബദ്ധശ്രദ്ധരായി നീങ്ങുന്ന അവയ്ക്ക് മരണത്തിന്റെ ചിറകടി മനസിലായിട്ടില്ല. ചിലതിനു ജീവൻ നഷ്ടപ്പെടാൻപോകുന്നു. ജീവന്റെ സുന്ദരമായ ആനന്ദാവസ്ഥയിൽനിന്നു മരണത്തിന്റെ കാലുകളിലേക്കു ശ്വാസംമുട്ടി ചത്തു കടിച്ചു കീറപ്പെടാൻ സമയമടുക്കുന്നു. പ്രകൃതിയുടെ ഓരോ വഴികൾ! ഒരു ക്രൂരക്കാഴ്ച കാണാനായി ഞാൻ മീനുകളിലേക്കു മിഴി താഴ്ത്തി നിന്നു. തെറ്റിപ്പോയി. ആകാശത്തെ നിഴലുകൾ എന്റെ നേരെ താഴ്ന്നു വന്നു. തലയിൽ ആദ്യത്തെ കൊത്തുകിട്ടിയപ്പോഴാണ് ഞെട്ടലോടെ മനസിലായത്. ലക്ഷ്യം ഞാനാണ്. അത് മീൻകൂട്ടം മനസിലാക്കിയിട്ടുണ്ട്. അവ ഇത്രയും പരുന്തുകളുടെ ചിറകടിയിലും ആഴങ്ങളിലേക്ക് ഊളിയിടാൻ മിനക്കെടുന്നില്ല. ഞാനാണ് പമ്പരവിഡ്ഢിയായ മനുഷ്യൻ!

നീറി വേദനിച്ച് ഞാൻ തലപൊത്തി. രണ്ടാമത്തെ കൊത്ത് വിരലിൽ. പിന്നെ അന്ധമായൊരു ആക്രമണമായിരുന്നു. സത്യം, കാരണവും പ്രകോപനവും ഉണ്ടായിരുന്നില്ല. കൊക്കുകളും കഠാരമുനപോലുള്ള നഖങ്ങളും എവിടെയൊക്കെയോ താഴ്ന്നു. അവ ആനന്ദംകൊണ്ട് എന്തൊക്കെയോ ചിലച്ചു. എന്നെ റാഞ്ചിക്കൊണ്ടുപോകുമെന്നായിരുന്നു ഭയം.

ബഹളത്തിനിടയിൽ ഇടത്തേ പാറക്കൂട്ടത്തിലേക്ക് എന്റെ കണ്ണു പോയി. ഒരു വമ്പൻ പാറയിൽ തമരു താഴ്ത്തിയ ദ്വാരത്തിൽനിന്ന് ഒരു മെല്ലിച്ച പാമ്പ് തലനീട്ടുന്നു. ഇരുതലനാക്കുകൊണ്ട് അന്തരീക്ഷം ആസ്വദിക്കുന്നു.

പരുന്തുകളുടെ ശ്രദ്ധ അങ്ങോട്ട് തിരിയണേ എന്ന് പ്രാർഥിച്ചു. ഇടതും വലതും അതിനു മൃഷ്ടാന്നഭോജ്യങ്ങളായ ഇരകൾ. ഇല്ല. അവയുടെ ഏകാഗ്രത എന്റെ നേരെ അടിച്ചുറപ്പിച്ചിരിക്കുകയാണ്. ഈ നിലയിൽ പാമ്പുപോലും ശത്രുവായ പരുന്തുകൾക്കിടയിലൂടെ എന്റെ നേരെ പാഞ്ഞുവരുമെന്നുതന്നെ ഞാനുറപ്പിച്ചു. ഇപ്പുറത്തു നോക്കിയപ്പോൾ ഞെട്ടിപ്പോയി. മീനുകൾ ചാടിപ്പൊന്തുന്നു. എന്തിന്റെയോ ആവേശത്തിലെന്ന മട്ടിൽ. ലോകത്തിന് എന്തുപറ്റി?

ആകാശത്തേക്ക് നോക്കിയപ്പോൾ ഈശോയേ നക്ഷത്രങ്ങൾ. പട്ടാപ്പകൽ! നക്ഷത്രങ്ങളുടെ കൂട്ടം. ഒരു പ്രപഞ്ചം!

ഞാൻ തളർന്നു താഴെ വീണു. ഈ വിജനമായ ലോകത്ത് ജന്മം തീർന്നെന്നു കരുതി. എനിക്കു സ്വന്തം ചോരയുടെ മണം കിട്ടി. പരുന്തുകൾ ഇടവിട്ടു താഴ്ന്നുവന്ന് ഇപ്പോൾ നേരത്തെയുള്ള മുറിവുകളിൽ വീണ്ടും കൊത്തുന്നു. സമീപത്ത് ക്രെയിൻ കിടപ്പുണ്ട്. അതിന്റെ ഏതെ

ങ്കിലും മറവിൽക്കടന്നു രക്ഷപ്പെടാമെന്നു കരുതി. മറവും രക്ഷയും ഉണ്ടായില്ല. പിന്നെ പിന്നെങ്ങനൊക്കെയോ അങ്ങ് രക്ഷപ്പെട്ടു."

ഡിസൂസ പറഞ്ഞുനിർത്തി കിതച്ചു.

"എങ്ങനെ, എങ്ങനെ രക്ഷപ്പെട്ടു?"

നിർവികാരമെന്നു തോന്നുംവിധത്തിൽ നീലകണ്ഠൻചേട്ടൻ പതിയെ എടുത്തുചോദിച്ചു.

"എനിക്കറിയില്ല. എങ്ങനെയൊക്കെയോ."

"നീയാ വലിയ ക്രെയിൻ കണ്ടില്ലേ? ആ യന്ത്രത്തിന്റെ ചക്രങ്ങൾ? അതിനെ ചുറ്റിപ്പോകുന്ന വൻ ബൽറ്റ്? ചക്രങ്ങൾക്കിടയിൽ പൊടി."

ഡിസൂസ ഞെട്ടിച്ചാടിയെഴുന്നേറ്റു നീലകണ്ഠൻചേട്ടന്റെ മുഖത്തേയ്ക്കു പകച്ചു നോക്കി. അയാൾ പുഞ്ചിരിക്കുന്നു. അപ്പോൾ കൊമ്പൻമീശയുടെ തുമ്പുനിന്നു വിറയ്ക്കുന്നു. അതിനെക്കാൾ നൂറാവൃത്തിയാണ് തന്റെ ചങ്കിടിപ്പെന്നു തോന്നി.

"പൊടിക്കിടയിൽ"

ഡിസൂസയുടെ ചുണ്ടുകൾ വിറച്ചു.

"നീയല്ലേ പറയേണ്ടത്?" ചേട്ടൻ പെട്ടെന്ന് ഗൗരവം പൂണ്ടു.

"അല്ല. പറയണം."

"അതിനിടയിൽ എന്താണ് എഴുതിയിരുന്നത്?"

"എന്തെഴുതിയിരുന്നു? ഒന്നുമില്ല."

ഡിസൂസയുടെ ദേഹം വിറച്ചു. ചുണ്ടുകൾ വിതുമ്പലിന്റെ വക്കിലെത്തി.

"ഉണ്ടായിരുന്നിരിക്കണം" ചേട്ടൻ പറഞ്ഞു. എന്തോ ഉള്ളതുപോലെ തോന്നി. ഡിസൂസ വിയർത്തിറങ്ങി. അവന്റെ വിരലുകൾക്കിടയിലും കൈപ്പത്തിയിലും തണുപ്പു വന്നുറഞ്ഞു. ചേട്ടന്റെ കൈത്തണ്ടയിൽ പിടിച്ചപ്പോൾ അവിടെ ഐസുവച്ചു കെട്ടിയതുപോലെ.

"എന്താണെഴുതിയിരിക്കുന്നതെന്നു പറ."

ഡിസൂസ ചേട്ടന്റെ കൈകൾ പിടിച്ചുകുലുക്കി.

"ഇതു നല്ല കൂത്ത്. കണ്ടതും അനുഭവിച്ചതും നീയല്ലേ?"

"പിന്നെങ്ങനെയറിഞ്ഞു?"

"എന്തുവാ എഴുതിയിരുന്നത്?"

"ദൈവമേ എന്റെ പേരായിരുന്നു അത്. ഡിസൂസ എന്ന്" അവന്റെ മുഖം പൊത്തി.

"പൽച്ചക്രങ്ങൾപോലുള്ള ബെൽറ്റിനിടയിൽ തുരുമ്പും പൊടിയും ഇടകലർന്നിരുന്ന-ചക്രങ്ങൾക്കിടയിൽ ആരോ വിരൽകൊണ്ട് എഴുതിയിട്ടിരുന്നു. ഡിസൂസ എന്ന് എല്ലാമറിയാവുന്നപോലെ ആരോ ഒരാൾ. എനിക്കു വിശ്വസിക്കാൻ കഴിഞ്ഞില്ല. എന്റെ വിധി എഴുതി സൂക്ഷിച്ചിരിക്കുന്നതുപോലെ."

ഡിസൂസ വീണ്ടും ബോധംകെട്ടുവീണു.

ഹൊ! നീലൻചേട്ടന് സ്വപ്നസിദ്ധി?

മുഖത്തു വെള്ളം തളിച്ചപ്പോൾ ഡിസൂസ ഉണർന്നു.

"നീയിതെന്താ അടിക്കടി ബോധംകെടുന്നത്? എന്തു പറഞ്ഞാലും..."

നീലകണ്ഠൻ ചേട്ടൻ പുഞ്ചിരിച്ചു.

"എവിടാ നമ്മൾ പറഞ്ഞുനിർത്തിയത്?" അവൻ ചോദിച്ചു.

ചേട്ടൻ ഇപ്പോൾ ചിരിച്ചു.

"ബോധംകെട്ടാലും കഥ മറന്നിട്ടില്ല."

കുറച്ചുനേരം ഡിസൂസ കടലും നോക്കി കിടന്നു. മനസൊന്നു ആറി വന്നു.

"കഞ്ഞിയെടുക്കട്ടെ?"

ചേട്ടൻ കഞ്ഞിയെടുത്തുകൊണ്ടു ചോദിച്ചു. ഡിസൂസ ഒന്നും മിണ്ടിയില്ല. കഞ്ഞി കുടിച്ചുകഴിഞ്ഞപ്പോൾ അൽപ്പം ആശ്വാസം തോന്നി. ചേട്ടൻ വീശിക്കൊടുത്തു. ഡിസൂസ കൈയിൽക്കേറിപ്പിടിച്ചു.

"എങ്ങനാ മനസിലായത്? ക്രെയിനിന്റെ അടിയിൽ എന്തോ എഴുതിയിരുന്നുവെന്ന്?"

"നീ ആദ്യം എങ്ങനെ രക്ഷപ്പെട്ടുവെന്ന് പറ."

"എങ്കിൽ മറുപടി പറയുമോ?"

"ങും."

"ആ പേരെഴുത്ത് എന്റെ തലയിലെഴുത്തുപോലെ. സ്വന്തം തലയിലെഴുത്ത് നേരിൽക്കണ്ട വിഭ്രാന്തിയിൽ ഉള്ളിലെ ജീവശക്തി ഒന്നാകെ ഉണർന്നു. എന്നെ ആരോ ഉന്നംവയ്ക്കുന്നു. ഞാൻ ജീവിച്ചിരിക്കുന്നുവെന്നും തോന്നിയത് അപ്പോഴാണ്. രക്ഷപ്പെടണമെന്നു ബോധമുണ്ടായതും. അതുവരെ എന്റെ തലയ്ക്കു നേരെ ആദ്യമുണ്ടായ ആക്രമണത്തിൽ ഓരോ കൊത്തലും എന്റെ ബുദ്ധി ഇളകിത്തെറിച്ച് ഇല്ലായ്മയായി പൊയ്ക്കൊണ്ടിരിക്കുകയായിരുന്നു.

"അപ്പോഴാണ് എനിക്ക് എന്റെ ബുദ്ധി വീണുകിട്ടിയത്. ആകാശവും തീരവും പ്രപഞ്ചവുമെല്ലാം തിരിച്ചുകിട്ടി. കറങ്ങിപ്പോയ കണ്ണുകൾ ഇമയ്ക്കുള്ളിൽ മടങ്ങിയെത്തി. കണ്ണുയർത്തി ഞാൻ നോക്കിയതേ ഇപ്രാവശ്യം പരുന്തുകൾ അകന്നുമാറി. ഒരു നിമിഷം മുകളിലേക്കു തന്നെ കണ്ണുറപ്പിച്ചു നിന്നു. പരുന്തുകൾ കൂടുതൽ മുകളിലേക്കു പറന്നുപോയി. ഞാൻ താഴേക്കു പാറയുടെ വിടവിലേക്കു നോക്കി. പാമ്പ് അതെവിടെ? എതോ പാറയുടെ ദ്വാരത്തിലേക്കു തിരിച്ചുമടങ്ങി?

വശത്ത് വെള്ളത്തിലേക്ക് നോക്കി. കുനിഞ്ഞൊരു കല്ലെടുത്തു വലിച്ചെറിഞ്ഞു. മീനുകളുടെ കറുത്ത നിഴൽ പൊട്ടിപ്പറിഞ്ഞ് നാലുഭാഗത്തേക്കും ചിതറിപ്പോയി. അവിടമിപ്പോൾ തെളിഞ്ഞ ജലമായി.

ഞാൻ ആകാശത്തേക്കു നോക്കി അലറിവിളിച്ചു. റാകിപ്പറക്കുകയായിരുന്ന പരുന്തുകളുടെ ചിറകുകൾക്ക് അപ്പോൾ ജീവൻ വച്ചു. അവ ഞെട്ടി മുകളിലേക്കു പറന്നു. പെട്ടെന്നു ഭയം മടങ്ങിവന്നു. അപ്പോൾ വേദന. ദേഹം മുഴുവൻ.. പേടിയിൽ പരുന്തുകൾ തിരിച്ചെത്തുമോയെന്ന കൊടിയ പേടി. പിന്തിരിഞ്ഞു ഞാൻ ഓടി. ഇപ്പോൾ ഭയം തോന്നുന്നില്ല. ആ ഓർമകളിലാണ് ഭയം. ഞാൻ രക്ഷപ്പെട്ടിരിക്കുന്നു.

ഇനി പറ എങ്ങനെ അറിഞ്ഞു എന്റെ പേര്. ആര് എഴുതിവച്ചതാണ്?

"എനിക്കറിയില്ല. ഇന്നലെ രാത്രി ഞാൻ നിന്നെക്കുറിച്ചോർത്തു കിടന്നു. അപ്പോൾ സ്വപ്നംകണ്ടു. ഒരു പയ്യനെ ഏതോ പക്ഷികൾ ആക്രമിക്കുന്നു. പക്ഷേ, അവയ്ക്ക് വെളുത്ത നിറമായിരുന്നു. മാലാഖമാർ പറവകളായതുപോലെ. സ്വപ്നമല്ലേ. ചില പാഠഭേദങ്ങളുണ്ടാകും. പിന്നെ നീ പറഞ്ഞതുപോലൊക്കെ ഏതാണ്ട് സംഭവിക്കുന്നതും കണ്ടു. നക്ഷത്രങ്ങളും മീനുകളും പാമ്പുമൊന്നും തെളിഞ്ഞുവന്നില്ല. കേട്ടോ ഒടുവിൽ ഈ ക്രെയിനും അതിനുള്ളിൽ എന്തോ കുനുകുനെ എഴുതിയിരിക്കുന്നതും കണ്ടു. എന്താണെന്നും തിരിഞ്ഞില്ല. അതാണു ചോദിച്ചത്.

ഇതാദ്യമല്ലേ ഇങ്ങനെയൊക്കെ കാണുന്നത്. എന്തെല്ലാം കണ്ടിരിക്കുന്നു. കണ്ടതെല്ലാം പലതും സത്യമായിരുന്നു. മറ്റാരോടും പറയരുത്."

ഡിസൂസ തലയാട്ടി.

"എനിക്ക് സ്വപ്ന സിദ്ധിയുണ്ട്."

ഡിസൂസ അത്ഭുതത്തോടെ നീലൻചേട്ടന്റെ മുഖത്തേക്കു നോക്കി. അവിടെ ഒരു കോണിൽ പുഞ്ചിരിയുണ്ട്.

"ആവശ്യപ്പെടുന്നത് എനിക്ക് സ്വപ്നത്തിലേക്ക് കൊണ്ടുവരാൻ ചിലപ്പോൾ കഴിയുന്നുണ്ട്. പക്ഷേ, സംഭവിക്കാനുള്ളതു മാത്രംപറ്റില്ല. നിനക്ക് ഇന്നലെ സംഭവിച്ചത് ഞാൻ മിനിയാന്നു കാണില്ല. പക്ഷേ, ഇന്നലെ പകൽ നടന്നത് രാത്രിയിൽ വിളിച്ചുകാണാം. അപ്പോൾ സംഭവിച്ചത് അതാണ്."

നീലൻചേട്ടൻ കടലിലേക്കു നോക്കി ഇരുന്നു. ഒരു താങ്ങുവള്ളം തീരത്തിനടുത്തുവന്നു കിടപ്പുണ്ട്. അതിലേക്കു പത്തുമുപ്പതാളുകൾ നീന്തിയടുക്കുകയാണ്. തീരമിടിഞ്ഞ് ഇല്ലാതായതുകൊണ്ട് കരവഴി വള്ള

മിറക്കാനാവില്ല. അഴീക്കൽ പൊഴി വഴി വന്ന് എഞ്ചിനണച്ച് തുറയിൽ വരുന്ന വള്ളമാണ്. പോകാനുള്ളവർ ഓരോരുത്തരായി നീന്തിക്കയറി. വള്ളത്തിൽക്കയറി തലയിൽ കെട്ടിയിരുന്ന മുണ്ടെടുത്ത് അരയിൽക്കെട്ടി. അണ്ടർവെയർ ഊരിപ്പിഴിഞ്ഞ് വള്ളത്തിൽ ഉണക്കാനിട്ടു. എഞ്ചിൻ ഓണായി. പിന്നെ പടിഞ്ഞാറോട്ടു പടപട ശബ്ദത്തിൽപോയി.

ഡിസൂസയുടെ വിളികേട്ടാണ് കടലിൽ നിന്നു കണ്ണെടുത്തത്.

“ചേട്ടാ.”

“എന്താ...”

“സത്യം?”

“സ്വപ്നം?”

“ങും.”

“എങ്ങനെ?”

“അറിഞ്ഞുകൂടാ. മനസു ശാന്തമായിരുന്നിട്ടില്ല. ഏകാഗ്രപ്പെട്ടില്ല. എന്നിട്ടും... ആയകാലത്തു സമരം. രാഷ്ട്രീയം, വാഗ്ദാനങ്ങൾ, ആവേശം... ഇപ്പോഴും ഉള്ളിൽ പൂർണമായും ശാന്തിയുണ്ടെന്നു പറയാനാവില്ല. എങ്കിലും പെട്ടെന്നു പ്രക്ഷുബ്ധാവസ്ഥയിൽനിന്നു മനസ്സ് ഒതുങ്ങിയപ്പോൾ ഉണ്ടായിവന്ന സിദ്ധിയാവാം. പാകപ്പെടുത്തിക്കഴിഞ്ഞാൽ പൂർണമായും സ്വപ്നങ്ങളെ പരിധിയിൽ കൊണ്ടുവരാൻ കഴിയും. ഇതിപ്പോൾ പലയിടത്തും ഗ്യാപ് അനുഭവപ്പെടുന്നുണ്ട്. എന്റെ പഴയൊരു സുഹൃത്തുണ്ടായിരുന്നു. പിന്നീട് സന്യാസത്തിനു പോയി. അദ്ദേഹം ചില ചില്ലറ ആസനങ്ങളും മനോനിയന്ത്രണത്തിനുള്ള വഴികളും പറഞ്ഞുതന്നിട്ടുണ്ട്.

“എങ്കിൽ മനസ്സമർത്തി ശ്രമിക്കണം.”

“എന്നിട്ട് എന്തു ചെയ്യാൻ? അധികമൊന്നും അറിയാതിരിക്കുന്നതാണ് നല്ലത്. ചിലപ്പോൾ പഴയകാലവും ജീവിതവും മനസിലേക്കു കയറിവരും. പിന്നെ ഉള്ളുമായി പടവെട്ടാണ്. അതങ്ങനെ ശീലിച്ചുപോയി. എന്റെ വരുതിയിൽ നിന്നു ചിലപ്പോൾ മനസു വഴുതിപ്പോകുന്നു. മനസിന്റെ ഈ ദുരന്തംകൊണ്ടാവാം എനിക്കു മുന്നോട്ടൊന്നും ബോധ്യപ്പെടാതെ ചരിത്രം മാത്രം കൺമുന്നിൽ കാണാനാവുന്നത്. മറ്റെന്തെങ്കിലും നേരമ്പോക്കിൽക്കൂടി താൽപ്പര്യപ്പെടണം. ഇതിപ്പോൾ സമയം തീരുന്നില്ല. വെറുതേയിരുന്നില്ല, ആയകാലം. അതിന്റേതാണ്. തകഴിയുടെ നോവൽ തർജമ്മ ചെയ്യുന്നുണ്ട്. ഇംഗ്ലീഷിലേക്ക്. അത് പലപ്പോഴും കൂടുതൽ ബോറടിപ്പിക്കുന്നു. നിന്റെ വിഷയമെന്താണെന്നാ പറഞ്ഞത്? രസതന്ത്രമല്ലിയോ?”

“ങാ.”

“കുറച്ചുദിവസംകൊണ്ട് വിചാരിക്കുകയാണ്. രസകരമായ ചെറിയ പരീക്ഷണങ്ങൾ നടത്താനുള്ള ഒരു രസതന്ത്രപ്പുസ്തകം എന്റെ കൈവശമുണ്ട്. നീ എനിക്കു കുറച്ചു ടെസ്റ്റ്ട്യൂബും കെമിക്കൽസും വാങ്ങിത്തരണം. ചിന്നക്കടയിൽ സയന്റിഫിക് എന്നൊരു കടയുണ്ട്. അവിടെക്കിട്ടും. നീയും കൂടിക്കോ വേണേൽ...”

"അല്ലെങ്കിൽത്തന്നെ സമയമില്ല. രസതന്ത്രം എനിക്കിഷ്ടവുമല്ല"

"പിന്നെന്താ ഇഷ്ടം?"

"ഓ പഠിക്കുന്നതേ ഇഷ്ടമല്ല ഇപ്പോൾ."

"അതുപറ്റില്ല. താൽപ്പര്യമുള്ളതെന്തെങ്കിലും കാണും. വേണമെന്നു വച്ചാൽ അതു തെളിഞ്ഞുവരും. ഈ പക്ഷികളുടെ കൊത്തു കിട്ടിയത് കൂടുതൽബുദ്ധി തെളിയാനും ദിശാബോധം ഉണ്ടാകാനുമാണെന്ന് കരുതരുത്. വെറുതേ ഒന്നും സംഭവിക്കില്ല. ഇതിനൊക്കെ കാരണം കാണും."

"എന്നു വിശ്വസിക്കട്ടെ."

"തീർച്ചയായും."

നീലകണ്ഠൻചേട്ടൻ അവന്റെ തലയിൽ തടവി.

"അയ്യോ വേദനിക്കുന്നു."

"വേദനിക്കട്ടെ. കുറച്ച്."

"നീറുന്നു."

"നീറണം."

ഡിസൂസ മെല്ലെ വൃദ്ധന്റെ കൈപ്പത്തിയെടുത്തു മാറ്റി വേദനയോടെ ചിരിച്ചു.

"പഠിക്കണം നന്നായി" അയാൾ പറഞ്ഞു.

"രസതന്ത്രം പഠിക്കണ്ടേ?"

നീലകണ്ഠൻ ചേട്ടൻ ചിരിച്ചു. അയാളുടെ കഴുത്തിലെ ഞാന്നുതുടങ്ങിയ തൊലിയിൽപ്പിടിച്ചു ഡിസൂസയും ഒപ്പം ചിരിച്ചു.

സ്വപ്നം:
കറുത്ത ചരിത്രം വെന്തിറങ്ങുന്നു

നീലകണ്ഠൻചേട്ടൻ ഉറക്കത്തിലായിരുന്നു. ഉറക്കം ഗാഢമായിരുന്നില്ല. പടുവൃദ്ധന്മാർക്ക് അങ്ങനെ ഉറക്കമില്ല. അത് ഓളപ്പരപ്പിലൂടെ ലക്കുകെട്ടു നീങ്ങുന്ന ഒരു വഞ്ചിയാണ്. ആഴങ്ങളിലെ കടലൊഴുക്ക്. അതൊരു ഓർമയാണ് അങ്ങോട്ടു വഞ്ചി മുക്കിത്താഴ്ത്താൻ ആഗ്രഹമുണ്ട്. പക്ഷേ, ആഴങ്ങളിലേക്ക് ഒന്നൂളിയിട്ട് ഉടൻ ഉപരിതലത്തിലേക്ക് മടങ്ങും. വയസാകുന്തോറും ഉറക്കത്തിൽ ഉപ്പംശം കൂടിവരും. ചാവുകടലാകും ഉറക്കം. ഉറക്കത്തിൽ മുങ്ങി മരിക്കാൻ ഏറെ നേരം കഴിയില്ല. ഉപരിതലമാകട്ടെ ശാന്തവുമല്ല. എപ്പോഴും കാറ്റടിച്ചുകൊണ്ടിരിക്കുന്നു. ഓർമകൾ, വേദനകൾ, ആശങ്കകൾ...

ചേട്ടൻ കിടക്കയിൽ തിരിഞ്ഞും മറിഞ്ഞുംകിടന്നു. നട്ടുച്ചയാണ് കടലിൽ തീ വിതയ്ക്കുന്നു. കരയിലേക്ക് കാറ്റൂതുന്ന ശബ്ദമുണ്ട്. ഉപ്പിന്റെ നേർത്ത മണം. ഉറക്കം കൃത്യനിഷ്ഠയില്ലാതെ കടന്നുവരുന്നു. ഉറങ്ങാൻ തോന്നിയാൽ പിടിച്ചു നിൽക്കാനാവില്ല. ഉള്ളിലിരുന്ന് ആരോ കാലും കൈയും തല്ലിയൊടിച്ച് കിടക്കയിൽ തള്ളുന്നു. ആരോ എന്തോ ആഗ്രഹിക്കുന്നു. എന്തോ, സ്വപ്നത്തിൽ ഉയർത്താനും ഓർമിപ്പിക്കാനും.... വെറുതേ എന്തിന്?

പുറത്ത് വെയിലിൽ കരിമണൽ ജ്വലിച്ചു. ഒരു കണ്ണു കൊടുത്താൽ കൺകോണൊന്നു മാറ്റിനോക്കിയാൽ മാറിമറിയുന്ന ഒരായിരം വർണങ്ങളിൽ മിന്നിത്തെറിച്ച് കളിച്ചുചിരിച്ച് മണൽക്കൂമ്പാരം കിടന്നു.

നീലൻചേട്ടൻ കരിമണലുകളെക്കുറിച്ച് ചിന്തിക്കുകയായിരുന്നു. അതിന്റെ ചരിത്രം ആർക്കറിയാം? അതിലെത്ര സത്യമുണ്ട്? മനസതിൽ ഏകാഗ്രപ്പെട്ടിരിക്കെ മെല്ലെ കണ്ണിൽ മയക്കമിറങ്ങി. ഇപ്പോൾ കരിമണൽത്തിളക്കംപോലെ ചേട്ടന്റെ ഉറക്കത്തിലും വിവിധ ഭാവങ്ങൾ. ഒരു

പാടു സംഭാഷണങ്ങൾ... കടൽച്ചൊരുക്കിന്റെ കപ്പൽയാത്രകൾ, യാത്രക്കാർ, ഖനനം, മണലിൽ വെന്ത ജീവിതങ്ങൾ.... സ്വപ്നബോധത്തിലേക്കു തീയായി വന്നു പതിക്കുന്നവ. അവയുടെ ഭാരം താങ്ങാനാവാതെ മയക്കത്തിൽ നീലകണ്ഠൻചേട്ടൻ പിച്ചുംപേയും പറഞ്ഞു.

വൈകുന്നേരമാണ് ഉണർന്നത്. കിതച്ചുപോയി. എന്തൊക്കെയാണ് അറിഞ്ഞത്? എല്ലാം ലഭിക്കുംമുമ്പ് പേടിച്ചുണർന്നോ?

ബക്കറ്റെടുത്തുകൊണ്ടു പൈപ്പിനടുത്തേക്കു നടന്നു. നീണ്ട ക്യൂവും തർക്കങ്ങളും. സ്വപ്നാടനംപോലെ നടപ്പ്. ചേട്ടന്റെ സാന്നിധ്യത്തിൽ സംഭാഷണങ്ങളും തർക്കങ്ങളും നിലച്ചു. മുന്നിൽനിന്ന് ആരോ വന്ന് കൈയിലെ ബക്കറ്റുവാങ്ങി വെള്ളം നിറച്ചുകൊടുത്തു.

അത്രയും വെള്ളം തലയിലേക്കൊഴിച്ചപ്പോൾ എന്തൊരു സുഖം! സ്വപ്നത്തിലിറങ്ങിയത് പൊടിഞ്ഞുപോകാതിരിക്കാൻ മനസിനെ സ്വപ്നത്തിനു ചുറ്റും കാവൽ നിറുത്തി. തല തുവർത്തി മേശപ്പുറത്തു വന്നിരുന്നു. സ്വപ്നങ്ങൾ കുറിച്ചിടുന്ന ഡയറി തുറന്നു. പേനയെടുത്തു. ആദ്യമായാണു ചരിത്രം കുറിച്ചിടുന്നത്. നേരത്തേ കേട്ടതും വായിച്ചറിഞ്ഞതും സ്വപ്നമായി കൂട്ടിയിണക്കി. എത്രമാത്രം സത്യമുണ്ടെന്ന് ചിന്തിച്ചു. ചരിത്രം പരമ സത്യമായിരിക്കണം. മഷി കുടഞ്ഞ് തുടങ്ങി.

വർഷം 1908 ഹെർഷാംബർഗ് എന്നൊരു ജർമൻ രസതന്ത്രജ്ഞന്റെ കപ്പൽ യാത്ര. കപ്പലിന്റെ മുകൾത്തട്ടിൽനിന്ന് കരയിലേക്കു നോക്കാവുന്നിടത്ത് അക്ഷമയോടെ അയാൾ കാത്തുനിൽക്കുകയായിരുന്നു. പുറംകടലിൽ നങ്കൂരമിട്ട കപ്പലിൽനിന്ന് ചെറുതോണിയിലേക്ക് സായിപ്പ് മാറി. ദൂരെ കര. അയാളുടെ നെഞ്ചിടിച്ചു. മണ്ണിൽനിന്ന് തിളക്കമുണ്ടാകുമെന്നാണു കരുതുന്നത്. ഒന്നും കാണുന്നില്ലല്ലോ?

കന്യാകുമാരി തീരമായിരുന്നു അത്. നനഞ്ഞ മണ്ണ് കറുത്തുകുഴഞ്ഞു കിടപ്പുണ്ട്. ഹെർഷാംബർഗ് ഒരുപിടി വാരിയെടുത്തു. സന്തോഷത്തിൽ ആർത്തലറാൻ തോന്നി. മണ്ണ് അവിടെത്തന്നെയിട്ടു. കണ്ണെത്താദൂരത്തോളം കറുത്ത മണ്ണ്, അടുത്തുള്ള സത്രത്തിൽ മുറിയെടുത്തു മാറി. അന്നുരാത്രി മുഴുവൻ ഉറങ്ങാതിരുന്ന് അയാൾ അഹ്ലാദിക്കുകയായിരുന്നു. പുലർച്ചെ വീണ്ടും തീരത്തു ചെന്ന് കറുത്ത മണ്ണ് അവിടെത്തന്നെയുണ്ടെന്ന് ഉറപ്പുവരുത്തി. പിന്നെ രണ്ടുവർഷക്കാലം, തീരങ്ങളിലൂടെ അലഞ്ഞു. അഴീക്കൽ പൊഴി കടന്ന് വടക്കോട്ടു നീങ്ങിയപ്പോൾ കറുപ്പുകുറഞ്ഞ് മണൽ വെളുത്തു. കന്യാകുമാരിക്കടുത്ത് മണവാളക്കുറിച്ചിയിലും നീണ്ടകര മുതൽ അഴീക്കൽവരെയുമാണ് കരിമണലിന്റെ ശേഖരമെന്ന് ഉറപ്പിച്ചു. അതുവച്ചു ഭൂപടമുണ്ടാക്കി. സായിപ്പ് സ്വപ്നത്തിൽ പറഞ്ഞു:

"ജർമനിയിലെ ഒരു ലോകവ്യാപാരമേളയിൽക്കണ്ടത്. ഇന്ത്യയിൽനിന്നുള്ള കയറുൽപ്പന്നങ്ങൾ. അവയ്ക്ക് നല്ല ഡിമാന്റായിരുന്നു. പെട്ടെന്നു തീർന്നു. വിറ്റുപോയിടത്ത് കറുത്തമണലിന്റെ ഒരുപിടി ബാക്കി. രാത്രിയായിരുന്നു. ഗ്യാസ് വിളക്കിന്റെ സാന്നിധ്യത്തിൽ മണൽ എന്നെ നോക്കി കണ്ണിറുക്കി. കടലാസിൽ ഞാനത് കുടഞ്ഞിട്ടു, ലാബിലേക്കു മാറ്റി.

ലാബിലെ വെളിച്ചത്തിൽ മണൽ പല നിറത്തിൽ തിളങ്ങി, എന്നെ പ്രകോപിപ്പിച്ചു. മഞ്ഞയും തവിട്ടും കൂടുതൽ ആവർത്തിച്ചു. പരീക്ഷണങ്ങൾക്കൊടുവിൽ അത് മോണോസൈറ്റ് എന്ന ലോഹമാണെന്നു തെളിഞ്ഞു. പിന്നെയും നിരവധി ലോഹങ്ങളുടെ ഉരുക്കഴിച്ച് മണൽ തിളങ്ങി. ജർമനിയിലെ ചില ലോഹവ്യാപാരികളുടെ സഹായത്തോടെ ഞാൻ ഇന്ത്യയിലേക്കു കപ്പൽ കയറി. കയറുണ്ടാക്കുന്ന തെങ്ങിന്റെ നാട്ടിലേക്കു വച്ചുവിട്ടു.

ഇവിടെ മണലിന്റെ അമൂല്യശേഖരം എനിക്കു മുന്നിൽ അന്തമില്ലാതെ കൂനകൂടി കിടന്നു. ഞാനതു ചൂഷണം ചെയ്യാനിറങ്ങി. ജർമനിയിൽ ശാസ്ത്രജ്ഞനെന്ന നിലയിൽ ഞാൻ ശ്രദ്ധിക്കപ്പെട്ടിരുന്നു. പക്ഷേ, പണമില്ല. ഇവിടെ പണമുണ്ടാക്കാനുള്ള അസുലഭ അവസരം തെളിഞ്ഞിരിക്കുന്നു. പ്രതിയോഗികളില്ല, മത്സരങ്ങളില്ല.

ലോകത്തിൽ മറ്റെങ്ങും ഇല്ലാത്തത്ര വിശാലമായ ലോഹമണലിന്റെ നിക്ഷേപം. ഗുണമേന്മയിൽ ഇതിലപ്പുറമില്ല. മണലിൽ തൊണ്ണൂറ്റഞ്ചു ശതമാനവും ലോഹം.

പഠനം പുരോഗമിച്ചു. റൂട്ടൈൽ, സിർകോൺ തുടങ്ങിയ ലോഹങ്ങളും മണ്ണിൽനിന്ന് ഉരുത്തിരിഞ്ഞു. ഇവയുടെ വ്യാവസായിക പ്രാധാന്യത്തെയും സാമ്പത്തിക സാധ്യതകളെയും കുറിച്ച് ആലോചിച്ചപ്പോൾത്തന്നെ കോരിത്തരിച്ചു."

തലയിലെ തൊപ്പി മാറ്റി വെളുത്ത കഷണ്ടിത്തല തടവി ചുരുട്ടിന് തീകൊടുത്തു ഹെർഷാംബർഗ് നീലകണ്ഠനെ നോക്കിച്ചിരിച്ചു.

കപ്പലിറങ്ങിയതിന്റെ രണ്ടാം കൊല്ലം പഠനം പൂർത്തിയാക്കി ഞാൻ വ്യവസായരംഗത്തേക്കിറങ്ങി. തിരുവിതാംകൂറിന്റെ മണ്ണിൽ 1910 ൽ ആദ്യത്തെ ലോഹമണൽവ്യവസായശാല ആരംഭിച്ചു.

അന്ന് ഗ്യാസ് ലൈറ്റിന്റെ വെട്ടത്തിൽ എന്റെ കണ്ണു ചുളിപ്പിച്ച അതേ മണ്ണുകൊണ്ടുതന്നെ ഗ്യാസ് ലൈറ്റിന്റെ വീര്യം കൂട്ടാൻ കഴിഞ്ഞു. ഗ്യാസ്‌ലൈറ്റിന്റെ മാന്റിൽ ഉണ്ടാക്കാനുള്ള തോറിയം ഓക്സൈഡ് മണ്ണിലെ മോണോസൈറ്റിൽ നിന്നുണ്ടാക്കാൻ കഴിഞ്ഞു.

പിന്നീട് ജർമനിയിൽനിന്ന് എന്റെ സുഹൃത്ത് മിസ്റ്റർ വെഡ്ത്ത് പുതിയൊരു കണ്ടുപിടുത്തവുമായി എന്നെ തേടിവന്നു, മണ്ണിലെ മറ്റു ലോഹങ്ങളിൽനിന്ന് മോണോസൈറ്റ് വേർതിരിച്ചെടുക്കാനുള്ള പുതിയ സാങ്കേതികവിദ്യയുമായി.

അധികനാൾ എനിക്കിവിടെ പിടിച്ചു നിൽക്കാനായില്ല. ബ്രിട്ടീഷുകാരുടെ സ്വാധീനം വർധിച്ചുവരികയായിരുന്നു. മറ്റു യൂറോപ്യന്മാരെ കെട്ടുകെട്ടിക്കാൻ എന്തു മാർഗവും സ്വീകരിക്കാൻ അവർക്കു മടിയില്ലായിരുന്നു. ഒന്നാം ലോകമഹായുദ്ധകാലത്ത് ജർമൻചാരനെന്നു മുദ്രകുത്തി ഞാൻ അറസ്റ്റുചെയ്യപ്പെട്ടു.

പിന്നീട് സ്വപ്നത്തിൽനിന്ന് ഹെർഷാംബർഗ് അപ്രത്യക്ഷനായി. സ്വപ്നത്തിന്റെ മറ്റൊരു പാളിയിൽനിന്ന്, തുടർന്നുള്ള ഹെർഷാം

ബർഗിന്റെ കഥ കാട്ടിത്തരാൻ ഞാൻ ആവശ്യപ്പെട്ടു. അയാളുടെ സ്ഥാനത്തു തുടർന്ന് ഇരുട്ടുമാത്രമായിരുന്നു. ഏതോ ഇരുണ്ട ഇരുമ്പഴികൾക്കുള്ളിലായിരുന്നിരിക്കാം ഹെർഷാംബർഗ്. അതോ കൊല്ലപ്പെട്ടോ? അറിയില്ല. അതിനു തക്ക വിവരങ്ങൾ തരാൻ ആരും സ്വപ്നത്തിലേക്കു കടന്നു വന്നില്ല. സ്വപ്ന സംസ്കാരം എന്നൊന്നുണ്ട്. നമ്മളുമായോ നമ്മുടെ സംസ്കാരവുമായോ എന്തെങ്കിലും ബന്ധമോ മുജ്ജന്മ ബന്ധമോ ഉള്ളവർക്ക് മാത്രമേ സ്വപ്നത്തിൽ തന്നെ സഹായിക്കാനാവൂ. ഹെർഷാംബർഗ് ഇതിനൊക്കെ പുറത്തായിരുന്നിരിക്കണം.

ഉറക്കത്തിന്റെ കെട്ടുപൊട്ടി. ഞാനൊന്നു മറിഞ്ഞുകിടന്നു. തുടർച്ചാസ്വഭാവം കാംക്ഷിച്ചുകൊണ്ട്... അപ്പോൾ..

പിന്നീട് സ്വപ്നത്തിൽ ബ്രിട്ടീഷുതൊപ്പികളായിരുന്നു തെളിഞ്ഞത്. ലണ്ടൻ കോസ്മോപൊളിറ്റൻ മിനറൽ കമ്പനി വന്ന് ഹെർഷാംബെർഗിന്റെ കമ്പനികൾ ഏറ്റെടുത്തു. ഈ കമ്പനി പിന്നീട് ട്രാവൻകൂർ മിനറൽസ് ലിമിറ്റഡ് എന്ന പേരിൽ മാറുകയുണ്ടായി.

ഇതിനിടയിൽ സായിപ്പന്മാരുടെ ഒഴുക്കായിരുന്നു ഇങ്ങോട്ട്. അന്യനാട്ടിൽനിന്നും പരമാവധി മണ്ണു തോണ്ടിക്കൊണ്ട് നാടുപിടിക്കാനുള്ള ആർത്തി. ഇന്ത്യൻ സ്വാതന്ത്ര്യസമരം ക്ലച്ചുപിടിച്ചുവരുന്നു. അധികനാൾ ഇവിടെ കെട്ടിക്കിടക്കാമെന്ന് വെള്ളക്കാർക്കുറപ്പുണ്ടായിരുന്നില്ല. എത്ര ആർത്തിപിടിച്ചു വാരിയിട്ടും തീരാത്തത്ര മണൽക്കൂന. നൂറ്റാണ്ടുകൾ കൊണ്ട് കടൽ കരയിലേക്ക് തള്ളിക്കൂട്ടിയ മണ്ണ്. നീണ്ടകരയ്ക്കും അഴീക്കലിനുമിടയ്ക്കു തോന്നുന്നിടത്തെല്ലാം ചെറുകിട സംരംഭങ്ങളുണ്ടായി. അവർ മണ്ണെടുത്ത് കമ്പനിക്കു കൈമാറി. എത്രയുണ്ടെങ്കിലും ഏറ്റുവാങ്ങി കടൽ കടത്താൻ കമ്പനിക്കും ഉത്സാഹമായിരുന്നു.

അപ്പോഴേക്കും യൂറോപ്പ് വൈദ്യുതി കൊണ്ടു പ്രകാശിച്ചുതുടങ്ങി. ഗ്യാസ് ലൈറ്റിന്റെ ഗ്യാസും പോയി. മോണോസൈറ്റിന്റെ ആവശ്യം കുറഞ്ഞുവന്നു. അപ്പോഴേക്കും ഭാഗ്യം മറ്റൊരു രൂപത്തിൽ തെളിഞ്ഞുവന്നു. അതാണീ മണ്ണിന്റെ ഗുണം. മാറുന്ന ലോകത്തിൽ എന്നും എന്തെങ്കിലുമൊക്കെ വ്യവസായത്തിന് ഈ മണ്ണ് ഗുണകരമായിരുന്നിട്ടുണ്ട്.

പിഗ്മെന്റ് വ്യവസായം യൂറോപ്പിൽ പച്ചപിടിച്ചുതുടങ്ങിയപ്പോൾ മോണോസൈറ്റിൽനിന്ന് ഇൽമനൈറ്റിലേക്കു മണൽവേട്ടക്കാരുടെ കണ്ണു മാറി. ഇൽമനൈറ്റിൽനിന്നുള്ള ടൈറ്റാമെറ്റൽ വിമാനനിർമാണത്തിന് ആവശ്യമായി വന്നു. നമ്മുടെ മണൽ എളുപ്പം ചോർന്നു.

1922 ൽ മണ്ണു കയറ്റുമതി ആരംഭിച്ചപ്പോൾ മുതൽ സ്വപ്നത്തിലൊരു കിരുകിരുപ്പ്. മണ്ണരിക്കുന്ന ശബ്ദം. പത്തുകൊല്ലത്തിനുശേഷം തൂത്തുക്കുടിയിൽനിന്നു കൊല്ലത്തെത്തിയ എഫ് എക്സ് പരേരയും മക്കളും അവരുടെ പേരിൽ കമ്പനി തുടങ്ങി. ശാസ്ത്രീയമായും വൻതോതിൽ വിദേശസഹായത്തോടെ മണൽ വേർതിരിച്ച് ലോഹങ്ങളാക്കി കയറ്റുമതി ചെയ്തു തുടങ്ങിയതു പെരേരയാണ്. തൂത്തുക്കുടിക്കാരൻ പെരേര കാശു കൊണ്ടു വീർത്തു. ഡോളറിന്റെ വരവ് പെരേരയ്ക്കുമേൽ ചൊരിഞ്ഞു.

കോവിൽത്തോട്ടം കടപ്പുറത്തുനിന്ന് നാടൻവള്ളങ്ങളിൽ മോണോസൈറ്റും ഇൽമനൈറ്റും ആയിരക്കണക്കിനു ചാക്കുകളിലാക്കി തൂത്തുക്കുടിയിലേക്കു വിട്ടു. അവിടെനിന്നേ അന്നു വിദേശത്തേക്കുള്ള കപ്പലുള്ളൂ. ദൂരെ നങ്കൂരമിട്ടുകിടക്കുന്ന വിദേശക്കപ്പലുകൾ എത്ര ചാക്കൊഴിഞ്ഞാലും നിറയാതെ വയറു തുറന്നുകിടപ്പുണ്ടാകും.

സ്വാതന്ത്ര്യലബ്ധിക്കുശേഷം വിദേശകരങ്ങളിൽനിന്ന് ഇന്ത്യൻ സർക്കാരിന്റെ കൈകളിലേക്ക് മണൽക്കമ്പനികളുടെ ചരടുമാറി. കയറ്റുമതി തുടരുന്നു. സർക്കാരിന്റെ ഇടനിലക്കാർ മുതലാളിമാരായി മാറുന്നു. ചരിത്രത്തിനിടയിൽ കുറെ മുതലാളിമാരുണ്ടായി. അപ്പോൾ നൂറുകണക്കിനു തൊഴിലാളികളുമുണ്ടായി. എന്റെ പാർട്ടിക്ക്, റവല്യൂഷണറി പാർട്ടി ഓഫ് സോഷ്യലിസ്റ്റിന് (ആർ പി എസ്) അവർ ശക്തിയായി; പതിനായിരത്തിലേറെ വരുന്ന മണൽത്തൊഴിലാളികൾ. യൂണിയനുണ്ടായി. യൂണിയൻ നേതാവ് ഇടനിലക്കാരനായി. മുതലാളിയായി. മുതലാളി പക്ഷേ, തൊഴിലാളി നേതാവായി തുടർന്നു. ആയിക്കോട്ടെ. ഇത്രയും തൊഴിലാളികളെ ഒരു സ്ഥലത്തു നിലനിർത്താൻ അയാൾക്കാവുന്നല്ലോ. അതൊരു വലിയ കാര്യമാണല്ലോ! ബംഗാൾ വിട്ടാൽ പാർട്ടി കമ്യൂണിസ്റ്റുകളുടെ കുത്തൊഴുക്കിൽപ്പെടാതെ നിലനിൽക്കുന്നത് മണൽത്തൊഴിലാളി യൂണിയനുകളുടെ കഴിവുകൊണ്ടാണ്. മറ്റു യൂണിയനുകളുടെയെല്ലാം അടിത്തറ ചോർന്നപ്പോഴും ആർ പി യുടെ ഒപ്പം അന്നും ഇന്നും കോട്ടപോലെ.. ആയിക്കോട്ടെ."

ചരിത്രമെഴുതാൻവേണ്ടി ഡയറിയിൽ കുറിപ്പെടുക്കുന്നതിന്റെ അപകടം ഇത്രയുമായപ്പോൾ നീലകണ്ഠൻ ചേട്ടന് വ്യക്തമായി. ഉള്ളിലെ വ്യക്തിപരമായ അസ്വസ്ഥതകൾ ഇടകലരുന്നു. ചരിത്രമെഴുതുമ്പോൾ കൈവിറയ്ക്കുന്നു. ചരിത്രം ബോറ്. ഒരു കൗതുകംകൂടി ഉപേക്ഷിക്കുന്നു. പേനയിലേക്കു നോക്കിയപ്പോൾ എന്തിനോടോ ഉള്ള ദേഷ്യം പെരുകി. പേന പുറത്തേക്കു വലിച്ചെറിഞ്ഞു. വെളിയിൽ തിളയ്ക്കുന്ന കരിമണലിലേക്ക് അത് ചെന്നുവീണു.

എഴുതിയഭാഗം വീണ്ടുമൊന്നു വായിച്ചുനോക്കി. സ്വയം നിന്ദ തോന്നി. സ്വപ്നത്തിൽക്കണ്ട സത്യങ്ങൾ ആവിഷ്കരിക്കാൻ കഴിഞ്ഞില്ല. പണ്ടു കേട്ട, വായിച്ച ചരിത്രത്തിന്റെ ചിലതുണ്ടുകൾ കല്ലുകടിപോലെ, നുഴഞ്ഞുകയറ്റക്കാരെപ്പോലെ ഇടയ്ക്കു കയറിയിട്ടുണ്ട്. സ്വപ്നത്തിൽ സായ്വിനൊരു സുന്ദരൻ ഭാഷയുണ്ടായിരുന്നു. ഈ അക്ഷരങ്ങൾ മറ്റാരോ ഉള്ളിലിരുന്ന് എഴുതിച്ചതാണ്. ചരിത്രരചന അതിന്റെ ഒന്നാം അധ്യായത്തിൽത്തന്നെ കളങ്കപ്പെട്ടിരിക്കുന്നു.

എഴുതിയ കടലാസുകൾ കീറിയെടുത്ത് ഞറുഞ്ഞുറെ കീറി കാറ്റിൽ പടർത്തി. തിരകളിലേക്ക് അത് പാറി വീണു. നൂറുനൂറു കഷണങ്ങളായി ഇടവും വലവും കുതിർന്ന് വെള്ളത്തിലടിപ്പെട്ടുപോയി.

ചെയ്തതിനൊന്നിനും ഒരർഥവും തോന്നിയില്ല. എഴുതിയതെല്ലാം സത്യമാകണമെന്നു ശഠിക്കണോ? പണ്ട് പാർലമെന്റ് അംഗമായിരിക്കെ,

സഭയിലിരുന്നു കണ്ണടച്ചു ചിന്തിച്ചപ്പോൾ ഇരുന്നുറങ്ങിയെന്ന് പത്രത്തിൽ വന്നത് സത്യമാണോ? എന്നിട്ടും ചരിത്രമായില്ലേ! കള്ളുകുടിച്ച് ലക്കു കെട്ട് ഡൽഹിയിലും മറ്റും ചീട്ടുകളിച്ച് കാലം കഴിക്കുന്നു എന്നത് എവിടുത്തെ സത്യം? ഊതിവീർപ്പിക്കുന്ന ചരിത്രം. സത്യത്തിന്റെ ഒരു ചെറിയ ഖണ്ഡത്തെ മറ്റെല്ലാ അസത്യങ്ങളും നിറച്ചു വീർപ്പിച്ചെടുക്കുന്നതാണു ചരിത്രം.

പിന്നെന്തിനു വേദനിക്കണം? കണ്ണടച്ചു. ഇടയ്ക്കു ഞെട്ടിയുണർന്നു. വീണ്ടും ചിലപ്പോൾ വല്ലസ്വപ്നങ്ങളും കണ്ടുപോയേക്കും.

വെളിയിൽ കരിമണലിന്റെ ഉഗ്രമായ ചൂടിൽ പേനയിലെ മഷി വറ്റി. അതിന്റെ പ്ലാസ്റ്റിക് ചട്ടക്കൂട് വെന്തുരുകി.

1942–49: ചാളയില്ലാത്ത കേരളം

മരിക്കുന്നതിനുമുമ്പ് മത്തായിക്കുഞ്ഞച്ചൻ നീലകണ്ഠൻചേട്ടനെ ആളയച്ചു വരുത്തി.

ഖദർജുബ്ബയും ഷാളുമിട്ട് കയർകട്ടിലിന്റെ ഓരത്തെ സ്റ്റൂളിലിരിക്കുന്ന നീലകണ്ഠൻചേട്ടനെ മത്തായിക്കുഞ്ഞച്ചൻ കൗതുകത്തോടെ നോക്കി. കഴുത്തിനു കീഴെ തളർന്നുകിടക്കുകയായിരുന്നു മത്തായി.

"കൈപൊക്കാനൊക്കുവായിരുന്നെങ്കിൽ ഞാനാ കൊമ്പൻമീശേൽ ഒന്നു പിടിക്കുവായിരുന്നു."

മത്തായിച്ചൻ ചിരിക്കാൻ ശ്രമിച്ചു.

"പണ്ട് കൂടെ നടക്കുമ്പോ മുതലുള്ള ആഗ്രഹമാ. പത്തമ്പതു കൊല്ല ത്തെ.. ഇപ്പോഴാ ചോദിക്കാൻ ധൈര്യം കിട്ടിയത്."

നീലകണ്ഠൻചേട്ടൻ മരവിച്ചുകിടക്കുന്ന മത്തായിച്ചന്റെ ഇടംകൈ യിൽ കൂട്ടിത്തിരുമ്മി.

"സഖാവേ ഞാനറിയുന്നില്ലല്ലോ ആ കൈയുടെ ചൂട്" മത്തായിച്ചൻ പറഞ്ഞു.

"ഒന്നുമില്ല. സഖാവ് ശാന്തമായി കിടക്കണം."

"സഖാവേ ഞാൻ മരിക്കാൻ പോവുകാന്ന് അറിയ്യോ?"

"അങ്ങനൊന്നും പറയരുത്. അത് സഖാവല്ല തീരുമാനിക്കുന്നത്."

"പിന്നാരാ? ദൈവമോ? മാർക്സിന്റെ തത്വം പറയുന്ന നമ്മക്ക് ദൈവ മില്ലല്ലോ സഖാവേ. അതുകൊണ്ടാ ഞാൻ പറയുന്നത്. ഞാൻ മരിക്കും. ഇന്നു മരിക്കും.

സഖാവ് ഞാൻ ചത്തിട്ടേ എഴുന്നേറ്റു പോകാവൂ. സഖാവ് കള്ളം പറയത്തില്ല. എന്നെ ആശ്വസിപ്പിക്കാൻ കള്ളം പറയരുത്. നമ്മള് തീരു

മാനിക്കും നമ്മളെപ്പം മരിക്കണമെന്ന്. ഏതു ദൈവം ഇടയിൽ കേറും? ഞാനിന്നു മരിക്കണം എനിക്കു മരിക്കണം."

"സഖാവേ."

"എന്തോ..."

"എനിക്കിപ്പം ദേഹമില്ല സഖാവേ. ബുദ്ധി മാത്രമേയുള്ളൂ. ബാക്കിയെല്ലാം തളർന്നുകഴിഞ്ഞു. ബുദ്ധി തളരാത്തത് എന്താന്ന് അറിയാമോ?"

സഖാവൊക്കെ പഠിച്ചു പഠിപ്പിച്ചുതന്ന നമ്മുടെ പാർട്ടിതത്വമൊന്നും ഒരക്ഷരംപോലും ഈ ബോധത്തിനു പോയിട്ടില്ല. ഒടുക്കത്തെ ജീവൻ പോകുമ്പോഴും അതു കെടക്കും. ഇടതുപക്ഷത്തിന് എന്തുപറ്റുന്നു സഖാവേ?"

"എനിക്കിനി ഇതിലൊന്നും പങ്കില്ല മത്തായിച്ചാ."

ഇതു കേട്ടതും മത്തായിച്ചൻ പൊട്ടിക്കരഞ്ഞു. രണ്ടു കണ്ണിൽനിന്നും ധാരയായി കണ്ണീരൊഴുകി.

"അപ്പനിത് എന്താ പറ്റിയേ" എന്നും പറഞ്ഞ് മോള് ത്രേസ്യ കുടിലിന്റകത്തുനിന്ന് ഇറങ്ങിവന്ന് തോർത്തുകൊണ്ട് കണ്ണീരൊപ്പിക്കൊടുത്തു.

"കേറിപ്പോടീ അകത്ത് ആണുങ്ങള് സംസാരിക്കുമ്പം."

മത്തായിച്ചൻ പറഞ്ഞു.

"സഖാവേ എന്റെ കൺമുമ്പിൽവച്ച് ഇനിയതു പറയരുത്. സഖാവ് പാർട്ടിയല്ലേ വിട്ടിട്ടുള്ളൂ. പക്ഷേ, ഇനി സഖാവ് രാഷ്ട്രീയം മടുത്തെന്നു പറഞ്ഞാൽ ആ നിമിഷം ഞാൻ മരിച്ചുപോകും. റവല്യൂഷണറി പാർട്ടിയുടെ തത്വശാസ്ത്രമാ എന്റെ കഴുത്തിനു മുകളിൽ. താഴോട്ട് അതിന്റെ ചവറ് ജനാധിപത്യം. അതിങ്ങനെ ചത്തുകിടന്നു. എനിക്കെന്താ സഖാവേ." മത്തായിച്ചൻ വിതുമ്പി.

"സഖാവ് കരയരുത്. അല്ലെങ്കിൽത്തന്നെ ഞാനാകെ തളർന്നിരിക്കുകയാണ്" നീലകണ്ഠൻ പറഞ്ഞു.

"സഖാവേ തളരുകയോ? ഞാൻ വിശ്വസിക്കില്ല. എങ്കിൽ ഞാനൊന്നും പറയത്തില്ല."

"സഖാവിനു പറയാനുള്ളതെന്താണെന്നു വച്ചാ പറയണം. നമ്മളൊന്നും വെച്ചോണ്ടിരുന്നിട്ടില്ലല്ലോ."

മത്തായിച്ചന്റെ മുഖം തെളിഞ്ഞു.

"രണ്ടു സംശയം ബാക്കി നിൽക്കുന്നുസഖാവേ പറയട്ടെ?"

"ങും."

"സഖാവ് നമ്മുടെ റവല്യൂഷണറി പാർട്ടിയുണ്ടാക്കാൻ ബംഗാളിപ്പോയിട്ടു വന്നതോർക്കുന്നോ? അന്ന് 1942 ൽ കേന്ദ്രകമ്മിറ്റി പാസാക്കിയ പഴയ പ്രമേയവും കൊണ്ടുവന്നയാളായിരുന്നു. കാലം കഴിഞ്ഞാലും പ്രസക്തമാകുമെന്നും പറഞ്ഞ് വായിച്ചു. എനിക്കതിന്റെ അർത്ഥം മനസിലായില്ലല്ലോ സഖാവേ."

"സഖാവിനി അതൊന്നും ആലോചിച്ച് ബദ്ധപ്പെടരുത് സ്വസ്ഥമായി കിടക്കണം."

"അതല്ല സഖാവേ. മനസിലായില്ലെങ്കിലും വാചകങ്ങളൊക്കെ ഞാൻ കാണാതെ പഠിച്ചിട്ടുണ്ട്. രണ്ടാം മഹായുദ്ധം നമ്മൾ മുൻകൂട്ടി കണ്ടിരുന്നുവെന്ന് അതിൽ പറഞ്ഞു. ആണോ?"

"അന്ന് നമ്മൾ കേരളത്തിൽ പാർട്ടിയുണ്ടാക്കിയിരുന്നില്ലല്ലോ?"

"അതു ശരിതന്നെ. എങ്കിലും നമ്മടെ പാർട്ടിയുടെ നയമല്ലാരുന്നോ. രണ്ടാം മഹായുദ്ധത്തെ രണ്ടാം സാമ്രാജ്യത്വയുദ്ധമെന്നാണ് നമ്മൾ വിളിച്ചത്. തൊഴിലാളി കർഷകസമരങ്ങളെയൊക്കെക്കൂട്ടി ജനകീയസമരമാക്കി യുദ്ധംചെയ്യാൻ ആഹ്വനം ചെയ്തു. നമ്മുടെ പാർട്ടി ബ്രിട്ടീഷുകാരനു വേണ്ടിയല്ല യുദ്ധമെന്നു പറഞ്ഞു. സോവിയറ്റുനാടിനുവേണ്ടി നാസിപ്പടയ്ക്കെതിരെയാണെന്നു പറഞ്ഞാണ് നമ്മൾ പിന്തുണ കൊടുത്തത്.

അതേസമയം സാമ്രാജ്യത്വയുദ്ധത്തെ ആഭ്യന്തരയുദ്ധമാക്കി മാറ്റാനാണ് ഒരു മാർക്സിസ്റ്റ് ലെനിനിസ്റ്റ് പാർട്ടി ശ്രമിക്കേണ്ടതെന്നും പറയുന്നുണ്ട്. ആഭ്യന്തര യുദ്ധമാകുമ്പോൾ അത് ബ്രിട്ടീഷുകാർക്കെതിരെയാവില്ലേ? ബ്രിട്ടൺ സോവിയറ്റ് യൂണിയന്റെ കക്ഷിയല്ലിയോ?

ചിലപ്പോ എനിക്ക് അറിയാൻ പാടില്ലാത്തതുകൊണ്ടാവും. സഖാവേ ഞാൻ മനസിലാക്കിയതിന്റെ പിശകായിരിക്കും. തെറ്റ് എനിക്കായിരിക്കും പറ്റിയത്. അതുകൊണ്ട് സഖാവ് വിശദീകരിക്കണ്ട. ഇങ്ങനെ ചില സംശയങ്ങളൊക്കെ നിന്നതുകൊണ്ടല്ലേ സഖാവേ നമ്മൾ ഉറച്ചുനിന്നത്."

നീലകണ്ഠൻചേട്ടൻ ഒന്നും പറഞ്ഞില്ല. മത്തായി തുടർന്നു.

"വേറൊരു സംശയംകൂടിയുണ്ട് അതുപറയട്ടെ. അതിനു മറുപടി പറയണമെന്നു വിചാരിച്ചാലും സഖാവിനു പറയാൻ പറ്റത്തില്ല. പറയട്ടെ?"

"പറയണം."

"വർഷം 1942 തന്നെ. എന്റെ ജീവിതത്തിൽ ഒരുപാടു പ്രശ്നമുണ്ടായി അക്കൊല്ലം. പെട്ടെന്നു കടലിൽ ചാള കിട്ടാതായി. മഹായുദ്ധവുമായിട്ട് ഇതിനു വല്ല ബന്ധമുണ്ടോ ആവോ? അക്കൊല്ലം മുതൽ പലപ്പോഴും പട്ടിണിയായിരുന്നു. 1947 വരെ പിടിച്ചുനിന്നു. സ്വാതന്ത്ര്യം കിട്ടിയ മാസത്തിൽ നിൽക്കക്കള്ളിയില്ലാതെ എനിക്കെന്റെ ചാളത്തടിയും വലയും വിൽക്കേണ്ടിവന്നു."

"അന്നു സഖാവിനെ ചാളമത്തായിയെന്നാണ് ആൾക്കാർ വിളിച്ചിരുന്നത്."

മത്തായിച്ചൻ ചിരിക്കാൻ ശ്രമിച്ചു.

"ചാള ഉൾക്കടലിൽ എവിടെയാണെങ്കിലും എന്തോ ഉൾവിളിയിൽ ഞാനങ്ങോട്ടേക്കു തുഴഞ്ഞടുക്കുമെന്നായിരുന്നു. കൂടുതലും കോരുന്നത് എന്റെ വല തന്നെയായിരുന്നു. പക്ഷേ, ഏഴുകൊല്ലം 1942 മുതൽ 49 വരെ ഒറ്റച്ചാള വന്നില്ല. കന്നിത്തുടക്കം മുതൽ മകരംവരെയാണ് ചാളയുടെ കൂട്ടവരവ്. 1941 ൽ സാധാരണ കിട്ടുന്നതിന്റെ നാലിരട്ടി ഞാൻ കോരി. മരം നിറഞ്ഞു തിരിച്ചു വന്ന് മീനിന്റെ പുളപ്പുകണ്ട് രണ്ടാമതും പോകേണ്ടിവന്നിട്ടുണ്ട്. 1942 മുതൽ വറുതി. എന്താ അതിന്റെ രഹസ്യം?

കടലിന്റെ കടങ്കഥയിൽ ചാകാറായിട്ടും എനിക്കു പിടികിട്ടാത്ത രഹസ്യമാണിത്. അതെന്താ?"

മത്തായിച്ചൻ ഉത്തരത്തിലേക്കു നോക്കി. ഓടു പൊട്ടിയ ഭാഗത്തു നിന്നു സൂര്യവെട്ടം എത്തിനോക്കുന്നു.

"കൊച്ചിയിൽനിന്നു വന്ന ആഴക്കടൽ ബോട്ടുകാരോടും പാർട്ടി സമ്മേളനങ്ങൾക്കു മറ്റു തുറകളിൽനിന്നു വന്ന പ്രവർത്തകരോടും ഞാൻ ചോദിച്ചു. ആരും ചാളയും മത്തിയും കണ്ടില്ല. കേരളതീരത്ത് ഈ കാലത്ത് ഇവ അടുത്തിരുന്നില്ല തിട്ടം."

പണ്ട് എന്തുവായിരുന്നു കടൽക്കിളിയുടെ ആവേശം. സ്രാവും കുഞ്ഞുങ്ങളുടെ വാലിളക്കം. അതിനിടയിലാവും ചാളക്കൂട്ടങ്ങളുടെ പാട തെളിഞ്ഞു വരുന്നത്. പക്ഷേ, അന്ന് ചാള കിട്ടാതായ കൊല്ലങ്ങളിൽ കടൽ വെള്ളത്തിനു സാമാന്യത്തിലേറെ ചൂടുണ്ടായിരുന്നു. ഓരു വെള്ളത്തിനടിയിലൂടെ കടൽച്ചെടികളും കണ്ടില്ല. കടലൊഴുക്കിനു കനച്ച വെളിച്ചെണ്ണയുടെ മണമായിരുന്നു. വെള്ളത്തിൽ ഉപ്പുരസം കുറഞ്ഞിരുന്നു. ഇവയൊക്കെ ചാളയുടെ വരവിന് എതിരായിരുന്നു. പട്ടിണി കിടന്ന് തുറയിൽ പലരും മെലിഞ്ഞിരുന്നു. അന്നു ഞാൻ കഞ്ഞികുടിച്ചത് ചവറയിൽ ലോഹമണൽ ചുമന്നാണ്. കരിമണ്ണു ചുമന്നുചുമന്ന് തലമുടിയെല്ലാം കൊഴിഞ്ഞു. ശ്വാസകോശത്തിൽ മണ്ണടിഞ്ഞു. അന്നു തുടങ്ങിയ ശ്വാസം മുട്ട് വിട്ടിട്ടില്ല. പിന്നെ 1949 ലെ കൊല്ലം ചവറ ലഹളയിൽ അടികൊണ്ട്....

"അന്ന് കാലൊടിഞ്ഞായിരുന്നു."

"ങാ അതങ്ങു സുഖമായി. പിറ്റേക്കൊല്ലമാണ് ചാളകൾ തിരിച്ചുവന്നത്. അതൊരു വരവായിരുന്നു. അപ്പോൾ കൈയിൽ വള്ളവും വലയും ഉണ്ടായിരുന്നെങ്കിലെന്ന് ആശിച്ചുപോയി. പല വള്ളക്കാരും കോരിനു പോകാൻ ക്ഷണിച്ചു. പോയില്ല ഒറ്റയ്ക്ക്.. ഒറ്റയ്ക്കാണ് ഞാൻ ആദ്യമായി കടലിൽ പോയത്. പിന്നൊരിക്കൽപ്പോലും ആരെയും കൂട്ടിയില്ല. പുറങ്കടലിൽ ഒറ്റയാനായി മീനുകളോടു കളിച്ചും ചിരിച്ചും വർത്തമാനം പറഞ്ഞും...

ഒരു ചാളത്തടിയോ തോണിയോ വലയോ വാങ്ങാൻ പിന്നെ എന്നെക്കൊണ്ടായില്ല. ആവുംവരെ മണൽ ചുമന്നു. അങ്ങനെ തുടരേണ്ടിവന്നുവെന്നു പറയുന്നതാവും ശരി. വീഴുമ്പോഴും... ഈ കിടപ്പിലും ഒരു കോരിനു പോകണമെന്നുണ്ട്. ഒരിക്കൽക്കൂടി ഒരു വലയും വള്ളവും താ. ഞാൻ എഴുന്നേൽക്കുന്നതു കാണിച്ചുതരാം."

"ഇപ്പോ എപ്പഴും ഇതുതന്നാ പറച്ചില്."

അടുക്കള വാതിൽക്കൽനിന്നു ത്രേസ്യ പറഞ്ഞു.

"കമ്പവല വലിച്ചും വലക്കാരുടെ വലയിലെ കേടു തീർത്തും വല കെട്ടിയും ഞാൻ ആശ തീർത്തു. ആരോടും ദുഃഖം പറഞ്ഞില്ല. ആരോടും ഒന്നും പറയുന്ന സ്വഭാവക്കാരനായിരുന്നില്ല ഞാൻ. കരിമണ്ണു ചുമന്നു ചുമന്ന് ഞാനെന്റെ വാശിതീർത്തു. ദുഃഖം ഒളിപ്പിച്ചു."

അയാളുടെ കണ്ണിന്റെ വശത്തുകൂടി പശിമയുള്ള കണ്ണീരൊഴുകി.

"അപ്പനൊന്ന് അടങ്ങിക്കെടന്നൂടായോ?"

ത്രേസ്യ വിളിച്ചുപറഞ്ഞു.

"എന്റെ രണ്ടു സംശയങ്ങള്.. രണ്ടും അങ്ങനെ കിടക്കട്ടെ. എല്ലാം അറിഞ്ഞേച്ചുംവച്ച് പോയാൽപ്പിന്നെ എന്തോ ഇരിക്കുന്നു? ഇങ്ങോട്ടേക്ക് ഒരു ഓർമയ്ക്ക് ഇത് നല്ലതാ.."

"പോകട്ടെ?"

നീലകണ്ഠൻചേട്ടൻ പറഞ്ഞു.

"സഖാവ് പോകരുത്. എനിക്കു കൂട്ടിരിക്കണം. പറ്റത്തില്ല. പോകരുത്."

മത്തായികുഞ്ഞച്ചൻ മുഖംകൊണ്ടു വാശിപിടിച്ചു.

"ഉറങ്ങാൻ നോക്ക് സഖാവ്."

മത്തായിച്ചന്റെ വർത്തമാനങ്ങൾക്കു വ്യക്തത നഷ്ടപ്പെട്ടു തുടങ്ങിയിരുന്നു. എന്നിട്ടും അയാൾ എന്തൊക്കെയോ പറഞ്ഞുകൊണ്ടിരുന്നു. മത്തായിച്ചന്റെ ഓർമകൾ പിടഞ്ഞു മരിച്ചുകൊണ്ടിരിക്കുകയാണെന്നു തോന്നിയപ്പോൾ നീലകണ്ഠൻ ചേട്ടൻ എഴുന്നേറ്റു. മത്തായിച്ചന്റെ കണ്ണുകൾ അപ്പോൾ അടഞ്ഞിരുന്നു. ഉള്ളിൽ കഫം കുറുകുന്ന ശബ്ദംകേട്ടു. ത്രേസ്യ മെല്ലെ കരഞ്ഞു. അയാൾ എഴുന്നേറ്റപ്പോൾ മത്തായിച്ചൻ പെട്ടെന്നു തലവെട്ടിച്ച് നീലകണ്ഠന്റെ നേർക്കു ചരിച്ചു. അടഞ്ഞ കണ്ണുകൾകൊണ്ട് അയാളെ നോക്കി. കൺപോളകൾക്കിടയിലൂടെ കൃഷ്ണമണിയുടെ ലാഞ്ചന വ്യക്തമായിരുന്നു.

"പറഞ്ഞുതീർന്നില്ല സഖാവേ. ചിലതുകൂടിയുണ്ട് പറയാം."

എന്നിങ്ങനെ ഏതാണ്ട് വ്യക്തമായി പറഞ്ഞു. കഴുത്തിലെ ഞരമ്പുകൾ പിടിച്ചു. മേലേക്ക് അതു തിണർത്തു. അങ്ങോട്ടേക്കും മരവിപ്പു കയറി.

ദേ പരിസ്ഥിതിക്കാരിറങ്ങുന്നു!

"**ഹും** ഈ പരിസ്ഥിതിക്കാർക്കു വല്ലവിവരമുണ്ടോ? അടിസ്ഥാന പരമായി ശാസ്ത്രത്തിൽ അറിവു വേണം. എങ്കിലേ നമ്മൾ വാദിക്കുന്ന കാര്യത്തിന് അടിത്തറയുണ്ടാവൂ. പരമ്പരാഗത മത്സ്യത്തൊഴിലാളികൾക്കു കടലിനെ കണ്ടും കേട്ടും അറിഞ്ഞുമുള്ള പരിചയം കാണും. തൊഴിലെ ടുക്കാതെ നടക്കുന്ന ഇവർക്ക് അതുപോലുമറിയില്ല.

ചെറുപ്പക്കാര് പിള്ളേരുടെ വെറും ആവേശമാണ് ഇതൊക്കെ. ആർ ഇ സി ക്കു നേരെ ജനത്തെ ഇളക്കിവിടാനുള്ള തന്ത്രത്തിന്റെ ഭാഗമാ യാണ് ഇവർ ക്യാമ്പും ക്ലാസുമൊക്കെ സംഘടിപ്പിക്കുന്നത്. ഇവർക്കു വേണ്ടത് തൊഴിലാണെങ്കിൽ അതിനു തക്ക പഠിപ്പും ബോധവുമുള്ളവർ വരട്ടെ. കമ്പനി പരിഗണിക്കാം. അല്ലാതെ ജനത്തെ വിഡ്ഢികളാക്കരുത്."

ഉച്ചഭാഷിണിയിലൂടെ ഉണ്ണിരാമൻ കമ്പനിക്കുവേണ്ടി ശക്തിയുക്തം വാദിക്കുകയാണ്. നീലകണ്ഠൻചേട്ടൻ വൈകുന്നേരത്തെ വെയിലിൽ വീട്ടിനുള്ളിൽ കേട്ടിരിക്കുകയായിരുന്നു.

"ഞങ്ങൾ തീവ്രവചനനം നടത്തുന്നുവെന്നാണ് ആക്ഷേപം. അതി നും ഉത്തരമുണ്ട്. ഒറീസ തീരത്തടിച്ച ഭീകരമായ ചുഴലിക്കൊടുങ്കാറ്റി നെക്കുറിച്ച് നിങ്ങൾ പത്രത്തിലൂടെ അറിഞ്ഞിരിക്കുമെന്നു കരുതുന്നു. മനുഷ്യജീവിതങ്ങൾ കടപുഴകി. എല്ലാം ഇല്ലായ്മയായി. ഇല്ലായ്മയായ മറ്റൊന്നുകൂടിയുണ്ട്, പത്രത്തിൽ കാണാത്തത്. അവിടത്തെ ജലത്തിലും മറ്റൊരുവിധത്തിൽ ധാതുശേഖരങ്ങളുണ്ടായിരുന്നു. ചുഴലിക്കാറ്റിന്റെ ശക്തിയിൽ കടലിലെ ഉള്ളൊഴുക്കിന്റെ ഗതി മാറി. അവയെല്ലാം എങ്ങോട്ടോ പോയി. ഒരുപക്ഷേ, കടലിന്റെ ആർക്കുമറിയാത്ത അടിത്ത ട്ടിലേക്ക് അല്ലെങ്കിൽ മറ്റേതെങ്കിലും രാജ്യത്തെ തീരങ്ങളിലേക്ക് നമ്മുടെ നാടിന് കോടിക്കണക്കിനു രൂപ നഷ്ടപ്പെട്ടു.

കമ്പനിയുടെ കണക്കനുസരിച്ച് ഇവിടെ അത്രയും ആഘാതമുള്ള ചുഴലിക്കാറ്റടിച്ചാൽ.. ഇവിടെ ചുഴലിക്കാറ്റടിക്കില്ല എന്നാണ് നമ്മുടെ വിശ്വാസം. വിശ്വാസം എല്ലായ്പ്പോഴും രക്ഷിക്കണമെന്നില്ല. കാലാവസ്ഥകളും പ്രകൃതിക്ഷോഭത്തിനുള്ള സാധ്യതകളും പല ഭാഗങ്ങളിലും മാറി മറിഞ്ഞു വരുന്നു. അതിനൊക്കെ കാരണങ്ങളുണ്ട്. അതൊന്നും തൽക്കാലം ഞാൻ വിശദീകരിക്കുന്നില്ല. അതൊക്കെ ശാസ്ത്രമാണ്.

നമ്മുടെ സമീപജില്ലയായ തിരുവനന്തപുരത്തെ അഞ്ചുതെങ്ങിൽ 1800 കളുടെ ആദ്യമുണ്ടായ ഘോരകാറ്റിൽപ്പെട്ട് ഒരു ബ്രിട്ടീഷുകപ്പൽ കഷണങ്ങളായി ചിന്നിച്ചിതറിയത് ചരിത്രത്തിന്റെ താളുകളിലുണ്ട്. അതുകൊണ്ട് നമ്മൾ അപകടത്തിനു വെളിയിലാണെന്നു കരുതുന്നതിൽ അർഥമില്ല.

ഇങ്ങനെയൊരു ചുഴലിക്കാറ്റുണ്ടായാൽ ഇവിടത്തെ ലോഹമണലെല്ലാം ബംഗാൾ ഉൾക്കടൽവഴി വിയറ്റ്നാം തീരത്തേക്കു പോകുമെന്നാണ് കണക്കുകൂട്ടൽ. നൂറുകണക്കിനു നമ്മുടെ തൊഴിലാളികൾ, ലോറിക്കാർ, കോൺട്രാക്ടർമാർ.. ഇവരൊക്കെ തൊഴിൽരഹിതരാകും. അന്ന് ഈ പരിസ്ഥിതിക്കാരുണ്ടാകുമോ?

പിന്നെ എന്റെ പ്രിയപ്പെട്ട നാട്ടുകാരേ, മറ്റൊരുപ്രധാന കാര്യം. നിങ്ങളെ ഭയപ്പെടുത്താൻ പറയുന്നതല്ല. നിങ്ങളെക്കുറിച്ച് ആശങ്കകളുള്ളതുകൊണ്ടും നിങ്ങളിലൊരാളെന്ന നിലയ്ക്കും പറയുകയാണ്. ഇവിടുത്തെ കരിമണലിൽനിന്നും വികിരണം അഥവാ റേഡിയേഷൻ ഉണ്ടാകുന്നതായി അറിയാമല്ലോ. ചിലപ്പോൾ റേഡിയേഷൻ ക്യാൻസറിലേക്കു വഴിതെളിക്കുമെന്ന് നിങ്ങൾക്കറിയാം. അപ്പോൾപ്പിന്നെ ഈ മണൽ പരമാവധി എടുത്തുമാറ്റുന്ന കമ്പനി എങ്ങനെ നിങ്ങളുടെ ശത്രുവാകും."

പ്രസംഗം ചുഴലിക്കാറ്റുപോലെ വളഞ്ഞടിച്ചു ബോറടിപ്പിച്ചപ്പോൾ നീലകണ്ഠൻ ചേട്ടൻ ഉറങ്ങിപ്പോയി. കണ്ണിനുള്ളിൽ കുത്തിക്കൊണ്ടിരുന്ന കടലിന്റെ നീലക്കെട്ട് ഇരുട്ടായി. മയക്കത്തിൽ മത്തായിക്കുഞ്ഞച്ചൻ കടന്നുവന്നു.

"എന്താ സഖാവേ ചുറ്റും ഒരു ബഹളം?"

"ഓ എന്തോ പറയാനാ. കമ്പനിക്കാര് ബഹളം വയ്ക്കുവാ. ആളെ കൈയിലെടുക്കാൻ."

"സഖാവേ ഇന്നലെ എഴുന്നേറ്റു പൊയ്ക്കളഞ്ഞല്ലോ.

അപ്പോഴേക്കും സഖാവ് ചത്തുതുടങ്ങിയിരുന്നല്ലോ. എന്താ ഒരു കാര്യംകൂടി പയാനുണ്ടെന്നു പറഞ്ഞത്?"

"ഓ വല്യ കാര്യമൊന്നുമല്ല വ്യക്തിപരമായ കാര്യമാ. എങ്കിലും തുടങ്ങിയതല്ലേ അതുകൂടെ പറഞ്ഞിട്ടു പോയേക്കാമെന്നുവച്ചു."

"ഞാനും പ്രതീക്ഷിക്കുവാരുന്നു."

"എന്റെ ഉറക്കത്തിനകത്ത് ആരോ കിടന്ന് നിലവിളിക്കുമ്പോലെ തോന്നുവായിരുന്നു. പിന്നെ, പിന്നാ വ്യക്തമായത് നമ്മടെ ഉള്ളിലെ നമ്മളുതന്നാ നിലവിളിക്കുന്നത്. നിലവിളിച്ചോണ്ട് ഞാൻ കടലീന്ന് ഓടി

ക്കയറുന്നതുപോലെ സ്ഥിരമായി തോന്നുന്നു. വാ നമ്മക്ക് പുറത്തോട്ടിരിക്കാം.”

ഉറങ്ങുന്ന നീലൻചേട്ടനെയും ഇട്ട്, മത്തായിച്ചനും ഉണർന്നിരിക്കുന്ന നീലകണ്ഠനും പുറത്തു കടൽക്കരയിൽ പോയിരുന്നു.

“എന്നാണ് എനിക്കിങ്ങനെ ഉറക്കത്തിൽ ഞെട്ടിയുണരുന്ന ശീലം തുടങ്ങിയതെന്ന് ഓർമയുണ്ട്. പണ്ട് സാഗര സിനിമാകൊട്ടകയിൽ ഒരു പടം വന്നു. ഒരു സ്രാവുപിടുത്തക്കാരന്റെ കഥയാന്നു പറഞ്ഞാ പോയത്. ഒന്നുമില്ലേലും നമ്മളൊരു ചാളപിടുത്തക്കാരനെങ്കിലും ആയിരുന്നല്ലോ.”

മത്തായിച്ചൻ പറഞ്ഞതുകേട്ട് നീലകണ്ഠൻ ചിരിച്ചു.

“ഇംഗ്ലീഷ് പടമായിരുന്നു കേട്ടോ. ഒടുവിൽ സ്രാവുകളെല്ലാംകൂടി നായകനെ കൊന്നില്ലാതാക്കുന്നതാണ് സിനിമ. പടം കഴിഞ്ഞ് എഴുന്നേറ്റു പോകാൻ തുടങ്ങുമ്പോൾ അവസാനസീനിൽ സ്രാവ് കാഴ്ചക്കാരനുനേരെ ഒരു കുതിപ്പുണ്ട്. സത്യത്തിൽ നമ്മടെ നെഞ്ചത്തോട്ടു വീഴുന്നതുപോലെ അത്ര സത്യമായിട്ടു തോന്നും. അന്ന് എന്റെ ചങ്കൊന്നു കിടുകിടുത്തു. അതു വിട്ടുമാറീട്ടില്ല. അന്നുമുതലാ ഉറക്കത്തിൽ ഞെട്ടിയുണരുന്ന ശീലം തുടങ്ങിയത്.

ഉറക്കത്തിനിടയിൽ പ്രധാന പ്രശ്നം ഒരു ധാരണപ്പിശകാണ്. കുട്ടിക്കാലത്ത് ഞാൻ കടലിലേക്കു നടക്കുമ്പോൾ നിശ്ചിതദൂരം നടന്നാൽ മാത്രമേ കടലിലെത്തുകയുള്ളൂ. താമരപ്പൊയ്കകളുള്ള കുളങ്ങൾ കടന്ന്, കാവും അമ്പലവും കടന്ന് കടലിലേക്കിറങ്ങാൻ കുറച്ചു സമയമെടുക്കും. കുട്ടിക്കാലത്ത് കാല് സ്വാഭാവികമായും കടഞ്ഞുസൂക്ഷിച്ചിരിക്കുന്ന അകലത്തിന്റെ ഒരു ഗണിതമുണ്ട്. ഇപ്പോൾ പത്തെഴുപതു കൊല്ലത്തിനുശേഷവും കാല് ഏതാണ്ട് അതേ അകലം സൂക്ഷിക്കുന്നു. ഇത്തിരി ഏറ്റക്കുറച്ചിലോ കൂടുതലോ പ്രകൃതിപരമായുള്ളത് അതങ്ങു സഹിക്കും. ഇതിപ്പോ അതല്ല ഒന്ന് ഒന്നരകിലോമീറ്റർ കടലിങ്ങ് കേറിയില്ലേ? തുറ ഇടുങ്ങിഞെരുങ്ങി ഇല്ലാതായിവരികയല്ലല്ലോ.

സഖാവിന്റെ സിദ്ധി ഇപ്പോൾ എനിക്കറിയാം. അതുവച്ച് ഒരു അറുപത്തഞ്ചുകഴിഞ്ഞ തുറയിലെ കിഴവന്മാരുടെ സ്വപ്നങ്ങൾ ഒന്നു പരിശോധിച്ച് നോക്ക്. ഞെട്ടിയുണരാത്തവരില്ല. എന്തുകണ്ടു പേടിക്കുകയാണ് ഇവരെന്ന് അവർക്കുപോലും തിട്ടമില്ല. പക്ഷേ, പ്രശ്നം നേരത്തേ പറഞ്ഞതാണ്. ശരീരത്തിന്റെ ശാസ്ത്രഗതിയെ ബാധിക്കും. പ്രകൃതിയെ അധികമിട്ടു കടഞ്ഞാൽ...

ഇവിടത്തെ വയസൻമാർക്കെല്ലാം ഓർമത്തെറ്റ് സംഭവിക്കുന്നതു എന്തുകൊണ്ടാ? സ്വസ്ഥതയില്ലാഞ്ഞിട്ടാണ്. ആരറിയുന്നു ഇതൊക്കെ. ആര്?”

വാതിലിൽ മുട്ടുകേട്ടു. സ്വപ്നം ഉരുകിപ്പോയി. ഞെട്ടിയുണർന്നു. മത്തായിക്കുഞ്ഞച്ചന്റെ ജഡം കത്തിയെരിയുന്ന മണമാണ്. മുറിക്കുള്ളിൽ വാതിൽ തുറന്നപ്പോൾ ഡാനിയേൽ ജോസഫ്.

"ഉറക്കം പോയോ?"

"പോയി."

"പ്രത്യേകിച്ച് ഞാൻ വന്നതുകൊണ്ട് നോട്ടം പാതി താഴെയും മുഖത്തുമായി ഡാനിയേൽ പറഞ്ഞു.

"ഒറ്റയ്ക്കേയുള്ളുവോ?" നീലകണ്ഠൻ ചോദിച്ചു.

"അതേ."

"വാ" കസേരയിട്ടുകൊടുത്തു. "ഒരുപാടുറങ്ങിപ്പോയി. സമയമെന്തായി?"

"പത്തര കഴിഞ്ഞു."

"എന്താ വന്നത്?"

"നാളെ സത്യപ്രതിജ്ഞയാണ്."

"മന്ത്രിയാണല്ലേ?"

"അതെ."

"ഇത്തവണ എന്താ? മുമ്പൊന്നും."

"ഒന്നുകാണണമെന്നു തോന്നി." നീലകണ്ഠൻചേട്ടന്റെ മുഖത്ത് അസ്വസ്ഥത.

"എന്താണിങ്ങനെ സ്വയം സൃഷ്ടിച്ച തുരുത്തിൽ ഒറ്റയ്ക്ക്?"

"വേണ്ട ഡാനീ."

"എന്നോടു ദേഷ്യമുണ്ടെങ്കിൽ ആയിക്കോട്ടെ. പക്ഷേ, ചുറ്റും ഒന്നു നോക്കണം. ചേട്ടൻകൂടി മുൻകൈയെടുത്തു കെട്ടിപ്പടുത്ത കേരളത്തിലെ പ്രത്യേകിച്ച് തിരുവിതാംകൂറിലെ ട്രേഡ് യൂണിയൻ പ്രസ്ഥാനം ഇന്നാകെ തളർച്ചയിലാണ്."

"ഞാനോ ഉത്തരവാദി?"

"ഒരുപരിധിവരെ."

ഡാനിയേൽ വിനീതനായി പറഞ്ഞു.

"മിനിമം വേജസിനുവേണ്ടിയുള്ള കയർത്തൊഴിലാളികളുടെ സമരങ്ങൾ. തൊഴിൽസ്ഥിരതയ്ക്കുവേണ്ടി കശുവണ്ടിത്തൊഴിലാളികളുടെ പ്രക്ഷോഭങ്ങൾ, മിനറൽ വർക്കേഴ്സിന്റെ മെച്ചപ്പെട്ട അവസ്ഥയ്ക്കുവേണ്ടി.. എത്രയെത്ര സമരങ്ങൾ.. ഒടുവിലിപ്പോൾ."

"ഇപ്പോഴെന്താണ്? നീലകണ്ഠൻ ചേട്ടൻ താൽപ്പര്യമില്ലാതെ" ഒരു വെറ്റയെടുത്ത് ചുണ്ണാമ്പു തേച്ചുപിടിപ്പിച്ചുകൊണ്ട് ചോദിച്ചു:

"ഇപ്പോൾ ഉടമയ്ക്കുമേൽ നൂറുയൂണിയനുകളുടെ മേൽക്കോയ്മയാണ്. എത്ര യൂണിയനുകൾ. ഒന്നിനും ശക്തമായ സ്വാധീനമില്ല. തൊഴിലാളികൾ ചിതറിപ്പോയി. ഓരേ പാർട്ടിയുടെ പല യൂണിയനുകൾ."

"ഇതിപ്പോൾ തൊഴിലുടമയുടെ പരിദേവനങ്ങളോ അതോ തൊഴിലാളിനേതാവിന്റെ നിരാശയോ?

തൊഴിലാളികൾ ഐക്യമില്ലാതെ നശിക്കുന്നു. പല യൂണിയനുകൾ പല ആവശ്യം. ആവശ്യങ്ങൾ ന്യായമല്ല. പലതിനും അടിസ്ഥാനവുമില്ല.

ആദർശമില്ല. അടിസ്ഥാനസൗകര്യങ്ങൾ നേടിയെടുക്കാനായിരുന്നു ആദ്യ കാലത്ത് സമരം. ഇതിപ്പോ."

"ഞാനിപ്പോ എന്താ വേണ്ടത്?"

"തിരിച്ചുവരണം. ചേട്ടൻ മുൻകൈയെടുത്ത് ഉണ്ടാക്കിയതാണ് നമ്മുടെ പാർട്ടി. ഡി ടി യു സി ഏറ്റെടുക്കണം. മിനറൽ മേഖലയിലും കശുവണ്ടി മേഖലയിലുമൊക്കെ നമ്മുടെ ശക്തി ചോരുകയാണ്. കൊല്ലത്തെ തൊഴിലാളിമേഖലകൂടി കൈവിട്ടാൽ. ചേട്ടന്റെ സാന്നിധ്യം മാത്രം മതി ഡി ടി യു സി ശക്തമാകും. മറ്റെല്ലാം ശോഷിക്കും. അപ്രസക്തമാകും."

"ഡി ടി യു സി യുടെ ട്രേഡ് യൂണിയൻ സർവാധിപത്യം ഇങ്ങനെയൊരു സർവാധിപത്യത്തെ എതിർത്തതുകൊണ്ടല്ലേ നമ്മൾ സർ സി പി ക്കെതിരെ സമരം ചെയ്ത് അയാളെ വെട്ടിയോടിച്ചത്. ഡാനി."

മുറുക്കിത്തുപ്പി നീലകണ്ഠൻ ചേട്ടൻ പുഞ്ചിരിച്ചു. പിന്നെ മെല്ലെപ്പറഞ്ഞു:

"ട്രേഡ് യൂണിയൻ തകർന്നാൽ മുതലാളിയെന്ന നിലയിലും വളർന്നാൽ നേതാവെന്ന നിലയ്ക്കും. ഡാനി സുരക്ഷിതനല്ലേ? ആശങ്കപ്പെടാൻ എന്തിരിക്കുന്നു?"

ഡാനിയേൽ പുറത്തെ ഇരുട്ടിലേക്ക് നോക്കി.

"ചേട്ടൻ വിരോധം മറക്കണം. ഒന്ന് നിന്നുതന്നാൽ മതി."

"അതാണു ഡാനി പ്രശ്നം. എനിക്ക് വറുതെ വന്നുനിൽക്കാൻ കഴിയില്ല. അതു ശീലിച്ചിട്ടില്ലെന്ന് അറിഞ്ഞുകൂടേ? ബുദ്ധിയും നേർരേഖയിലൂടെയാണ്. പിന്നിലൂടെ മിനറൽ കമ്പനിയുടമകളുമായി രഹസ്യക്കരാർ ഒപ്പിടാനും ലാഭവിഹിതം യൂണിയനുകൾ വഴി തട്ടിക്കാനുമൊന്നും എനിക്കറിയില്ല. ഇനിയിപ്പോൾ നിന്റെ കൊച്ചുകമ്പനിക്കു മുന്നിൽ വന്നു ഞാൻ സമരം ചെയ്താൽ സംഭവിക്കുന്ന പേരുദോഷം ഓർത്തുനോക്കൂ. മാത്രമല്ല നിനക്കു നഷ്ടവും വരും. വേണ്ട ഡാനി നഷ്ടപ്പെടുന്നത് നിനക്ക് ഇഷ്ടവുമല്ല."

"ചേട്ടനോട് അഭിപ്രായസംഘട്ടനത്തിനു ഞാനില്ല. പ്രായം കൂടുന്തോറും വല്ലാത്തൊരു ശൂന്യത. പഴയകാലത്തിന്റെ ആത്മാർഥതയും മറ്റും കൂടെയുള്ളവർക്കില്ല. കാലം മാറുമ്പോൾ മനുഷ്യന്റെ മനശ്ശാസ്ത്രവും മാറിപ്പോകുന്നു. എത്രയും വേണ്ടപ്പെട്ടവരെന്നു കരുതുന്നവർ ഒരുദിവസം."

"ഒരുദിവസം കാലുവാരുമ്പോൾ അല്ലേ? ഞാൻ വിഷമിച്ചല്ലോ ഡാനി ഇതുപോലുള്ള അനുഭവമുണ്ടായിട്ട്."

ഡാനിയേൽ താഴേക്ക് നോക്കിയിരുന്നു.

"ഞാൻ എന്താണു പറയേണ്ടത്. ശരീരത്തിലാകെ തളർച്ച ബാധിക്കുകയാണ്. മനസിനും പ്രസ്ഥാനത്തിനുമെല്ലാം കുറെ രോഗങ്ങളും."

"തൊഴിലാളിയുടെയോ മുതലാളിയുടെയോ?"

"രണ്ടും. ചേട്ടൻ അക്കാര്യത്തിൽ ഭാഗ്യവാൻ. ഇത്രയും പ്രായം കൂടിയിട്ടും."

"മനഃസ്താപപ്പെട്ടിരുന്നെങ്കിൽ അകാലത്തിൽ മരിക്കാൻ തക്ക കാരണങ്ങളുണ്ടായിരുന്നു."

ഡാനിയേൽ വീണ്ടും പുറത്തേക്കു നോക്കി. പതിയെ പറഞ്ഞു തന്നോടെന്ന വണ്ണം.

"ആത്മാവ് നഷ്ടപ്പെടുന്നു. തിരക്കുപിടിച്ച ജീവിത്തിനൊടുവിൽ കണക്കു നോക്കുമ്പോൾ ഭയപ്പെടുത്തുന്ന അർഥമില്ലായ്മ.

എല്ലാം ഒതുക്കി രാഷ്ട്രീയം മതിയാക്കി പറിച്ചെറിഞ്ഞു പോകുമെന്നു കരുതും. നടക്കില്ല. ഞാനൊന്നയഞ്ഞാൽ പാർട്ടിയെ ആർത്തിപിടിച്ചു കടിച്ചുവലിച്ചു നാലാക്കാൻ കാത്തിരിക്കുന്നവരുണ്ട്."

"ഞാൻ എഴുന്നേൽക്കുകയാണ് ചേട്ടാ.. ഇനിയൊന്നും വിട്ടെറിഞ്ഞു പോകാനാവില്ല അറിയാം. അധികാരത്തിന്റെ ദൂഷ്യങ്ങളിലൊന്നാണ്. അനുഭവിച്ചേ മതിയാവൂ അനുഭവിച്ചു തീരണം."

"നാളെ തിരുവനന്തപുരത്തേക്കുപോകും മുമ്പ് ഇതുവഴി വരട്ടെ. പരസ്യമായി ചീത്തവിളിക്കുമോയെന്ന പേടികൊണ്ടാണ് മുൻകൂട്ടി അനുവാദം ചോദിക്കുന്നത്."

"പത്രക്കാരുണ്ടാകും കൂടെ. ഞാനൊന്നു സമ്മതം മൂളിയാൽ പിറ്റേന്ന് ഒരുത്സവം പത്രങ്ങളിൽ കാണാം. നിമിഷംകൊണ്ട് നീ രാഷ്ട്രീയക്കാരനായി തിരിച്ചെത്തുന്നു. വേണ്ട.. പോകൂ."

ഡാനിയേൽജോസഫ് ചിരിച്ചു. കൈയുയർത്തി.

കടൽപ്പുറത്തൂടെ തലകുനിച്ചു നീങ്ങുന്ന മെലിഞ്ഞുനീണ്ട രൂപത്തെ നോക്കി നീലകണ്ഠൻ നിന്നു. ജൂബ്ബ കാറ്റിൽ പറക്കുന്നു. കറുത്ത ഒരു വൃക്ഷം ആടിയുലഞ്ഞുപോകുന്നു. അതിന്റെ ചുണ്ടിലൊരു ബീഡി കത്തിച്ചു. ദൂരെ ആ വെളിച്ചം കടലിലെ മീൻപിടുത്തക്കാരുടെ ചിമ്മിനിവെട്ടത്തിലൊന്നായി മാറി.

ഉണ്ണിരാമന്റെ കാലുമാറ്റവും തിരോധാനവും

റവല്യൂഷണറി പാർട്ടിയുടെ ട്രേഡ് യൂണിയനായ ഡി ടി യു സി യുടെ നേതൃത്വത്തിലുള്ള റെയർ എർത്ത് കമ്പനി ഓഫീസേഴ്സ് അസോസിയേഷനിൽ അംഗമായിരുന്ന ഉണ്ണിരാമൻ ഒരു സുപ്രഭാതത്തിൽ എതിർയൂണിയനായ ഐ ടി യു സിയിലേക്കു കാലുമാറി. നേതാവ് കമലേശ്വരന്റെ മരണത്തോടെ കുത്തഴിഞ്ഞു കിടക്കുകയായിരുന്നു ഐ ടി യു സി.

ഡി ടി യു സിയുടെ ട്രേഡ് യൂണിയൻ മേധാവിത്വത്തിൽ താൽപ്പര്യമില്ലാത്തവർക്കു പോകാൻ മറ്റൊരു ശക്തമായ സംഘടനയില്ലാതിരുന്ന അവസ്ഥയായിരുന്നു. തൊഴിലാളി സംഘടനകളുടെ പ്രതിനിധികളായി മാനേജ്മെന്റ് മീറ്റിങ്ങിൽ പങ്കെടുക്കാൻവേണ്ടി മാത്രം ചിലരുണ്ടാക്കിയതാണ് മറ്റു പല യൂണിയനുകളും.

ഉണ്ണിരാമനോടൊപ്പം ഓഫീസർമാരാരും പോയില്ല. ഐ ടി യു സിക്കാകട്ടെ ഓഫീസർമാർക്കും തൊഴിലാളികൾക്കും പ്രത്യേകം പ്രത്യേകം യൂണിയനുണ്ടായിരുന്നില്ല. അതുകൊണ്ട് ഉണ്ണിരാമന്റെ നേതൃത്വത്തിൽ നാട്ടുകാരായ കുറെ തൊഴിലാളികൾ ഡി ടി യു സിയിൽ നിന്ന് ഐ ടി യു സിയിലേക്ക് പോയി.

ഐ ടി യു സി ഓഫീസിന് പുതിയ ഉണർവ് വന്നു. കമ്പനി മാനേജ്മെന്റിന്റെ ഗൂഢനീക്കങ്ങളിലൊന്നായി ഡി ടി യു സി കാലുമാറ്റത്തെ വ്യാഖ്യാനിച്ചു. കാലുമാറ്റക്കാരായ ഉണ്ണിരാമനെതിരെയും കമ്പനി മാനേജ്മെന്റിനെതിരെയും മുദ്രാവാക്യം മുഴക്കി ഡി ടി യു സി പ്രകടനം നടത്തി.

ഉണ്ണിരാമനെതിരെ പലതരത്തിൽ ഭീഷണിയുണ്ടായി. ഭവ്യതനടിച്ചിരുന്ന പലരും മുള്ളുവച്ചു വർത്തമാനങ്ങൾ പറഞ്ഞുതുടങ്ങി. ആദ്യമെല്ലാം അയാൾ കേട്ടില്ലെന്നു നടിച്ചു. പിന്നെ നിലമറന്ന് കവലയിൽ നിന്നുപോലും

തിരിച്ചുടക്കി. ഉണ്ണിരാമന് വാശിയായി. എങ്കിലൊന്ന് പൊരുതിയിട്ടുതന്നെ കാര്യമെന്നുറച്ചു. വിട്ടുകൊടുക്കുന്ന പ്രശ്നമില്ല.

ഉണ്ണിരാമൻ കൂടുതൽ ഊർജസ്വലനായി. പകൽ ആർ ഇ സി യിലെ ഓഫീസറും രാത്രിയിൽ യൂണിയൻ പ്രവർത്തകനുമായി സജീവമായി. ഡി ടി യു സിയുടെ കുത്തക പൊളിക്കണമെന്ന കാര്യത്തിൽ കുറുപ്പു സാറിന് വാശിയുണ്ടായിരുന്നു. ഡാനിയേൽ സാർ മന്ത്രിയൊക്കെയായ സാഹചര്യത്തിൽ നേരിട്ട് ബലം പിടിച്ചാൽ സംഗതി അവതാളത്തിലാകുമെന്നറിയാം. അങ്ങനെയാണ് ഉണ്ണിരാമനെ മുന്നിൽ നിർത്തി കളിക്കാൻ തീരുമാനിച്ചത്. കുറുപ്പുസാർ പറഞ്ഞാൽ ഉണ്ണിരാമന് പിന്നെ അപ്പീലില്ല. ഉണ്ണിരാമന്റെ ഒപ്പംവരാൻ കുറെ തൊഴിലാളികളുണ്ടാവുമെന്ന് കുറുപ്പിന് ഉറപ്പായിരുന്നു.

സംഗതി കുറുപ്പു സാർ വിചാരിച്ച മട്ടിൽ നീങ്ങി. ഡി ടി യു സിക്കെതിരെ തിരഞ്ഞുനിൽക്കാൻ ആളായി.

ജോലിയും യൂണിയൻ പ്രവർത്തനവും കഴിഞ്ഞ് ഏറെ വൈകിയാണ് ഉണ്ണിരാമൻ ഇപ്പോൾ വീട്ടിലെത്തുന്നത്. ഉണ്ണിരാമനെ ഡി ടി യു സിക്കാർ നോട്ടമിട്ടിട്ടുള്ളതുകൊണ്ട് ഐ ടി യു സിക്കാരാണ് വീട്ടിൽ കൊണ്ടുവിടുന്നത്. വീട്ടിലാകട്ടെ പഴയതുപോലെ സ്വൈര്യമില്ല. കൃഷ്ണകുമാരിയും അമ്മ ദയമന്തിയും മിക്കപ്പോഴും പോരാണ്. അമ്മയുടെ നാക്കിനെപ്പറ്റി ഉണ്ണിരാമന് അറിയാം. പഠിപ്പും വിവരമുള്ള കൃഷ്ണകുമാരിയും ആത്മാഭിമാനം പണയം വച്ച് തെല്ലും വിട്ടുകൊടുക്കാൻ തയാറായിരുന്നില്ല. കണ്ണിൽകണ്ടാൽ കീരിയും പാമ്പുമാണ് അമ്മായിയും മരുമകളും.

അന്നൊരു വെള്ളിയാഴ്ച ദിവസമായിരുന്നു. രാത്രി കുറെ വൈകി യൂണിയന്റെ ട്രഷറർ മണിയൻ ഉണ്ണിരാമനെ തിരക്കി വീട്ടിൽ വന്നു.

"സാറില്ലേ?"

"വന്നില്ലല്ലോ" കൃഷ്ണകുമാരി കള്ളം പറഞ്ഞു.

"കവലയിൽ ഇന്ന് കണ്ടില്ല. യൂണിയനാപ്പീസിലും വന്നില്ല. സാധാരണ വീട്ടിൽ വന്നിട്ട് കുളിച്ച് ചോറുമുണ്ട് ആപ്പീസിൽ വരുന്നതാണല്ലോ." അയാൾ കള്ളിന്റെ മണമടിക്കാതിരിക്കാൻ കൈ പൊത്തിക്കൊണ്ടാണ് സംസാരിച്ചത്.

കൃഷ്ണകുമാരി ഒന്നും പറഞ്ഞില്ല.

"മണിയൻ വന്ന് അന്വേഷിച്ചെന്ന് പറഞ്ഞാൽ മതി."

"ഓ" യെന്നു പറഞ്ഞ് കൃഷ്ണകുമാരി വാതിലടച്ചു.

"എന്താ?" അമ്മായി ദമയന്തി വന്ന് ചോദിച്ചു.

"ഉണ്ണിയേട്ടനെ തേടി മണിയൻ" ഈർഷ്യയോടും താൽപ്പര്യമില്ലായ്മയോടും കുമാരി പറഞ്ഞു. പറച്ചിലിന്റെ രീതി അവർക്കു പിടിച്ചില്ല.

"ആപ്പീസറായ അവന്റെ ഇപ്പോഴത്തെ കൂട്ടു കണ്ടോ. പണ്ടവന് ഇതുപോലുള്ള കൂട്ടൊന്നുമില്ലായിരുന്നു. ആപ്പീസു വിട്ടാ വീട്ടിൽ വരും. എന്തെങ്കിലും വായിച്ചോണ്ടിരിക്കും. ഇപ്പോൾ എന്റെ മകൻ ആപ്പീസീന്ന് വന്നിട്ട്

തിരിച്ചു യൂണിയനാപ്പീസിൽ പോയി ഉറങ്ങാനായിട്ടാ തിരിച്ചു കേറിവരുന്നത്. മിണ്ടാട്ടവും പറച്ചിലുംപോലുമില്ല."

കൃഷ്ണകുമാരി ഒന്നും മിണ്ടിയില്ല.

"ഒരുത്തി ഇവിടെ വന്നു കേറിയതിന്റെ അന്നുതുടങ്ങിയതാ അവനൊരു ഏനക്കേട്. അന്നേ പറഞ്ഞതാ കല്യാണമൊക്കെ നോക്കിയും കണ്ടും വേണമെന്ന്."

കൃഷ്ണകുമാരിക്ക് ഇത്തവണ ദേഷ്യം വന്നു.

"അമ്മേ നിങ്ങളോട് പറഞ്ഞിട്ടില്ലേ. ഇതുപോലെയുള്ള വൃത്തികെട്ട വർത്തമാനം പറയരുതെന്ന്."

"പറഞ്ഞാ എന്തുവാടീ. സത്യമല്ലിയോ. കരയോഗത്തിന്റെ മുന്നിൽ നിന്ന് കുഴഞ്ഞ് കാണിച്ച് എന്റെ മോന്റെ കരളുരുക്കു നശിപ്പിക്കുവല്ലാരുന്നോ നീ."

"എനിക്കതിന്റെ ആവശ്യമില്ല. നിങ്ങടെ മകനോട് ചോദിച്ചാ മതി."

"പിന്നെ നീ വലിയ രംഭയല്ലേ."

"കഷ്ടം എന്തൊരു സ്ത്രീ" കൃഷ്ണകുമാരി പിറുപിറുത്തുകൊണ്ട് അകത്തേക്ക് കയറിപ്പോയി.

പലപ്പോഴും ഇവരുടെ ഈ സംഭവം കൃഷ്ണകുമാരി ഉണ്ണിരാമനോട് പറഞ്ഞിട്ടുള്ളതാണ്. ആദ്യമൊന്നും അയാൾ പ്രതികരിച്ചില്ല. വള്ളം വരുമ്പോൾ കൈയിട്ടുവാരുന്ന പെണ്ണുങ്ങളുടെ വൃത്തികെട്ട സ്വഭാവമാണ് നിങ്ങടമ്മയ്ക്ക്.

അന്ന് മുട്ടനൊരു ഉടക്കു കഴിഞ്ഞിരിക്കുമ്പോഴാണ് അയാൾ വന്നത്. തള്ളയെക്കുറിച്ച് ഇങ്ങനെ പറഞ്ഞപ്പോൾ അയാൾക്കു നൊന്തു.

"മതി നീ ചെവി കൊടുക്കണ്ട. പക്ഷേ, തറുതല പറയരുത്. അവര് മീൻ ചൊമന്നും കയ്യിട്ടുവാരിയും എന്നെ വളർത്തിയതുകൊണ്ടാ ഞാനീ നെലയിലെത്തിയത്. അതുകൊണ്ടാ ഞാൻ വിളിച്ചപ്പം വരാനും കെട്ടിച്ചുതരാനും നിങ്ങള് തുറഅരയന്മാരുടെ രാജവംശക്കാർക്ക് തോന്നിയത്."

"ഞാൻ പിന്നെ ആരോടാ ഇതൊക്കെ പറയുന്നത്."

അവൾ കരയാൻ തുടങ്ങി.

"വെറുതെ കരയണ്ട. അല്ലെങ്കിൽത്തന്നെ എനിക്ക് നൂറുപ്രശ്നങ്ങൾ കൊണ്ടുള്ള തലവേദനയാണ്."

"എന്നെ ബി എഡിന് വിടുമോ? ഞാൻ പറഞ്ഞില്ലേ എനിക്കിവിടെ പകൽ നിൽക്കാൻ വയ്യ."

"പറ്റത്തില്ല ഇവിടെ നിന്നു തന്നെ ശീലിക്കണം. അല്ലാതെവിടെ പോകാനാ? ബി എഡിന് പഠിച്ച് നീയിപ്പോ ഉദ്യോഗത്തിന് പോകണ്ട. അങ്ങനുള്ള പെണ്ണിനെയല്ല എനിക്കു വേണ്ടത്."

കൃഷ്ണകുമാരി കരയാൻ തുടങ്ങി.

"ഓരോ തവണയും കുത്തുവാക്കും വൃത്തികെട്ട സംഭാഷണങ്ങളും. ഞങ്ങളുടെ സംസ്കാരത്തിൽ കേട്ടിട്ടുകൂടിയില്ലാത്ത, ഒരമ്മയും പറയാത്ത വർത്താനങ്ങളാ ഇവിടുന്ന് കേൾക്കുന്നത്."

"കുറെയൊക്കെ സഹിക്കണം. അവരെ വിട്ടുകളഞ്ഞിട്ട് എനിക്കെ ങ്ങോട്ടും മാറാൻ പറ്റത്തില്ല. നിന്റെ ആഗ്രഹം അതാണെങ്കി."

"പറഞ്ഞുപോവുകയാണ് വെറുതേയല്ല. ആ തള്ളയുടെ മനസിന്റെ ദുഷ്ടുകൊണ്ടാ രണ്ടുപെൺമക്കളും ഇനിയും പെറാതിരിക്കുന്നത്."

"കുമാരി വായടയ്ക്കെടീ."

അയാൾ അവളുടെ മോന്തയ്ക്കൊരു തേപ്പുവച്ചു കൊടുത്തു.

കുമാരി വാ പൊത്തിയിരുന്നു കരഞ്ഞു. പിന്നെ കണ്ണുതുടച്ചുകൊണ്ട് പറഞ്ഞു:

"നിങ്ങള് നോക്കിക്കോ എനിക്കിതൊന്നും താങ്ങാനുള്ള ശേഷിയി ല്ല. ഞാനെത്രമാത്രം വേദനിക്കുന്നുണ്ടെന്ന് നിങ്ങളറിയും. അന്ന് ഞാനി വിടെ തൂങ്ങി നിൽക്കുന്നുണ്ടാവും."

യൂണിയന്റെ വരവു ചെലവ് പുസ്തകം എടുത്തു നോക്കുകയായി രുന്ന ഉണ്ണിരാമൻ ഇതുകേട്ട് ഫയൽ വലിച്ചെറിഞ്ഞു.

"അമ്മോ" അയാൾ ഉറക്കെവിളിച്ചു.

"എന്താടാ" വിളിച്ച മാത്രയിൽ ദമയന്തി ഓടി വന്നു.

"നിങ്ങള് രണ്ടുംകൂടി എനിക്ക് സ്വസ്ഥത തരത്തില്ലേ? കല്യാണം കഴിഞ്ഞ് ഒരുകൊല്ലമാകുന്നു. ഇതിനിടയിൽ ഒരുദിവസമെങ്കിലും നിങ്ങള് വഴക്കുകൂടാത്തതുണ്ടോ?"

"കല്യാണം കഴിക്കുന്നതുവരെ നിനക്കിവിടെ എന്തോ കുഴപ്പമുണ്ടാ യിരുന്നെടാ. അതുകഴിഞ്ഞായാലും ഞാൻ വല്ല പരാതിയും പറഞ്ഞി ട്ടുണ്ടോ? ഇപ്പോ നിനക്ക് അച്ഛനേം അമ്മേം പിടിക്കുന്നില്ല അല്ലേ."

ങ്ങള് കേട്ടാ ഇത്.

ദയമന്തി ഭർത്താവിനെ വിളിച്ചു ഭഗീരഥൻ ഒന്നുമറിയാത്തപോലിരു ന്നു.

ഉണ്ണിരാമൻ ദേഷ്യം വന്ന് ഉടുപ്പും എടുത്തിട്ട് പുറത്തേക്കുപോയി.

രാത്രി മണി പന്ത്രണ്ടായിട്ടും അവൻ തിരിച്ചുവന്നില്ല. യൂണിയനാ പ്പീസിൽ കിടക്കുകയായിരിക്കുമെന്നാണ് കരുതിയത്. എന്നിട്ടും ഭഗീര ഥൻ അന്വേഷിച്ചു പോയി. ആരും അയാളെ കണ്ടവരുണ്ടായില്ല. ദമയന്തി ആകെ കരച്ചിലും പിഴിച്ചിലുമായി. ഇടയ്ക്ക് എന്തൊക്കെയോ പറഞ്ഞ് കൃഷ്ണകുമാരിയെ കുറ്റപ്പെടുത്താൻ തുടങ്ങി. അവൾ മുറിയിൽ പോയി വാതിലടച്ചു. ചാകണോയെന്നുവരെ തോന്നി. കരഞ്ഞുകരഞ്ഞ് നേരം വെളുപ്പിച്ചു. രാവിലെ ഉണ്ണിരാമൻ തിരിച്ചെത്തുമെന്നായിരുന്നു പ്രതീക്ഷ. ചിലപ്പോൾ കമ്പനി ക്വാർട്ടേഴ്സിൽ ഏതെങ്കിലും കൂട്ടുകാരുടെ വീട്ടിൽ കിടന്നിട്ടുണ്ടാവും.

പിറ്റേന്നായപ്പോൾ സംഗതി ഗുരുതരമായി. ഉണ്ണിരാമനെ കാണാനി ല്ലെന്ന വാർത്ത ഗൗരവമായി. ഐ ടി യു സിക്കാരു രണ്ടുദിവസം കൂടി കാത്തിരുന്നു. എന്നിട്ടും ഉണ്ണിരാമൻ എത്തിയില്ല. അതോടെ അവർ പ്രശ്നം ഏറ്റെടുത്തു.

ഉണ്ണിരാമന്റെ തിരോധാനത്തിനു പിന്നിൽ ആർ പി എസും അവരുടെ ട്രേഡ് യൂണിയനുമാണെന്ന് ആരോപണമുയർന്നു. പാർട്ടിയുടെയും മന്ത്രി ഡാനിയേൽ ജോസഫിന്റെയും കറുത്ത കൈകളാണിതിനു പിന്നിലെന്ന് ആരോപിച്ച് വ്യാപകമായ പ്രതിഷേധമുയർന്നു. പോസ്റ്ററുകൾ, പ്രതിഷേധയോഗങ്ങൾ. കൊല്ലത്തെയും പരിസരത്തെയും രാഷ്ട്രീയരംഗം സജീവമായി. ഉണ്ണിരാമന്റെ കൊലപാതകത്തെക്കുറിച്ച് അന്വേഷിക്കണമെന്നായി ആവശ്യം. അയാളെ വെട്ടിനുറുക്കി നടുക്കടലിൽ കൊണ്ടുപോയി മീനുകൾക്കെറിഞ്ഞു കൊടുത്തതാണെന്നായിരുന്നു ആരോപണം. ഡി ടി യു സിയിൽനിന്ന് കാലുമാറി യൂണിയന്റെ അടിത്തറയിളക്കിയതിന്റെ തിരിച്ചടിയാണത്രെ കൊലപാതകം.

ഉണ്ണിരാമന്റെ ചിത്രത്തിൽ ഐ ടി യുസിക്കാർ അമ്മ ദമയന്തിയെക്കൊണ്ട് മാലയിടുവിച്ചു. അവരെയും ചിത്രവുമായി തുറന്ന വാഹനത്തിൽ കൊല്ലം ചുറ്റി വിലാപയാത്ര നടത്തി. സംഗതി നിയമസഭയിലെത്തി. സഭാരംഗം പ്രക്ഷുബ്ധമായി. പൊലീസായി. കേസായി. അന്വേഷണമായി. ഐ ടി യു സിയുടെ ട്രഷറർ മണിയനായിരുന്നു ആദ്യം പൊലീസ് കസ്റ്റഡിയിലായി മർദനമേറ്റത്. കാണാതായ അന്നു രാത്രി ഉണ്ണിരാമനെ വീട്ടിൽ തിരക്കിച്ചെന്നതാണ് കാരണം. പിന്നെ ഡി ടി യു സിയുടെ നേതാക്കളിൽ പലരും പ്രവർത്തകർക്കൊപ്പം അകത്തായി ഇടികൊണ്ടു. മന്ത്രി ഡാനിയേൽ ജോസഫിനെയും പൊലീസ് ചോദ്യം ചെയ്തു. എന്നിട്ടും അന്വേഷണം എങ്ങുമെത്തിയില്ല.

ഡാനിയേൽ മന്ത്രി സ്ഥാനം രാജിവയ്ക്കണമെന്ന ആവശ്യം ശക്തമായി. ആരോപണം നിഷേധിക്കുകയല്ലാതെ വേറെ എന്തുചെയ്യണമെന്ന് അയാൾക്ക് ഒരെത്തുംപിടിയും കിട്ടിയില്ല. മന്ത്രിസഭായോഗത്തിനുശേഷം മുഖ്യമന്ത്രി തന്റെ ചേംബറിലേക്ക് ഡാനിയേലിനെ വിളിപ്പിച്ചു.

"ഡാനി, താനാണോ ഈ ചെയ്തത്. ആണെങ്കിൽ എന്നോടെങ്കിലും പറ. പത്രങ്ങളെല്ലാം താനാന്നാ പറയുന്നത്."

"അതുകൊണ്ടുതന്നെ ഞാനല്ല സഖാവേ. ആയിരുന്നെങ്കിൽ ഒരുപത്രത്തിലും ഒന്നുംവരത്തില്ലായിരുന്നു."

ഡാനിയേൽ ക്ഷോഭിച്ച് ഇറങ്ങിപ്പോന്നു.

ഉണ്ണിരാമനെ കാണാതായി ഒരാഴ്ച കഴിഞ്ഞപ്പോൾ കൃഷ്ണകുമാരി പെട്ടിയും പ്രമാണവുമെടുത്ത് അവളുടെ വീട്ടിലേക്കു മടങ്ങിപ്പോയി. ഭർത്താവിനെക്കുറിച്ചുള്ള ഓർമകളുമായി വീട്ടിൽത്തന്നെ തങ്ങി. ഒരു മാസം കഴിഞ്ഞപ്പോൾ അവളുടെ പ്രതീക്ഷ മങ്ങി. ഇനി നോക്കിയിരുന്നിട്ട് അർഥമില്ലെന്നുറപ്പിച്ചു. ഇനി ഒരിക്കലും അയാൾ മടങ്ങിവരില്ലെന്നു തന്നെ മനസു പറഞ്ഞു. ഉണ്ണിരാമനെ കാണാതാകുമ്പോൾ കുമാരി ഒരു മാസം ഗർഭിണിയായിരുന്നു.

ഇതറിഞ്ഞതേ ദമയന്തിയും ഭഗീരഥനും എല്ലാം മറന്ന് ഓടിവന്നു. ദയമന്തി കരച്ചിൽ തുടങ്ങി.

"എന്റെ മോനെ എല്ലാരുംകൂടി കൊന്ന് കടലീത്തള്ളിയേ.. ഞങ്ങൾ

ക്കിനി വയസാം കാലത്ത് ആരുണ്ട് എന്റെ ചെങ്ങന്നൂര് ശിവനേ... ഇനി ഏക സമാധാനം അവന്റെയൊരു കൊച്ചിനെ വളർത്തിയെടുക്കാമെന്നാണേ.."

കൃഷ്ണകുമാരിക്ക് ദേഷ്യം വന്നു.

"കൊച്ചോ? എതു കൊച്ച്?"

"എന്തുവാടീ മോളേ ഇത്?"

ദമയന്തി അത്ഭുതപ്പെട്ടു. "എന്തുവാ നീയീ പറയുന്നേ. അപ്പം നീ ഗർഭിണിയല്ലയോ? അയ്യോ."

അവർ വീണ്ടും അലമുറയിടാൻ തുടങ്ങി.

"തന്നാ രണ്ടുമാസം." കൃഷ്ണകുമാരി പറഞ്ഞു.

"എന്റെ മോളെ അമ്മച്ചി എന്തെങ്കിലും പറയുകയോ ചെയ്യുകയോ ചെയ്തിട്ടുണ്ടെങ്കി എന്റെ മോളങ്ങ് ക്ഷമിച്ചേക്കണം. അവന്റെ കൊച്ചിനെയൊന്ന് കണ്ടിട്ട് ചാകണമെന്നേ ഞങ്ങൾക്കുള്ളൂ."

"എനിക്കങ്ങെനില്ല." കൃഷ്ണകുമാരിയുടെ ശബ്ദം കടുത്തു.

"എന്തുവാടീ മോളേ." ഭഗീരഥൻ ഇടപെട്ടു.

"എനിക്കീ കുഞ്ഞിനെ വേണ്ട. അത്രതന്നെ. അതുകണ്ട് തള്ളസുഖിക്കണ്ട. അത്രമാത്രം നിങ്ങളെന്നെ ദ്രോഹിച്ചിട്ടൊണ്ട്."

"എന്റെ മോളെ" ഭഗീരഥൻ പറഞ്ഞു. "നെനക്കറിയാമല്ലോ എന്റെ മൂന്നു മക്കളിൽ രണ്ടു പെണ്ണുങ്ങളും പെറ്റിട്ടില്ല. അവനേയുള്ളൂ. ഞാടെ വംശം മുടിഞ്ഞുപോകും."

"എടീ വല്ലാതെ വിളയരുത്. നീ... എന്റെ മകന്റെ കുഞ്ഞാ നിന്റെ വയറ്റിൽ" ദമയന്തിക്ക് ദേഷ്യംവന്നു.

"അതിന് ഞാൻ പെറ്റിട്ടല്ലേ. ഞാൻ പെറുന്നില്ലെങ്കിലോ. എനിക്കു വേണ്ട ഇതിനെ."

"ഞാടെ വംശം.." ഭഗീരഥന്റെ കണ്ണു നിറഞ്ഞു.

"നിങ്ങടെ വംശം നിലനിർത്താമെന്ന് ഞാനാരോടും നേർന്നിട്ടില്ല. അങ്ങേര് തിരിച്ച് വരുമെന്ന് ഉറപ്പില്ലാതെ എനിക്കീ ഗർഭവും താങ്ങിപ്പിടിച്ച് കൊച്ചിനെയും നോക്കി ജീവിതം കളയാൻ പറ്റത്തില്ല തന്നെ."

"നീ മുറ തെറ്റിക്കല്ലേ മോളേ."

ഭാഗീരഥൻ പറഞ്ഞു.

"എന്തോ മുറ?"

"ങാ്ങാ നീ വലിയ വാശിക്കാരിയാണല്ലോ. ഈ നാട്ടിലും തുറയിലുമൊക്കെ നിയമമുണ്ടോയെന്ന് ഞാനൊന്ന് നോക്കട്ടെ" ദയമന്തി തുള്ളി.

"തുറയിലെ നിയമങ്ങള് പണ്ട്. ഇപ്പമുണ്ടെങ്കീ ഞാടെ കുടുംബം വിധിക്കും." മോളുടെ നയം വ്യക്തമായ സാഹചര്യത്തിൽ തുറ മൂപ്പന്മാരുടെ കുടുംബ പാരമ്പര്യമുയർത്തി രാഘവൻ ഇടപെട്ടു. "നിങ്ങള് ഇറങ്ങിപ്പോ ചലമ്പാതെ."

"രാഘവാ" ഭാഗീരഥൻ ദയനീയമായി വിളിച്ചു. അയാൾ ശ്രദ്ധിച്ചതേയില്ല.

“ഞാടെ മോന്റെ കുഞ്ഞാ. ഞങ്ങക്കും അവകാശമുണ്ട്. ഈ ഗർഭത്തീ. അത് തെളിയിക്കാവോന്ന് നോക്കട്ട്. വാ മൂപ്പിലേ.” ദമയന്തി കലി തുള്ളി പുറത്തേക്കിറങ്ങി.

“മകളേ നീ കടുംകൈ ചെയ്യല്ലേ” ഭാഗീരഥൻ പറഞ്ഞു.

“അച്ഛൻ പോ. എനിക്കാലോചിക്കണം.”

കുമാരി ഒന്നടങ്ങി.

“ഒന്നും ചെയ്യല്ലേടീ പൊന്നേ ഞാക്കു വേറെ ആരുമില്ല രാഘവാ.” ഭാഗീരഥൻ പുറത്തേക്കിറങ്ങി.

ഭൂമി ചുരുങ്ങും നിങ്ങളെയുംകൊണ്ട്

തിരയിൽ കരിമണൽ പതഞ്ഞു. കറുത്ത തിര കരയിലേക്ക് കൂപ്പുകുത്തി. ആർത്തിപിടിച്ച് കരയിൽ കാത്തുനിൽക്കുന്ന യന്ത്രം തിരയിലേക്കിറങ്ങി. നനഞ്ഞ കരിമണൽ തോണ്ടിയെടുത്ത് കരയിലേക്കിട്ടുകൊണ്ടിരുന്നു.

"നിന്നെയിപ്പോ കാണാനില്ലല്ലോടാ കൂവേ."

ഡിസൂസ ചിരിച്ചുകൊണ്ട് കയറി കസേരയിലിരുന്നു. നീലകണ്ഠൻ ചേട്ടൻ പുസ്തകങ്ങളുമായി ഇരിക്കുകയായിരുന്നു.

"തർജമ ചെയ്യുവായിരിക്കും."

"ഓ നീങ്ങുന്നില്ലെന്നേ."

ഡിക്ഷ്ണറി അടച്ചുവച്ച് പുസ്തകങ്ങളും കടലാസുകെട്ടുകളും അടുക്കിവച്ചു.

"നീ എവിടാരുന്നു?"

"കുറെ ആളുകളെ കാണാനുണ്ടായിരുന്നു. പലതും പഠിക്കാനും."

"എന്താണ് കഥ?"

"നാളെ രാത്രി പരിസ്ഥിതിജാലജാഥ നടക്കും."

"എന്നുവച്ചാൽ."

"ചെറിയഴീക്കൽ മുതൽ നീണ്ടകര വരെ കരിമണലിന്റെ തിരയിലൂടെ അമ്പതു വള്ളങ്ങൾ പന്തം കത്തിച്ചു തീരമടുപ്പിച്ച് തുഴഞ്ഞു നീന്തും. അതിൽ ഉച്ചഭാഷിണി, വ്യാപകബോധവൽക്കരണം, പ്രചരണം."

"നീ നന്നായിട്ടു സംസാരിക്കുന്നുണ്ടല്ലോടാ."

"ഞാൻ ശക്തനായി തിരിച്ചെത്തിയിരിക്കുന്നു. ഇനി വെറുതേയിരിക്കാൻ ഉദ്ദേശിക്കുന്നില്ല."

"എന്താണു വിഷയം?"

"അനധികൃതഖനനം കമ്പനി നിർത്തണം. മണ്ണെടുക്കുന്നത് തീരത്തെ ബാധിച്ചുകൊണ്ടാവരുതെന്ന് ഉറപ്പു വരുത്തണം. ആർ ഇ സിയുടെ പ്ലാനും പദ്ധതിയുമൊക്കെ സുതാര്യമാക്കുക. കരിമണലിൽനിന്നുള്ള റേഡിയേഷനെക്കുറിച്ചു സർക്കാർ നടത്തിയിട്ടുള്ള പഠനങ്ങളുടെ ഫലം ജനങ്ങൾക്കുവേണ്ടി പ്രസിദ്ധപ്പെടുത്തുക."

"ഇതൊന്നും അവർ ചെയ്തില്ലെങ്കിൽ...."

"...... നോക്ക് ഈ ഭൂമി കേറിക്കേറി വരികയാണ്. കായലിനും കടലിനുമിടയ്ക്കുള്ള ഭൂമി ചെറുതാകുന്നു. അതിതീവ്രഖനനത്തിന്റെ ദോഷഫലം. ഒരിടത്തുനിന്നും കോരിമാറ്റുമ്പോൾ മണൽ സമീപപ്രദേത്തുനിന്ന് ഇല്ലാതായ ഭാഗത്തേക്ക് എത്തുന്നു. കടലിന്റെ വിചിത്രമായ ഒരുപാടു പ്രതിഭാസങ്ങളിൽ ഒന്ന്. അതുകൊണ്ട് നിർദിഷ്ട ഖനനഭാഗങ്ങളിൽ ആർ ഇ സി മണ്ണു കോരിക്കൊണ്ടിരുന്നാൽ മതി. സമീപപ്രദേശത്തെ മണ്ണ് ആർ ഇ സിയുടെ കീശയിലേക്ക് വന്നുചേരും.

സമീപഭാഗങ്ങളിൽ അപ്പോൾ കടലാക്രമണം രൂക്ഷമാകും. മെല്ലെ ഭൂമി അലിഞ്ഞുതുടങ്ങും. ഭൗമപഠനകേന്ദ്രത്തിന്റെ കൈവശം രേഖയുണ്ട്.കേരളത്തിൽ ഏറ്റവുമധികം കടലാക്രമണം നേരിടുന്നത് ഇവിടെ ആപ്പാടം പഞ്ചായത്തിലാണ്. അധികനാൾ കഴിയുംമുമ്പ് ഈ പഞ്ചായത്ത് വെള്ളം വിഴുങ്ങിപ്പോകും. പ്രതിരോധമില്ല. കടൽഭിത്തി ഏശില്ല. അറിഞ്ഞില്ലേ. ഇത്തവണ ഞാൻ വരുമ്പോൾ എന്റെ കുടിലു നിന്നിടം ശൂന്യം. കഴിഞ്ഞ ആക്രമണത്തിനു കടലെടുത്തതാണ്."

"നിനക്കിതൊക്കെ ആരു പറഞ്ഞുതന്നു? ആർ ഇ സിയുടെ മാനേജർമാരോട് ചോദിക്ക്. നീയിപ്പറഞ്ഞതെല്ലാം തെറ്റാണെന്നതിന് അവരുടെ കൈവശം രേഖകളുണ്ട്. അതു ചൂണ്ടി തെളിയിക്കും."

"പറഞ്ഞു പറ്റിക്കാൻ ആർക്കും കഴിയും. വളവുള്ള നാക്കും തലച്ചോറും മതി. എങ്കിലും സത്യം അതല്ലാതാകുന്നില്ലല്ലോ."

"നീയിപ്പോ അതിന് എന്തോ ചെയ്യാൻ പോകുവാ?"

"വേണ്ട. ചെയ്തുകാണിക്കാം. പറഞ്ഞാൽ എന്തെങ്കിലും പറഞ്ഞ് എന്നെ തണുപ്പിച്ചുകളയും. തണുപ്പിച്ചുകിടത്തിയിരുന്ന ലെനിന്റെ ബോഡിയാണിപ്പോൾ ചേട്ടൻ."

അയാൾ പൊട്ടിച്ചിരിച്ചു.

"പോട്ടെ വരാം." അവൻ എഴുന്നേറ്റു.

തുണിസഞ്ചിയിൽനിന്നൊരു പൊതിക്കെട്ട് എടുത്തു മേശപ്പുറത്തു വച്ചു.

"എന്തുവാ ഇത്."

"പണ്ട് പറഞ്ഞതാ. ടെസ്റ്റു ട്യൂബുകളും കെമിക്കൽസും."

"കാലമെത്രയായെടാ?"

"കട കണ്ടുപിടിക്കാൻ ബുദ്ധിമുട്ടി."

ഡിസൂസ കണ്ണിറുക്കി.

"സത്യത്തിൽ കമ്പംതോന്നിയിട്ടു പറഞ്ഞതുതന്നെയാണോ?" അവൻ ചോദിച്ചു.

"ഒരു രസം. എന്നാലും നീയിത്ര മാറിയതിലാ അത്ഭുതം."

"മാറിയിട്ടൊന്നുമില്ല. ചിലതൊക്കെ മനസിലാക്കിയപ്പോ എന്തെങ്കിലും ചെയ്യണമെന്നു തോന്നി."

"നിന്റടുത്ത് ഞാൻ പറഞ്ഞില്ലേ എല്ലാം നീ സ്വയം അറിഞ്ഞുകൊള്ളുമെന്ന്."

"സിദ്ധി. സിദ്ധി."

ഡിസൂസ ഉറക്കെച്ചിരിച്ചു.

അവൻ ചിരിച്ചുകൊണ്ടുതന്നെ നടന്നുപോയി.

കടലിലേക്കു നോക്കുമ്പോൾ ഡിസൂസയ്ക്ക് പേടി തോന്നുന്നു. വെറുതെ കിടക്കുകയല്ല കടൽ. തടുത്തു നിർത്തിയില്ലെങ്കിൽ തിരകൾക്കു ലക്കില്ല. തടുക്കുന്നത് മണൽ. മണലില്ലാതാകുമ്പോൾ കടലിന് എതിരില്ല.

പിന്നിലേക്കു തിരിഞ്ഞുനോക്കി. ദൂരെ നീലൻചേട്ടന്റെ വീടു കാണാം. പഞ്ചായത്തിലെ ഏറ്റവും ഇടുങ്ങിയ കരയിലാണ് വീടു നിൽക്കുന്നത്. കടലിനും കായങ്കുളം കായലിനുമിടയിൽ നൂറുമീറ്ററിൽ താഴെയേ ഇനി കരയുള്ളൂ. ചേട്ടൻ ഈ വീട്ടിലേക്കു താമസം മാറുന്നതിനുമുമ്പ് ഏറ്റവുമധികം ഖനനം ഈ ഭാഗത്തായിരുന്നു. മണ്ണെടുത്ത് ഏറ്റവുമധികം കടലാക്രമണം ഉണ്ടായത് ഇവിടെയാണ്. തീവ്രഖനനം മൂലം ഇരുഭാഗത്തു നിന്നും ഈർപ്പം പൊട്ടുന്നതു കണ്ടാണ് ഖനനം നിലച്ചത്. അപ്പോഴേക്കും കുമ്മായം കെട്ടിയ ഈ ഒറ്റവീടു മാത്രമേ പ്രദേശത്ത് അവശേഷിച്ചുള്ളൂ. ബാക്കിയെല്ലാം കടലെടുത്തു.

ചരക്കുകപ്പലുകളുടെ ക്യാപ്റ്റനായി ഗുജറാത്തിൽ ജോലി നോക്കുന്ന ഒരു കപ്പിത്താന്റേതാണ് വാടകവീട്. ആർ ഇ സി ഭീഷണിയും പണവുംകൊണ്ട് ഓരോരുത്തരെയായി ഒഴിപ്പിച്ചപ്പോൾ കോടതിയിലേക്ക് പോയത് കപ്പിത്താൻ മാത്രമായിരുന്നു. അയാൾക്ക് ഈ കടൽ അത്രയ്ക്ക് ആവേശമായിരുന്നു. കുട്ടിക്കാലത്ത് ഏതോ ബ്രിട്ടീഷുകപ്പലിൽ തൊഴിലാളിയായി നാടുവിട്ടതാണ്. അവിടുന്ന് ഉയർന്ന് കപ്പിത്താനായി.

കൊല്ലത്തിലൊരിക്കൽ കപ്പിത്താൻ നാട്ടിൽ വരും, അത്യാവശ്യം കേസിനു ഹാജരാകേണ്ടപ്പോൾ.

ആർ ഇ സിക്കുവേണ്ടി സർക്കാർ ഖനനമേഖലയായി തെരഞ്ഞെടുത്ത സ്ഥലമായതുകൊണ്ട് കേസ് നിലനിൽക്കില്ലെന്നറിയാം. എങ്കിലും പരമാവധി പൊരുതാനാണ് കപ്പിത്താന്റെ ശ്രമം. സ്റ്റേയുണ്ടെങ്കിലും ആരെങ്കിലും വീടു തകർത്തേക്കുമോയെന്നു ഭയമുണ്ടായിരുന്നു. വിശ്രമജീവിതം നയിക്കാൻ നീലകണ്ഠൻ ചേട്ടനു വിട്ടുകൊടുത്തത് അതുകൊണ്ടാണ്. അതേറ്റു. കപ്പിത്താന്റെ തലവേദന പാതി കുറഞ്ഞു.

പാർട്ടിയിൽനിന്നു പുറത്തുവന്നെങ്കിലും ജനങ്ങൾക്കും തൊഴിലാളികൾക്കും നീലകണ്ഠൻ ചേട്ടനോടുള്ള സ്നേഹത്തിനും ആരാധനയ്ക്കും

കോട്ടമില്ല. ചേട്ടൻ ഒഴിഞ്ഞുപോകണമെന്നു പറയാനുള്ള ധൈര്യം കമ്പനിക്കില്ല. കമ്പനിച്ചെലവിൽ മറ്റൊരു വീട് നൽകാമെന്നു പറഞ്ഞ് ഒരിക്കൽ ആളെ വിട്ടു. ചേട്ടൻ ആട്ടിവിട്ടു. പിന്നീട് കമ്പനി ട്രാക്കു മാറ്റി. വയസ് പത്തൊമ്പത്തഞ്ചു കഴിഞ്ഞു. അയാൾ മരിക്കുന്നതും കാത്തിരിക്കുകയാണ് കമ്പനി.

അതേസമയം അങ്ങേരെ കടലെടുക്കുമോയെന്നു പേടിയുണ്ട്. അങ്ങനെയുണ്ടായാൽ സംഭവിക്കുന്ന പ്രക്ഷോഭത്തിന്റെ ശക്തിയെന്താണെന്ന് അറിയാം അവർക്ക്. ഒരാൾ മരിച്ചുകഴിഞ്ഞാൽ ഏറ്റെടുക്കാനുള്ള മത്സരം, അതിന്റെ മനശ്ശാസ്ത്രം, അതിൽനിന്നുള്ള മുതലെടുപ്പ്. അതൊക്കെ കമ്പനിയെ ആരും പഠിപ്പിക്കേണ്ട കാര്യമില്ല. പ്രത്യേകിച്ചും ഇത്രയും വലിയൊരു മനുഷ്യൻ. ഇന്നും അയാൾക്കുവേണ്ടി മരിക്കാൻ തയാറുള്ളവർ തുറയിലുണ്ട്.

ഇതൊക്കെക്കൊണ്ട് കമ്പനി നൂലുപോലെയായ കരയിൽ കടലടിയിൽനിന്നു വീടിനെ രക്ഷിക്കാൻ കടൽഭിത്തിയുണ്ടാക്കിവച്ചു. പുലിമുട്ടുകളും പാറകളും പരമാവധി അടുക്കി വീടിനെ സംരക്ഷിക്കാൻ ബുദ്ധിമുട്ടുകയാണ്. ജീവിച്ചിരിക്കുന്ന സംരക്ഷിതസ്മാരകമായി ചേട്ടൻ. ഇതൊന്നും ശ്രദ്ധിക്കാതെ തന്റെ കുസൃതികളും കാര്യവും കാര്യക്കേടും നേരമ്പോക്കുകളുമൊക്കെയായി അയാൾ കഴിഞ്ഞുപോരുന്നു.

കരിമണലിൽ കാറ്റടിച്ചു. ഡിസൂസ മണ്ണുതോണ്ടുന്ന യന്ത്രത്തിന്റെ ആർത്തിയിലേക്കു നോക്കി. മനുഷ്യന്റെ ദുരാഗ്രഹം ആ തോണ്ടിവാരലിൽനിന്നു മനസിലാക്കാം. തിരുവനന്തപുരത്തെ ഗവേഷകൻ ശ്രീധരൻ കർത്താവു പറഞ്ഞത് തികട്ടിവരികയാണ്.

“കമ്പനിയുടെ തലപ്പത്തെ രണ്ടുമൂന്നുപേർക്കും അന്താരാഷ്ട്രതലത്തിൽ താൽപ്പര്യമുള്ളവർക്കും ചില കുത്തകകമ്പനികൾക്കും മാത്രമറിയുന്ന ഒരു ലോകരഹസ്യമുണ്ട്. കണക്കുകൂട്ടിയതൊന്നും നമ്മളല്ല. വിദേശികളാണ്. ജർമൻകാരോ ഓസ്ട്രേലിയക്കാരോ അമേരിക്കക്കാരോ ആരോ... ചൂഷണം ചെയ്തെടുത്താൽ ഇന്നത്തെ വിലയ്ക്ക് 64,000 കോടി ഡോളറിന്റെ ധാതുനിക്ഷേപം കൊല്ലത്തെ ലോഹമണൽത്തീരങ്ങളിലുണ്ട്.

കടലിലേക്കിറങ്ങി തിരയിൽ കൈവച്ചു. ഒരുപിടി കറുത്ത മണ്ണുവന്നു കയറി. തീരത്തെ മണൽശോഷണം തടയാൻ കടൽ ബദ്ധപ്പെടുകയാണ്. അതിന് കടലാഴങ്ങളിൽനിന്ന് ഉയർത്തിയെടുക്കുന്ന മണൽ...”

ശ്രീധരൻ കർത്താവ് തുടർന്നു:

“ഈ 64,000 കോടി അമേരിക്കൻ ഡോളറിന്റെ കമ്മീഷനെക്കുറിച്ചാവും ഇതിൽപ്പെടുന്നവരുടെ ചിന്ത. ഉറങ്ങാൻ പറ്റില്ല. ഇവന്റെയൊക്കെ ആർത്തിക്കുള്ള മരുന്ന് ഈ ഉറക്കമില്ലായ്മതന്നെയാണ്.

ഇത്രയും മണൽ നിമിഷംകൊണ്ടു സ്വയമേ പൊങ്ങിവന്നിരുന്നെങ്കിൽ അപ്പാടെ മറിച്ചു വിൽക്കാമായിരുന്നു എന്നതാകും ഇവന്മാരുടെ സർവസാധാരണമായ സ്വപ്നം.

അന്താരാഷ്ട്രകുത്തകകൾക്കും ഈ ആർത്തിയുണ്ട്. ലോകം മാറിക്കൊണ്ടിരിക്കുന്നു. ശക്തന്മാരെ വെല്ലുവിളിച്ചുകൊണ്ട് പുതിയ രാജ്യങ്ങൾ ഉയരുന്നു. വ്യാപാര ഉടമ്പടികൾ മാറുന്നു. അതൊക്കെക്കൊണ്ട് കൂടുതൽ മണ്ണു തുരന്നെടുക്കാനുള്ള മെഷീനുകൾ വികസിപ്പിച്ചെടുത്ത് ഇവന്മാർ ഇങ്ങോട്ടു കൊണ്ടുവരുന്നു. കൂടുതൽ കുത്തിയിളക്കിക്കൊണ്ടു പോകാൻ.

മറ്റൊരു വിദേശരാജ്യത്തിന്റെ എന്നെങ്കിലും തീരാവുന്ന നിക്ഷേപത്തെ എത്രയും പെട്ടെന്ന് സ്വന്തമാക്കാനുള്ള സ്വാർഥതയാണ് അന്താരാഷ്ട്ര വ്യവസായികൾക്കും ഇടത്തട്ടുകാർക്കും.

1910 ൽ മൈനിങ് ആരംഭിക്കുമ്പോഴുള്ള സർവേ റെക്കാർഡുകൾ പരിശോധിച്ചു നോക്കൂ. കൊല്ലത്തെ തീരഭൂപടം ഇതാകില്ല. കടൽ ഏറെ തിന്നിരിക്കുന്നു. ഇപ്പോഴത്തെ ഭൂപടം എത്രമാത്രം ഏങ്കോണിച്ചിട്ടുണ്ടാകും. ഇതിനൊക്കെ പ്രതിരോധം വേണം. കടലിൽനിന്നു മണ്ണെടുക്കുന്നത് സാവകാശമായും കരയെ ബാധിക്കാത്തതരത്തിൽ ശാസ്ത്രീയമായും ആകണം. ഇപ്പോൾ അങ്ങനെ ആണോ?"

"ഈ വിഷയത്തെക്കുറിച്ച് ഗവേഷണം ചെയ്യുന്ന ഒരു വിദ്യാർഥി മാത്രമാണ് ഞാൻ. എനിക്ക് ഇതിലൊന്നും വലിയ കാര്യമില്ല. എന്റെ വീട് കടലിൽനിന്ന് ഒരുപാട് മുകളിലാണ്. അതാണ് എന്റെ സുരക്ഷിതത്വം. ഇതിലൊരു പി എച്ച് ഡി കിട്ടിക്കഴിഞ്ഞാൽ പിന്നെ എനിക്ക് ഇതൊരു വിഷയമല്ല. ഇതൊന്നും അറിയാതെ നിങ്ങളും പിൻതലമുറക്കാരും ഇല്ലാതാകരുതെന്നുണ്ട്. അതുകൊണ്ടാണ്."

കർത്താവു പിന്നെ കുറെ പുസ്തകങ്ങളും തന്നു.

"പറഞ്ഞതിൽ ഏറെയും സത്യമാണ്. കടലിൽ എത്രയോയിടത്ത് തെങ്ങിൻകുറ്റികളുണ്ട്. ഒരിക്കൽ നാടായിരുന്ന സ്ഥലം ഇപ്പോൾ നിലയില്ലാത്ത കടലാണ്. കമ്പവലയിൽ തെങ്ങിൻചല്ലി ഉടക്കുന്നു. പരമ്പരാഗത മത്സ്യത്തൊഴിലാളികൾക്കു രക്ഷയില്ലാതായി. ചാളവള്ളം ഇറക്കാനുള്ള ചരിവില്ല തീരത്തിന്, കുത്തനെയാണ് തിരയും.

കഴിഞ്ഞയാഴ്ച കർത്താവിനു ഡോക്ടറേറ്റു കിട്ടി; കൊല്ലത്തെ ലോഹമണൽ തീരങ്ങളെ അധികരിച്ചുള്ള പഠനത്തിന്. അങ്ങേർ സ്വദേശമായ കണ്ണൂർക്ക് മടങ്ങും മുമ്പൊരു കത്തുവന്നു. അതിലിങ്ങനെ എഴുതിയിരുന്നു.

പറയാൻ അന്നു വിട്ട ചിലത് ആയിരംതോപ്പ് മിനറൽ പദ്ധതിയെന്ന പുതിയ സ്വപ്നവുമായി അധികൃതർ എത്തിയിരുന്നല്ലോ. കടലിന്റെ അടിയിൽ 110 മീറ്റർ ആഴത്തിൽ കുമിഞ്ഞുകിടക്കുന്ന മണ്ണ് എത്രയും പെട്ടെന്ന് വാരാനുള്ള ഈ പരിപാടി ജനങ്ങളുടെ പ്രക്ഷോഭംമൂലം നടന്നില്ല. പക്ഷേ, നോക്കിക്കോളൂ. ഇതേ പദ്ധതിക്കുള്ള മെഷിനറി തന്നെ സ്പെയർ പാർട്സായി പുതിയ പേരിൽ വന്നിറങ്ങും. അതുവച്ച് ആരുമറിയാതെ തീവ്രമായി ഖനനം നടക്കും.

ഈ മണ്ണ് ഇവിടെ കിടക്കുന്നിടത്തോളംകാലം ലോകത്തുള്ള കച്ച വടക്കണ്ണ് കരിമണൽത്തീരങ്ങളെ വിട്ടുപോകില്ല. അതിവിടെ ചൂഴ്ന്നു നിൽക്കും. പശ്ചിമ ഓസ്ട്രേലിയയിലെയും അമേരിക്കയിലെയും ചെന്നൈ യിലെയും കമ്പനികൾ പണമിറക്കുന്നു. നോക്കൂ. ലോകത്തിലെ പല ഭാഗത്തെ പണം ഒന്നിക്കുന്ന കാഴ്ച. നമ്മുടെ ഭൂമിയെ ലക്ഷ്യമിട്ട്.

ഇതു നമ്മുടെ മാത്രം അവസ്ഥയാണെന്നു തെറ്റിദ്ധരിക്കരുത്. പണ മില്ലാത്ത പിച്ചരാജ്യങ്ങളെ സഹായിക്കാൻ പണപ്പുണ്യവാളന്മാർ ഇറങ്ങും. പണമുള്ളവർ സ്വയമൊരു സർക്കാരാകുന്നതാണ് പുതിയ ലോകം. പണ മിറക്കി അവൻ കൊയ്യും, കണ്ണില്ല അവന്.

ഇനി പരിദേവനങ്ങളുടെ കാലമല്ല. ശക്തിയുണ്ടെങ്കിൽ ആക്രമിക്കുക. അല്ലെങ്കിൽ ചതഞ്ഞരയാൻ തലകുനിക്കുക. ഓടിരക്ഷപ്പെടാൻ ലോകത്ത് ഇടമില്ല. ഒന്നാകെ ലോകം അവന്റെ കൈപ്പിടിയിലാണ്. രക്ഷയ്ക്കുള്ള സെല്ലാറുകളും ഒളിസങ്കേതങ്ങളും അവൻ അടങ്കൽ വാങ്ങിയിട്ടിരിക്കുക യാണ്. അവന്റെ ആൾക്കാർ തുറിക്കണ്ണുകളുമായി കാവലുണ്ട്.

നിങ്ങളുടെ ലോകത്തിന്റെ സ്വകാര്യത നഷ്ടപ്പെട്ടുപോയി. ആദ്യം ഞാൻ അവിടെ വന്നിറങ്ങിയപ്പോൾ അനുഭവിച്ചതാണ്. എന്നെ ഒരു അപ രിചിതനായി ആരും കണ്ടില്ല. എന്നെ ഗൗനിച്ചില്ല. റേഡിയേഷൻ സംബ ന്ധിച്ച പരീക്ഷണങ്ങൾ, ഖനനഭൂമിയിലേക്കുള്ള യാത്രക്കാർ. സ്ഥലം മാറി വരുന്ന കമ്പനിജീവനക്കാർ... ഈ തീരം നിങ്ങളുടേതല്ലാതായിത്തീർന്നു.

റെയ്ത്ത് എർത്ത് കമ്പനി ഒരു സർക്കാർ സ്ഥാപനമാണെന്ന് നിങ്ങൾ കരുതുന്നു. അതൊരു ലേബൽ മാത്രമാണ്. ലോകത്ത് സർക്കാർ സ്ഥാപ നങ്ങളും പ്രൈവറ്റ് സ്ഥാപനങ്ങളുമായുള്ള അന്തരം തോന്നലാണ്. സർക്കാ രെന്നു കേൾക്കുമ്പോഴുള്ള സുരക്ഷിതത്വം നിങ്ങളെ വഞ്ചിച്ചുകൊണ്ടിരി ക്കുന്നു. സർക്കാരിന്റെ ലേബലിനുള്ളിലിരുന്നു ചിരിക്കുന്നതും ഇന്ധന മാകുന്നതും ഡ്രൈവറാകുന്നതും അവന്മാരാണ്. ബുൾഡോസർ ഭീമ ന്മാർ... ചതഞ്ഞു ചാകാതിരിക്കാൻ എന്തെങ്കിലും ചെയ്യൂ. നിങ്ങൾ ഇല്ലാ തായാൽ ചരിത്രത്തിന്റെ ഒരു താളിലും രക്തക്കറ പുരളില്ല. പകരം വ്യവ സായഭീമന്മാരുടെ പുസ്തകത്തിൽ ഗുഡ് എൻട്രികളായി മാറുന്ന ക്രമ മാണ് ഉരുത്തിരിയുന്നത്.

ജനിച്ചുവളർന്ന നാട്ടിലെ മണ്ണു ചോരുന്നു. നിങ്ങളുടെ സംസ്കാരം പാരമ്പര്യം.. പറിച്ചു നടാൻ പുനരധിവാസം പോലുമില്ലാതെ കഷ്ടം! നിർത്തട്ടെ.

ഇനി ഈ വിഷയത്തെക്കുറിച്ച് ഞാൻ ചിന്തിക്കുകപോലുമില്ല. ഞാൻ സുഖിക്കാൻ പോകുന്നു.”

ചേട്ടന്റെ പരീക്ഷണങ്ങൾ തല്ലിത്തകർന്ന് പോകുന്നു

ലളിതമായ ശാസ്ത്രപരീക്ഷണങ്ങൾ നടക്കുന്നതിൽ ആനന്ദിക്കുകയായിരുന്നു ഇപ്പോൾ നീലകണ്ഠൻചേട്ടൻ.

അത്തരമൊരു പരീക്ഷണവുമായി ഇടപെട്ടുകൊണ്ടിരിക്കുമ്പോഴാണ് പുറത്തു മഴ പെയ്തത്. മഴയിലൂടെ മൂന്നുപേർ ഓടിവന്നു.

"ചേട്ടാ അവിടൊന്ന് നിന്നോട്ടെ മഴ."

ഒന്നും പറഞ്ഞില്ല.

"എന്നെ അറിയത്തില്ലേ?"

മുടി ബോബുചെയ്ത പെൺകുട്ടി അകത്തേക്കു കടന്നുവന്നു. നീലകണ്ഠൻ ചേട്ടൻ അപ്പോൾ രണ്ടു ടെസ്റ്റു ട്യൂബുകളുമായി തിരിഞ്ഞു. രണ്ടിലും ജലമായിരുന്നു. ഒന്ന് മറ്റൊന്നിലേക്ക് ഒഴിച്ചു. പച്ചവെള്ളം പെട്ടെന്ന് രക്തമായി. പെൺകുട്ടി ഞെട്ടി പിറകോട്ട് മാറി.

നീലകണ്ഠൻ ചേട്ടൻ പൊട്ടിച്ചിരിച്ചു. ഇത് കണ്ടാസ്വദിക്കാനും ഭയപ്പെടാനും ഒരാളെ കിട്ടിയതിന്റെ സന്തോഷം.

"കൊച്ചേ ഇത് പത്താംക്ലാസിലെ രസതന്ത്രം ബുക്കിൽ പഠിക്കാനൊള്ളതാ. രണ്ടും കെമിക്കലുകളാ."

"ഞാൻ പേടിച്ചുപോയി."

നീലകണ്ഠൻ ചേട്ടൻ ചിരി അടക്കിനിർത്താനാവാതെ പിന്നെയും ചിരിച്ചു. പെൺകുട്ടി കൂടെ കൂടി.

"എന്നെ മനസിലായോ?"

അയാൾ സൂക്ഷിച്ചുനോക്കി.

"അയ്യോടീ കൊച്ചേ മനസിലായില്ല. കണ്ണട വച്ചാൽ പറ്റുവായിരിക്കും. എന്നിട്ടും പറ്റിയില്ലെങ്കിൽ നാണക്കേടല്ലിയോ. അതുകൊണ്ട് നീ തന്നെ അങ്ങ് പറ."

പെൺകുട്ടി ചിരിച്ചു.

"ഞാൻ നീലിമ. പണ്ട് കുറെനാൾ കൃഷ്ണകുമാരിയുടെ വീട്ടിൽ താമസിച്ചിരുന്നു. അറിയില്ലേ കുമാരിയെ. കൂമൻതറയിലെ രാഘവന്റെ മോള്. ഇപ്പഴവള്."

"ങാ മനസിലായി. ആ കാണാതായ എഞ്ചിനീയറുടെ വല്ല വിവരവുമുണ്ടോ? ആ പെണ്ണിന്റെ കെട്ടിയോനല്ലായിരുന്നോ?"

"ഒന്നും അറിഞ്ഞില്ലെന്നാ കേട്ടത്."

"നീ പിന്നെ ആ പെൺകൊച്ചിനെ കണ്ടില്ലായിരുന്നോ?"

"ഇല്ല."

"അതെന്താ നീയിപ്പോ അവടെ കൂടല്ലേ താമസിക്കുന്നത്."

"അല്ല പണ്ട് വേറെ വീടില്ലാത്തതുകൊണ്ടാ. ഇപ്പോൾ ഡോ. അഗ്നിവേശിന്റെ കൂടാണ്."

"എനിക്കറിയാം. റേഡിയേഷനെക്കുറിച്ച് പഠിക്കാനിറങ്ങിയതല്ലേ അയാൾ. എന്തോ ആയി പഠനം? ഇവിടെ കെടന്നാ ചാവുമോടീ കോച്ചേ?"

"അറിയില്ല ചേട്ടാ. ഞാനിപ്പോൾ അതിൽ വലുതായി ഇടപെടുന്നില്ല വിട്ടുവരികയാണ്."

"അതെന്താ?"

"പല കാര്യത്തിലും വിയോജിപ്പുള്ളതുകൊണ്ട്."

"എന്തോ വിയോജിപ്പ്?"

"കുറെയുണ്ട്."

"എന്തുവായിരുന്നു നിന്റെ വിഷയം?"

"കമ്യൂണിറ്റി ഹെൽത്തിൽ പി ജിയായിരുന്നു."

"അതുകൊള്ളാം. എന്നിട്ട് ജോലിയൊന്നുമായില്ലേ?"

"ഇല്ല."

"ആരാ നിന്റെ കൂടെയുള്ളത്."

"ഡോക്ടറുടെ സംഘത്തിലുള്ളതാ. എന്റെ സുഹൃത്തുക്കൾ."

"എന്താ ഇപ്പൊ നിങ്ങടെ പരിപാടി."

"പഠനങ്ങളൊക്കെ തീരാറായി വരുന്നു."

"എത്ര കൊല്ലമായി?"

"പതിനൊന്നു കൊല്ലം?"

"ഫലം ഞങ്ങളെയൊക്കെ അറിയിക്കുമോ? അതോ സർക്കാരിന്റെ പഠനങ്ങൾപോലെ ഇരുട്ടിൽ പോകുമോ?"

"അറിയില്ല ചേട്ടാ. ഡോക്ടറോട് ചോദിക്കണം."

"അതിനയാളെവിടെ?"

"കൊല്ലത്താ."

"അതുകൊള്ളാം."

"മഴയിപ്പോൾ ഏതാണ്ട് തോർന്നു."

"ഞങ്ങളിറങ്ങട്ടെ."

"നില്ല് കൊച്ചേ. നിന്നാൽ വേറെ ഒന്നുരണ്ടു വിദ്യകൂടി കാണിക്കാം."

“പിന്നൊരിക്കലാകട്ടെ ഇപ്പോൾ പോകുന്നു.”

അവളും കൂടെയുള്ള രണ്ടു ചെറുപ്പക്കാരും ചാറ്റൽ മഴയത്തേക്കിറങ്ങിയോടി. തന്റെ പരീക്ഷണ പുസ്തകമെടുത്തുകൊണ്ടുവന്ന് നീലകണ്ഠൻ ചേട്ടൻ ദീർഘകാലാടിസ്ഥാനത്തിലുള്ള ചില പരീക്ഷണങ്ങളിലേക്കു കടന്നു.

“എങ്ങനെ തുരുമ്പിക്കൽ അന്തരീക്ഷത്തെ ബാധിക്കും” എന്നായിരുന്നു പരീക്ഷണം.

ഒരു ടെസ്റ്റ് ട്യൂബെടുത്ത് അതിൽ വെള്ളം നിറച്ചു. ശേഷം ചരിച്ച് വെള്ളം ചോർത്തിക്കളഞ്ഞു. ഉള്ളിൽ നനവു ബാക്കി. ടെസ്റ്റ് ട്യൂബിൽ കുറച്ചു തുരുമ്പിച്ച ഇരുമ്പുപൊടികളിട്ടു. അടച്ചു കുലുക്കി. ടെസ്റ്റ് ട്യൂബിന്റെ നനവിൽ കുറെ തുരുമ്പ് പറ്റിപ്പിടിച്ചു. ബാക്കിവന്ന തുരുമ്പ് പുറത്തു കളഞ്ഞു. വെള്ളം അൽപ്പം നിറച്ച് പാത്രത്തിൽ ടെസ്റ്റ് ട്യൂബ് കമിഴ്ത്തി വച്ചു.

ബാക്കി വായിച്ചു നോക്കി.

രണ്ടു ദിവസം കഴിഞ്ഞാൽ ടെസ്റ്റ് ട്യൂബിന്റെ ശൂന്യതയിലേക്കു ജലനിരപ്പ് അൽപ്പം ഉയർന്നിട്ടുണ്ടാകും. തുരുമ്പിക്കലിന് ഓക്സിജൻ ആവശ്യമാണ്. ഇതിന് ടെസ്റ്റ് ട്യൂബിലെ വായുവിൽനിന്ന് ഓക്സിജൻ എടുക്കും. ഓക്സിജൻ പോയ സ്ഥലത്തേക്ക് വായു കയറാൻ ഇടമില്ലാത്തതു കൊണ്ട് വെള്ളം കയറുകയായിരുന്നു.

ഇതു തെളിയിക്കുന്നതിനുവേണ്ടി ടെസ്റ്റ് ട്യൂബും ജലവും അനങ്ങാതെ ഒഴിഞ്ഞ ഭാഗത്തേക്ക് മാറ്റിവച്ചു. ഒരാഴ്ചവരെ നിരീക്ഷിച്ച് ഫലം കാണേണ്ട നാലു പരീക്ഷണങ്ങൾ കൂടി വീടിന്റെ മൂലയിൽ മാറ്റി വച്ചിരുന്നു. അപ്പോഴേക്കും നേരമിരുട്ടിത്തുടങ്ങിയിരുന്നു. സന്ധ്യയിൽ തിയടിക്കുന്ന പതിഞ്ഞ സ്വരമാണ്.

സ്റ്റൗവിലൊഴിക്കാൻ മണ്ണെണ്ണയില്ലെന്ന് അപ്പോഴാണ് ഓർമ വന്നത്. പാട്ടയുമെടുത്ത് റേഷൻകടയിലേക്ക് നടന്നു. കടലിൽ നൂറു കാർത്തിക വിളക്കുകൾപോലെ വള്ളങ്ങളിലെ വെളിച്ചം.

റേഷൻ കടയിലെ ഗോവിന്ദൻകുട്ടി പറഞ്ഞു:

“എന്റെ കയ്യിലെ മുഴയും വ്രണവും പരിശോധിക്കാൻ രണ്ടു മൂന്ന് അവന്മാര് വന്നിരുന്നു. ഞാൻ പറഞ്ഞു, പോയി പണിനോക്കാൻ. ഇനിയിപ്പോൾ കാൻസറാണെങ്കിത്തന്നെ അത് ചത്തോട്ടെ. ഇവന്മാർക്കെന്താ എന്നെ ഒരുത്തനും പഠിപ്പിക്കണ്ട.”

തിരികെ കുടിലിലെത്തിയപ്പോൾ നന്നേ ഇരുട്ടിയിരുന്നു. ദൂരെ നിന്ന് തന്നെ വാതിൽതുറന്നു കിടക്കുന്നത് കണ്ടു. വെളിച്ചത്തിന്റെ വാതിൽകഷണം നീണ്ടു നിവർന്നു വഴികാട്ടിക്കിടന്നു. പൂട്ടിയിരുന്നതാണല്ലോ? അതോ ഓർമപ്പിശകോ? ചവിട്ടുമെത്തയുടെ അടിയിലാണ് സാധാരണ താക്കോൽ വയ്ക്കാറുള്ളത്. ഡിസൂസയായിരിക്കും. അവനറിയാം സ്ഥലം.

വലിച്ചടച്ചു കൊളുത്തിട്ടു പൂട്ടുന്ന സംവിധാനമാണുള്ളത്. അടുത്തെത്തിയപ്പോൾ നിന്നു. കൊളുത്തും പൂട്ടും അങ്ങനെ തന്നെ കിടക്കുന്നു.

വാതിൽ തുറന്നും കിടക്കുന്നു. ആരോ കുത്തിപ്പൊളിച്ചതാണ് ആരാണ് ഉള്ളിൽ?

"ആരെടാ ഉള്ളിൽ?"

നീലൻചേട്ടൻ മണ്ണെണ്ണപ്പാട്ട മാറ്റിവച്ചുകൊണ്ട് വിളിച്ചുചോദിച്ചു. അതിനു മറുപടിയായി അകത്തെന്തോ പൊട്ടിത്തകരുന്നതു കേട്ടു. അകത്തേക്ക് കടക്കാനോങ്ങിയപ്പോൾ നീലൻ ചേട്ടനെ തള്ളി മറിച്ചിട്ടു കൊണ്ട് ഒരാൾ കടൽത്തീരത്തുകൂടി ഓടിമറഞ്ഞു.

അയാൾക്ക് അത്ഭുതം തോന്നി. എന്തിനായിരിക്കും? ആര്? മോഷണത്തിനാണെങ്കിൽ ഈ വീട്ടിൽനിന്ന് എന്തുകിട്ടാൻ. മേശപ്പുറത്തിരിക്കുന്ന പേഴ്സ് തുറന്നു നോക്കി. പണം ഭദ്രം. ടൈംപീസും വാച്ചും എടുത്തിട്ടില്ല.

എന്തോ കരിയുന്ന മണംകേട്ടു മൂലയിലേക്കു നോക്കിയപ്പോൾ ഒരു പുസ്തകം കരിഞ്ഞു തീർന്നുകൊണ്ടിരിക്കുന്നു. നൂറ്റൊന്ന് ലളിതശാസ്ത്ര പരീക്ഷണങ്ങൾ എന്ന തലക്കെട്ട് അപ്പോഴും കത്തിത്തീർന്നിരുന്നില്ല.

മേശപ്പുറത്തെ ടെസ്റ്റ് ട്യൂബുകൾ തല്ലിപ്പൊട്ടിച്ചിരിക്കുന്നു. മൂലയിലെ പരീക്ഷണങ്ങൾ അടിച്ചുതകർത്തിരിക്കുന്നു.

നീലകണ്ഠൻചേട്ടൻ പൊട്ടിച്ചിരിച്ചു. കട്ടിലിൽ കേറിക്കിടന്ന് തലയിണയിൽ മുഖമമർത്തി ചിരിച്ചു. അടുത്ത കാലത്തൊന്നും ഇത്രയും വിശാലമായി ചിരിച്ചിട്ടില്ല.

* * * * * *

കൃഷ്ണകുമാരിയുടെ വീട്ടിൽ നീലിമ വന്നു. കല്യാണത്തിന് വിളിക്കാത്തതിന്റെ പരിഭവം പറഞ്ഞുകൊണ്ടായിരുന്നു തുടക്കം.

"നിന്റെ പുതിയ അഡ്രസ്സ് എനിക്കു തന്നിരുന്നില്ലല്ലോ. വീട്ടിലെ അഡ്രസിലേക്കു കത്തയച്ചിരുന്നു. ഞാനെന്തു വേണം? നിനക്ക് കിട്ടിക്കാണത്തില്ല."

"പ്രശ്നങ്ങളാണ്" നീലിമ പറഞ്ഞു. "രണ്ടാഴ്ച ഞാൻ ഇവിടുണ്ടാകും. നിനക്ക് ബുദ്ധിമുട്ടൊന്നുമില്ലല്ലോ?"

"എന്തു ബുദ്ധിമുട്ട്. ഇപ്പോഴത്തെ അവസ്ഥയിൽ കൂടുതൽ സന്തോഷം. സംഗതിയൊക്കെ നീയറിഞ്ഞില്ലേ."

"ങും. തൽക്കാലം നീ മനസൊന്നു ശാന്തമാക്കൂ. ബാക്കിയെല്ലാം പിന്നീടാലോചിക്കാം."

"ഇനിയെന്ത് ശാന്തമാകാൻ."

കഴിഞ്ഞ വേനൽക്കാലത്ത് കുറേക്കാലം നീലിമ കുമാരിയുടെ വീട്ടിലാണ് താമസിച്ചത്. അന്ന് അവളുടെ രീതിയും മട്ടും ജാഡകളും പൂർണമായിട്ടങ്ങോട്ട് രസിച്ചിരുന്നില്ല. കുമാരിക്കൊപ്പം എം എയ്ക്കു പഠിച്ച നീരജയുടെ ചേച്ചിയായിരുന്നു നീലിമ. നീരജ നേരത്തേ അറിയിച്ചിരുന്നു. ഡോക്ടർ അഗ്നിവേശിനെ ഗൈഡാക്കി റിസർച്ച് ചെയ്യുകയായിരുന്നു അവൾ.

അയാളൊരു വല്ലാത്ത പ്രകൃതമായിരുന്നു. ഊശാൻതാടിയും മൊട്ട

പോലെ പറ്റെവെട്ടിയെ മുടിയും ഉണ്ടക്കണ്ണും ഭ്രാന്തൻനോട്ടവും.. കൊല്ലത്തെ ലോഹമണലിന്റെ പശ്ചാത്തലത്തിൽ ജീവിച്ചിരിക്കുന്നവരിൽ റേഡിയേഷന്റെ തോത് എത്ര? അതുണ്ടാക്കുന്ന ദൂഷ്യഫലങ്ങളെന്ത്? ഈ വിഷയത്തിൽ അയാൾ ഒരു റിസർച്ച് ടീമിനെ വച്ച് പഠനങ്ങൾ നടത്തുകയായിരുന്നു. ചില ഗ്രീൻമൂവ്മെന്റുകാർ ഫണ്ട് അനുവദിച്ചിരുന്നു.

ഡേറ്റ ശേഖരിക്കാനും പഠനം നടത്താനുമായി കൂടെയുണ്ടായിരുന്നവരൊന്നും ഏറെനാൾ നിന്നില്ല. പലരും മാറിമാറി വന്നു. അഗ്നിവേശിന്റെ സ്വഭാവവുമായി പൊരുത്തപ്പെട്ടു പോകാൻ ബുദ്ധിമുട്ടായിരുന്നു. മൂന്നുവർഷമായി നീലിമ റിസർച്ചിനെന്നു പറഞ്ഞ് വന്നിട്ട് അയാളുടെ പഠനത്തിനു സഹായിയായി നിൽക്കുന്നതൊഴിച്ചാൽ റിസർച്ച് എങ്ങുമെത്തിയില്ല. പക്ഷേ, നീലിമയോട് അയാൾക്ക് വല്ലാത്തൊരു അഭിനിവേശമായിരുന്നു. അവളോട് അയാൾ കടുത്തു സംസാരിച്ചിട്ടില്ല. മോശമായി പെരുമാറിയിട്ടില്ല.

ഒരുദിവസം നീലിമ വസ്ത്രങ്ങളെടുത്ത് കുമാരിയുടെ വീട്ടിൽനിന്ന് ഇറങ്ങിപ്പോയി. പിന്നീടവളുടെ കത്തിൽ നിന്നറിഞ്ഞു, അഗ്നിവേശും നീലിമയും രഹസ്യമായി വിവാഹിതരായെന്ന്. കരുനാഗപ്പള്ളിയിലെ വാടക വീട്ടിൽ ഇരുവരും ജീവിതമാരംഭിച്ചു. ആറുമാസം കഴിഞ്ഞപ്പോഴേക്കും ഇരുവരും വഴക്കിട്ടു തുടങ്ങി. നീലിമ ഒരിഞ്ച് വിട്ടുകൊടുക്കുന്ന കൂട്ടത്തിലായിരുന്നില്ല. ഒടുവിൽ രഹസ്യമായി വച്ചിരുന്ന വിവാഹം വലിയ പരസ്യമാകുന്നതിനുമുമ്പ് തെറ്റിപ്പിരിഞ്ഞു.

ആറുമാസത്തിനുള്ളിൽ പഠനം പൂർത്തിയാക്കി തന്റെ പേപ്പറുകൾ പ്രസിദ്ധീകരിക്കുമെന്നും പിന്നെയുള്ള ആറുമാസത്തിനുള്ളിൽ അവളുടെ പി എച്ച് ഡി പേപ്പർ തയാറാക്കാൻ സഹായിക്കുമെന്നുമുള്ള മാന്യമായ ഉടമ്പടിയിലാണ് അവർ പിരിഞ്ഞത്.

പിന്നീട് അവൾ അയാളുടെ പഠനങ്ങളുമായി സഹകരിച്ചില്ല. ക്രമാതീതമായ വികിരണത്തിന് ആപ്പാടത്തെ ജനം വിധേയരാണെന്നും അതിന്റെ ആഘാതം രൂക്ഷമാണെന്നുമായിരുന്നു അയാളുടെ കണ്ടെത്തൽ. ഇതിനോട് ആരംഭം മുതൽ അവൾക്കു വിയോജിപ്പുണ്ടായിരുന്നു. തലമുറകളായി ഒരു സ്ഥലത്ത് ജനിച്ചു വളർന്നുവരുന്നവർക്ക് പ്രകൃതിപരമായി പ്രതിരോധശേഷി വളർന്നുവരുമെന്ന് അവൾ വാദിച്ചു. റേഡിയേഷനെ പ്രതിരോധിക്കാൻ ഇത്തരം വാദങ്ങൾക്കു ശേഷിയില്ലെന്നും അത് ശാസ്ത്രീയമല്ലെന്നുമായിരുന്നു അയാളുടെ വാദം. അയാളുടെ 11 വർഷത്തെ പഠനങ്ങൾ വെറും കണക്കെടുപ്പാണെന്നും താൻ അതിൽ വിശ്വസിക്കുന്നില്ലെന്നും നീലിമ തുറന്നടിച്ചു. അവർ തമ്മിലുണ്ടായ പ്രശ്നങ്ങൾക്ക് തുടക്കമിതാണ്.

കൂടുതൽ മദ്യപിച്ചുവരുമ്പോൾ രാത്രിയിലുടനീളം ഇതേക്കുറിച്ച് ഓർത്തും തർക്കിച്ചും അയാൾ ബഹളം വച്ചു. അഗ്നിവേശ് അവിശ്വാസിയായിരുന്നു. സംശയങ്ങളായി മനസു മുഴുവൻ. നീലിമ പറയുന്ന പ്രകൃതി പ്രതിരോധങ്ങളും മറ്റും കണക്കിലെടുക്കേണ്ടിവരുമോയെന്ന കാര്യത്തിൽ

അയാൾക്കൊരു എത്തും പിടിയും കിട്ടിയില്ല. തുറന്ന തെളിവായി സ്വീകരിക്കാൻ റേഡിയേഷൻ മൂലമുള്ള പരാധീനതകൾ തീരത്ത് അത്രയും സ്പഷ്ടവുമായിരുന്നില്ല. തനിക്ക് ലക്ഷ്യബോധമില്ലാതായിപ്പോയതായി അയാൾ കരുതി.

സർക്കാർ കണക്കുകൾ പുറത്തുവരാതിരുന്നപ്പോഴാണ് പ്രൈവറ്റായി ഇത്തരമൊരു പഠനം നടത്താൻ അയാൾ മുന്നോട്ടുവന്നത്. യുവത്വം. 11 വർഷം ജീവിതം. അയാൾക്കാകെ വട്ടുപിടിച്ചു. ഇപ്പോൾ നിരാശ തോന്നിത്തുടങ്ങിയിരുന്നു.

നീലിമ ഇതിനിടയിൽ അയാളുമായി സഹകരിക്കാതെ ആപ്പാടത്തെ കടലിനെ അടിസ്ഥാനപ്പെടുത്തി ഒരു നോവലെഴുതിത്തുടങ്ങി. ബോറടിക്കാതിരിക്കാൻ മറ്റുവഴിയൊന്നും അവൾ കണ്ടില്ല. കൃഷ്ണകുമാരിയുടെ അച്ഛൻ രാഘവൻ ഒരുപാടു കടൽക്കഥകൾ നീലിമയ്ക്കു പറഞ്ഞുകൊടുത്തിരുന്നു. അരയത്തമ്പുരാക്കന്മാരുടെ പരമ്പര കാത്തുസൂക്ഷിച്ച കഥകൾ.

ഇപ്പോഴത്തെ വരവിന് ഉദ്ദേശ്യമെന്താണെന്ന് കൃഷ്ണകുമാരിക്ക് പിടികിട്ടിയില്ല. എന്തായാലും നീലിമ ആളു മോശക്കാരിയല്ലെന്നുറപ്പ്. അഗ്നിവേശിനെ വലിച്ചെറിഞ്ഞ് ഡോക്ടറേറ്റുമായി അവൾ സ്ഥലം വിട്ടേക്കും. അതാണ് അവളുടെ തരം.

ഒരു ഗർഭത്തിന്റെ ഭാരവും ആണവവിരുദ്ധനോവലും

“നിന്റെ ഭർത്താവിനെ കാണാതായിട്ട് എത്രമാസമായി?”

നീലിമ കൃഷ്ണകുമാരിയോട് ചോദിച്ചു.

“ഒരു മാസം കഴിയുന്നു.”

“നിനക്ക് എത്ര മാസമായി?”

“രണ്ടു കഴിഞ്ഞിട്ടുണ്ട്.”

“ഇനിയും അയാളെ പ്രതീക്ഷിക്കുന്നുണ്ടോ?”

കുമാരി കുറച്ചുനേരം മൗനമായി ഇരുന്നു. അവളുടെ കണ്ണുകൾ നിറഞ്ഞുവന്നു.

“അന്ന് ഞാനും അമ്മായിയമ്മയും തമ്മിൽ വലിയ സംസാരമുണ്ടായി. അതിൽ ദേഷ്യപ്പെട്ട് ഇറങ്ങിപ്പോയതാ.”

“അതാണോ കാരണം?”

“അറിഞ്ഞുകൂടാ” കുമാരി കണ്ണുതുടച്ചു. “മുണ്ടുപോലും മാറിയിരുന്നില്ല. കൈയിൽ പൈസയൊന്നുമില്ലായിരുന്നു. എങ്ങും വേറാരും കണ്ടിട്ടുമില്ല ആരെങ്കിലും...”

“ആരെങ്കിലും...?”

കുമാരി മറുപടിയായി കരഞ്ഞു. അതു കേട്ടുകൊണ്ടാണ് രാഘവൻ കേറി വന്നത്.

“ആരെങ്കിലും എന്തെങ്കിലും ചെയ്തുകാണും മോളേ. ഇല്ലെങ്കി പിന്നെ മാസം ഒന്നു കഴിഞ്ഞില്ലേ.. ആർ പി എസുകാര് ചെയ്തതായിരിക്കും. ഇനി അതും ചിന്തിച്ചിരിക്കരുതെന്ന് ഞാനിവളോട് പറയുന്നതാ. പുതിയൊരു ജീവിതത്തെക്കുറിച്ച് ചിന്തിക്കണം. വയറ്റിലുള്ളതിനെ കളയണം.”

കുമാരി അതുകേട്ട് ഏങ്ങിക്കരഞ്ഞു.

പിറ്റേന്ന് രാഘവൻ ഉണ്ണിരാമന്റെ വീട്ടിലേക്കു പോയി. ചെല്ലുമെന്നു നേരത്തേ അറിയിച്ചിരുന്നു. വെള്ളിമൺതുരുത്തിൽ ചെല്ലുമ്പോൾ നേരം ഉച്ചതിരിഞ്ഞിരുന്നു. ചെല്ലുമ്പോൾ നെടുംകുതിരയെടുക്കാനുള്ള ആളുണ്ട്. ആദ്യം രാഘവനൊരു അങ്കലാപ്പുണ്ടായി. ഇനി ഉണ്ണിരാമനെങ്ങാനും തിരിച്ചുവന്നോ? അതോ ദമയന്തിയോ ഭാഗീരഥനോ ചത്തോ?

അയാൾ വന്നപ്പോഴേ പലയിടത്തും പിറുപിറുക്കലുകളുയർന്നു.

"ങാ രാഘവനാ വായോ!"

ഭാഗീരഥൻ ക്ഷണിച്ച് അകത്തേക്ക് കൊണ്ടുപോയി.

"എന്തുവാടാ ഇത്ര ആൾ?"

"എനിക്കറിഞ്ഞുകൂടാ. നാട്ടുകാര് അവർക്ക് തോന്നിയതുപോലെ വന്നതാ" ഭാഗീരഥൻ പറഞ്ഞു. രാഘവൻ സംശയത്തോടെ പുറത്തു തടിച്ചുകൂടിയ ജനത്തെ നോക്കി.

"ഭാഗീരഥാ.."

"വേണ്ട പറയണ്ട. എനിക്കറിയാം. ഇയാളു പറയാൻ പോകുന്നത്. ഇനി കാത്തിരിക്കാൻ പറ്റത്തില്ലെന്നായിരിക്കും."

ഭാഗീരഥന്റെ കോളു പെട്ടെന്നു മാറി. രാഘവന്റെയും മുഖം ചുവന്നു.

"അതുതന്നെടാ കൂവേ. ഒരുമാസം കഴിഞ്ഞു. നിന്റെ മകൻ വന്നില്ല. നിന്റെ കെട്ട്യോള് അവനെ കാണാതായി പതിനാറു കഴിയുംമുമ്പ് ആർ പി എസുകാർക്കെതിരെ മകന്റെ പടവും നിലവിളക്കുംവച്ച് പ്രകടനത്തിനുപോയി. ഇപ്പോ നിങ്ങള് തന്നെയങ്ങ് ഉറപ്പിച്ചു, അവനെ ആരാണ്ടും പിടിച്ചോണ്ടു പോയി തല്ലിക്കൊന്നതാണെന്ന്."

"അതു പിന്നെ..."

"ആന്നോ അതോ അല്ലേ? അപ്പം ആന്ന്. അവൻ ചത്തെന്നു നിങ്ങളുതന്നെ പറേന്നു. പിന്നെ ഞാനെന്തോ വേണം? ഇത്രയും കാത്തിരുന്നത് എന്റെ മര്യാദ. എനിക്കെന്റെ മകളെ കെട്ടിക്കണം."

പുറത്ത് അപ്പോൾ മുറുമുറുപ്പ് കടുത്തു. ചില വയസന്മാരും ചെറുപ്പക്കാരും അകത്തോട്ടു കേറി. പ്രായംകൂടിയ ഒരാൾ പറഞ്ഞു:

"നിങ്ങടെ തുരുത്തുകാർക്ക് പണ്ടേ പിടിച്ച മൊയലിന് മൂന്നു കൊമ്പാ. വേറാരെയും സംസാരിക്കാൻ സമ്മതിക്കത്തില്ല. ഞങ്ങക്കും ചിലത് പറയാനുണ്ട്."

"ഇത് ഞാള് സംബന്ധക്കാര് തമ്മിലങ്ങ് തീർത്തോളാം."

ദമയന്തി അപ്പോൾ വീട്ടിൽനിന്നു ചാടി പുറത്തേക്കു വന്നു. അവര് ഉള്ളിൽ വീർപ്പുമുട്ടി നിൽക്കുകയായിരുന്നു.

"ഇതേല് നാട്ടുകാരും എടപെടണം. നിങ്ങടെ ഉദ്ദേശ്യം മനസിലായി. ഇപ്പം അവളെ കൊണ്ടുപോയി കലക്കണം."

"പിന്നെ എനിക്കെന്റെ കൊച്ചിനെ കെട്ടിക്കണ്ടായോ? അവക്ക് വയസ്സ് 23 ആയിട്ടേയുള്ളൂ. വിദ്യാഭ്യാസമുണ്ട്. എം എക്കാരി. അന്തസ്സായിട്ട് ആരെയെങ്കിലും കൂടെ ജീവിക്കാൻ വിടണം."

"വിട്ടോ. വെള്ളിമൺതുരുത്തുകാർക്കു പുല്ലുമില്ല. നിങ്ങള് കെട്ടിക്കിയോ. തിന്നിക്കിയോ എന്തോ ആയിക്കോ. പക്ഷേ ഒരുകൊല്ലം കഴിയട്ട്."

"അതു കൊള്ളാം അപ്പം എന്റെ കൊച്ച് പെറും."

"ങാ അതുതന്നാ പറഞ്ഞേ. പെറട്ടെ. പെറുമ്പം നിങ്ങള് കുഞ്ഞിനെയിങ്ങ് തന്നാ മതി. നോക്കണ്ട. ഞാള് കുടുംബക്കാരും നാട്ടുകാരും നോക്കിക്കൊള്ളാം. രാമന് രണ്ടു പെങ്ങന്മാരൊണ്ട്. അല്ലെങ്കിൽ അവര് നോക്കും. പിന്നെ കെട്ടിക്കിയോ പിടിപ്പിക്കിയോ ചെയ്യിക്ക്."

ദമയന്തി കട്ടായം പറഞ്ഞു. രാഘവൻ ചൂടായി.

"അതേത് മറ്റടത്തെ ന്യായമാ പറയുന്നേ. ഈ കടപ്പുറത്ത് ഇങ്ങനൊരു ന്യായം ഞാൻ കേട്ടിട്ടില്ല."

"അതിനി കടപ്പൊറത്ത് ഇങ്ങനൊന്ന് ഉണ്ടായിട്ടില്ലല്ലോ. കീഴ്‌വഴക്കം നോക്കാൻ" നാട്ടുകാർ ഇടപെട്ടു.

"അങ്ങനെ നിങ്ങക്കുവേണ്ടി പെറാൻ എന്റെ മകൾക്കു താൽപ്പര്യമില്ലെങ്കിലോ?""

"അത് അവളല്ലല്ലോ തീരുമാനിക്കുന്നത്?"

നാട്ടാർക്കിടയിൽനിന്ന് ആരോ വിളിച്ചുപറഞ്ഞു.

"പിന്നാരാടാ തീരുമാനിക്കുന്നത്?"

രാഘവൻ ചാടിയെഴുന്നേറ്റ് ജനക്കൂട്ടത്തിനു നേരെ തിരിഞ്ഞു മുണ്ടു മടക്കിക്കുത്തി.

ഒരു വയസൻ തടസം പിടിച്ച് ശാന്തനാക്കി.

"എടാ ചെറുക്കാ. ഉണ്ണിരാമൻ ഞങ്ങടെയൊക്കെ അഭിമാനമായിരുന്നു. അവന്റെ കുടുംബം കുറ്റിയറ്റു നിന്നുപോകരുത്. നീ തടസ്സം നിക്കരുത്."

"അത് ഞാൻ തീരുമാനിച്ചോളാം."

രാഘവൻ അയാളെ തട്ടിമാറ്റി. പോകാൻ തുടങ്ങി. ജനം വഴിമുടക്കി നിന്നു. പുറത്ത് തുറക്കാരും കൂടി വന്നു. രാഘവൻ വിയർത്തു.

"ഭാഗീരഥാ. ടാ അതു ശരി. ആളെക്കൂട്ടി ബലംപിടിപ്പിക്കുന്നോ? എങ്കീ അതൊന്നു കാണണമല്ലോടാ. ഞാനും ഈ കടലിന്റെ മുമ്പില് തന്നാ ജനിച്ചത്. എന്റെ അപ്പൂപ്പന്മാരായിട്ട് ഈ തുറ ഭരിച്ചതാ."

"അതൊക്കെയങ്ങ് രാജാവിന്റെ കാലത്ത്. അത് മറന്നുകള..." പല ഭാഗത്തുനിന്നും കൂക്കുവിളിയുണ്ടായി.

മുതിർന്നവർ ഇടപെട്ട് രാജിയാക്കാൻ ശ്രമിച്ചു.

"ഇയാള് ആലോചിക്ക് രാഘവാ. ഇവർക്കും ആശയില്ലേ.. അവരുടെ മകന്റെ രക്തമാ ആ ഗർഭത്തില്.. അവൾക്ക് അവകാശമുണ്ട്..."

"അവകാശം.. അവൻ ജീവിച്ചിരുന്നപ്പോപോലും ആ തള്ള എന്റെ മകൾക്ക് സ്വസ്ഥത കൊടുത്തിട്ടില്ല. അന്നവള് തൂങ്ങിച്ചത്തിരുന്നെങ്കി ഈ ഗർഭമൊണ്ടാകുമായിരുന്നോ?"

ആരുമൊന്നും മിണ്ടിയില്ല. ദമയന്തി തലകുനിച്ചു നിന്നു. രാഘവൻ വെളിയിലേക്കിറങ്ങി.

"പെറണോ വേണ്ടേന്ന് ഗർഭമുള്ള പെണ്ണ് തീരുമാനിക്കും. അവൾക്കാ അതിന് അവകാശം. അവൾക്കുവേണ്ടെങ്കി വേണ്ട. മാറ് മൂപ്പിലേ."

ആളുകളെ തള്ളിമാറ്റി രാഘവൻ വഴിയുണ്ടാക്കി.

"ഇപ്പോ പൊക്കോ.. പക്ഷേങ്കില്.. ദാ അവടെ ഗർഭം കലക്കാൻ ഒറ്റ ആശുപത്രിയിലോട്ടും വിടത്തില്ല. വണ്ടി പോകണമെങ്കി ഈ തുറയിൽക്കൂടി പോകണം. ഇനി വീട്ടിൽ ആരെയെങ്കിലും വിളിച്ച് കലക്കിയാൽ..."

ഇരുമ്പുപോലെ ശരീരമുള്ള ഒരുത്തൻ മുന്നിൽനിന്നു പറഞ്ഞു.

"കലക്കിയാൽ നീ എന്തോ ചെയ്യുമെടാ?"

രാഘവൻ തിരിച്ചുചോദിച്ചു.

"കത്തും. ഇയാടെ തുരുത്ത് അപ്പാടെ കത്തും. തണ്ടും ആൾബലവും ഇവിടാ കൂടുതല്. പണ്ട് കോർത്തപ്പോളെല്ലാം അതറിഞ്ഞിട്ടുമൊണ്ടല്ലോ. ഞങ്ങക്കാരേയും പേടിയില്ല. ഒരു പൊലീസിനെയും.. എരട്ടക്കരളുള്ളവരാ ഇവിടത്തുകാര്. അറിയാമല്ലോ. തല്ലിക്കൊന്ന് ഇയാടെ കുടുംബത്തെ കടലിത്താഴ്ത്തിയിട്ടേ അടങ്ങൂ ഞാള്. പോയിൻ മൂപ്പിലേ."

രാഘവൻ തിരിച്ചൊന്നും പറഞ്ഞില്ല. ആ പറച്ചിലിൽ അയാളൊന്നു നടുങ്ങിപ്പോയി...

"കടലിനു നിരക്കാത്ത നെറികേടു പറയാതെ മാറിപ്പോടാ..." ന്നു പറഞ്ഞൊപ്പിച്ച് രാഘവൻ നടന്നുനീങ്ങി. അയാൾക്കവിടുന്ന് രക്ഷപ്പെടണമെന്നേ ഉണ്ടായിരുന്നുള്ളൂ. മറുപടിയായി പിന്നിൽ ജനം കൂക്കിവിളിച്ചു. അപമാനംകൊണ്ട് രാഘവനു ദേഷ്യവും സങ്കടവുമൊക്കെ വന്നു.

രാഘവൻ നേരേ അരയന്മാരുടെ കരയോഗത്തിലേക്കാണു ചെന്നു കയറിയത്. അവിടെ സെക്രട്ടറിയുണ്ടായിരുന്നു. കടലിളക്കിത്തുള്ളി രാഘവൻ സംഭവമെല്ലാം പറഞ്ഞു. രണ്ടുതുറയുടെയും കരയോഗം കൂമൻതുറയിലായിരുന്നു. അപ്പോഴേക്കും ആളു കൂടി. സെക്രട്ടറി എന്തു പറയണമെന്നറിയാതെ മിഴിച്ചിരുന്നു.

"എന്റെ കൊച്ച് പെറണോ വേണ്ടേയെന്ന് ഞാൻ തീരുമാനിക്കും. ങാ.."

സെക്രട്ടറിയുടെ നേരെ കുടചൂണ്ടി രാഘവൻ പറഞ്ഞു.

"അതേപ്പറ്റി ചർച്ചയാ. കുന്തമാ. കരയോഗമാന്നും പറഞ്ഞ് വന്നാലൊണ്ടല്ലോ.. പങ്കായമെടുക്കും."

സെക്രട്ടറി ഒന്നും മിണ്ടിയില്ല.

രാഘവന്റെ കൂടെ നാട്ടുകാർ കൂടി.

"അവിടെ ചെലവന്മാർക്ക് ഓരോ എല്ല് കൂടുതലാ. അതങ്ങ് പറിക്കണം. ഇവന്മാരാരാ ചോദിക്കാൻ? പെറാൻ വയ്യെങ്കി വേണ്ട. നാളെത്തന്നെ കലക്കണം. കാണാമല്ലോ ഇവന്മാര് തടയുന്നത്?"

ഇപ്പുറത്തും വാശി പെരുത്തു.

രാഘവൻ തിരിഞ്ഞുനിന്നു.

"എന്റടുത്ത് ചോദിക്കാതെ ഒരുത്തനും അടിക്കോ അക്രമത്തിനോ

പോകരുത്. പോയാ.. പോകുന്നവൻ അനുഭവിച്ചോണം. ഇപ്പഴത്തെ സ്വഭാവത്തിന് അവന്മാര് ഇപ്പുറം കത്തിക്കും."

"എന്നുവച്ച് അങ്ങനെ മിണ്ടാതിരിക്കാൻ പറ്റത്തില്ല."

ഒരു ചെറുപ്പക്കാരൻ മുരണ്ടു.

"എങ്കീ നീ ചെല്ലടേ. കാണട്ടെ വീര്യം. ഞാനൊന്ന് ആലോചിച്ചു തീരുമാനിക്കും. എന്തോ വേണമെന്ന്. എന്നിട്ടു പറയാം."

"അവസാനം പെണ്ണിനെ പെറീക്കണമെന്ന് പറഞ്ഞാ ഞങ്ങടെ വിധം മാറും. പറഞ്ഞേക്കാം. ഒരു തീരുമാനമുണ്ടെങ്കില് അതില് ഉറച്ചുനിൽക്കണം."

മറ്റെയാൾ പറഞ്ഞു.

"അവനല്ലെങ്കിലും.. ആ എഞ്ചിനീയറേ.... ആളൊരു തൊരപ്പനായിരുന്നു. ഒരിക്കൽ സമരം ചെയ്തപ്പോ എനിക്കു കമ്പനിയില് ജോലി തരാമെന്നുപറഞ്ഞിട്ട് പറ്റിച്ചു. എനിക്കു പണ്ടേ ഈ കല്യാണത്തില് താൽപ്പര്യമില്ലായിരുന്നു."

"അവനെ തല്ലിക്കൊന്നതുതന്നെ നന്നായി. നമ്മടെ തുറയിലെ കൊച്ച് അങ്ങനെയൊരുത്തന്റെ കൊച്ചിനെ പെറണ്ട."

കൃഷ്ണകുമാരിയാണ് ആകെ ധർമസങ്കടത്തിലായത്. അമ്മായിത്തള്ളയോടുള്ള വൈരാഗ്യംകൊണ്ടാണ് അന്ന് കൊച്ചിനെ വേണ്ടെന്ന് പറഞ്ഞത്. എങ്കിലും സ്വന്തം കുഞ്ഞല്ലേ? വയറ്റിലേക്കു നോക്കുമ്പോൾ അവൾക്കു സങ്കടമാണ്.

പക്ഷേ, ഇതിപ്പോൾ വലിയൊരു പ്രശ്നമായി മാറിയിരിക്കുകയാണ്. എന്തു വേണമെന്ന് ഒരെത്തുംപിടിയും കിട്ടിയില്ല.

നീലിമ അടുത്തിരുന്ന് അവളുടെ നോവൽ കുത്തിക്കെട്ടിക്കൊണ്ടിരിക്കുകയാണ്.

"നീയിതൊന്ന് വായിക്കണം" അവൾ നൂലു കടിച്ചുപൊട്ടിച്ചുകൊണ്ടു പറഞ്ഞു.

"ജീവിതമിവിടെ തുലാസിൽ തൂങ്ങുന്നു. അപ്പോഴാ സാഹിത്യം. നീ വെറുതെയിരി."

"എടീ പത്തമ്പതു പേജേയുള്ളൂ. നിന്റെ തുറയുടെ കൂടി കഥയാ.."

"ഞങ്ങടെ തുറയുടെ കഥ ഇത്രേയുള്ളൂ."

അതുതന്നെ വലിച്ചുനീട്ടാൻ വേണ്ടിയില്ല. നീയൊക്കെ കടപ്പുറത്ത് പ്രത്യേകിച്ചൊരു സംസാരമുണ്ടാക്കി കടലിനെയും സദാ പുതച്ചുകിടന്നു നശിക്കുകയല്ലേ, ആ കഥയാ സ്ത്രീപക്ഷത്തുനിന്ന്...'

"മനുഷ്യൻ ജീവിക്കണോ ചാകണോയെന്നതാണിപ്പോൾ പ്രശ്നം."

"അതു കടൽച്ചട്ടപ്രകാരം നീ വരുത്തി വച്ചതാണ്. ഇതുപോലെ ലോകത്തൊരിടത്ത് നടക്കുമോ? ലോകം വികസിക്കുമ്പോൾ ഇവിടെ ഇടുങ്ങുന്നു. പെറണോ വേണ്ടയോയെന്ന് ഒരു പെണ്ണിനു തീരുമാനിക്കാൻ ഈ 21 -ാം നൂറ്റാണ്ടിൽ വയ്യെന്നുവച്ചാൽ.. നീ എങ്ങോട്ടെങ്കിലും പോകു

ന്നുണ്ടോന്നറിയാൻ റോഡിൽ വെള്ളിമൺതുരുത്തുകാർ 24 മണിക്കൂറും കാവൽ നിൽക്കുകയാ..."

"ഞാനെന്തു ചെയ്യണമെന്നാ നീ പറയുന്നത്? എന്നെച്ചൊല്ലി പ്രശ്നമുണ്ടാക്കാൻ എനിക്കു താൽപ്പര്യമില്ല. ഇതൊരു വാശിയായിട്ട് ഇരുതുറയും ഏറ്റെടുത്തിരിക്കുകയാണ്. അബോർട്ട് ചെയ്താൽ തുറ കത്തും. എത്രപേര് ചത്തെന്ന് പിന്നെ ചോദിച്ചാ മതി. ഞാനും എന്റെ കുടുംബവും ഉണ്ടെങ്കിൽ ഉണ്ടെന്നു പറയാം. അബോർട്ട് ചെയ്യിക്കാൻ കൂമൻതുറക്കാരുടെ നിർബന്ധവും..."

"എന്തൊരു നാണക്കേട്!"

"അധികനാളിവിടെ നിൽക്കാതെ നിന്റെ നോവലും കെട്ടിയെടുത്ത് സ്ഥലം വിടുന്നതാകും നല്ലത്. കാര്യം ഇതിനൊരു അറുതി ഞാൻ വിചാരിച്ചിട്ടു കാണുന്നില്ല. അതൊരു അടഞ്ഞലോകമാണ്. നീ കൂടി കത്തും."

"പൊലീസിൽ പറയണം. അവരുടെ സഹായത്തോടെ."

"എനിക്ക് ഈ തുറയിൽ ജീവിക്കണം."

"അതൊക്കെ ഒരു മാസം കഴിയുമ്പോൾ തീർന്നോളും."

"നിനക്കെന്തറിയാം തുറയെക്കുറിച്ച്. എന്നിട്ട് നോവലെഴുതുന്നു. ഒരു നൂറ്റാണ്ടു പുകയും. അതാ ഇവിടുത്തെ വാശി. ചിന്തിക്കാൻ വേറൊന്നുമില്ല ഇവർക്ക്. കടലുള്ളിടത്തോളം ഓർമകളുമുണ്ടാകും. ചെകുത്താന്റെ വാശിയാ.."

"നീയെന്റെ പുസ്തകം വായിക്ക്. മനസൊന്നു തണുപ്പിക്ക്."

കുമാരിക്ക് ചിരി വന്നു.

"തുറ കത്താനൊരുങ്ങുമ്പോൾ വീണ വായിക്കാൻ പറയുന്നോ നീ... എന്തുവാ ഇത്! ഞാനൊക്കെയുണ്ടോ ഇതിൽ?" അവൾ കടലാസുകെട്ട് പിടിച്ചു വാങ്ങി.

"കാണുമായിരിക്കും. നീ വായിച്ചു നോക്ക്" നീലിമ പറഞ്ഞു.

"എന്റെ മനസ്സ് നേരേ നിൽക്കില്ല മോളേ. ആസ്വദിക്കാൻ കഴിഞ്ഞെന്നു വരില്ല. നീറിപ്പിടയുകയാണ്."

"അതിനൊരു ശാന്തി വരും..."

"ചിലപ്പോ അസ്വസ്ഥത കൂടും. നീയെന്താ എഴുതിയിരിക്കുന്നതെന്ന് അറിയാൻ പറ്റില്ല."

"ആഗോളവൽക്കരണ വിരുദ്ധ, ആണവവിരുദ്ധ ഇനത്തിലെ നോവലാണ്. ഞാൻ കഴിഞ്ഞ മൂന്നുകൊല്ലമായി കണ്ടും കേട്ടും... അതിൽനിന്നൊരു ഫാന്റസി.."

"പ്രസംഗിക്കേണ്ട. ഇനം ഞാൻ വായിച്ചറിഞ്ഞുകൊള്ളാം. ഇതു വായിച്ചാൽ എനിക്കെന്തു ഗുണമുണ്ടാകും? കുറേക്കൂടി ജീവിതത്തെ സമനിലയോടെ കാണാൻ കഴിയുമോ?"

"അതെങ്ങനെയാ പറയുന്നത്? നീ വായിക്ക്... രണ്ടു മണിക്കൂർകൊണ്ട് തീരും."

“നീയായിരുന്നു എന്റെ സ്ഥാനത്തെങ്കിൽ ഈ അവസ്ഥയിൽ എന്തു ചെയ്യുമായിരുന്നു? ഗർഭച്ഛിദ്രം അതോ..”

“നീ വായിക്ക് മോളേ.. ചിലപ്പോൾ ഒരു തീരുമാനമെടുക്കാൻ കഴിഞ്ഞേക്കും.”

“ഉറപ്പ്?”

“ഉറപ്പില്ല. എങ്കിലും ചിലത് വേർതിരിച്ചെടുക്കാൻ നിനക്ക് സാധിക്കും. എന്റെ ചില അഭിപ്രായങ്ങൾ അതിലുണ്ട്, ഈ തുറയെക്കുറിച്ച്.”

“ശരി.”

കൃഷ്ണകുമാരി കടപ്പുറത്തെ തണലിലേക്ക് ഒരു പായുമെടുത്ത് പോയി. കടൽത്തിരകൾക്കുമേൽ സൂര്യൻ ചാഞ്ഞിരുന്നു. കരിമണൽ വജ്രംപോലെ തിളങ്ങി. ഒരു മണൽലോറി പുതഞ്ഞത് ഉയർത്താൻ ദൂരെ ശ്രമം നടക്കുന്നു.

നെടുവീർപ്പിട്ടുകൊണ്ട് കൃഷ്ണകുമാരി കടലാസിലേക്കു നോക്കി.

കൃഷ്ണകുമാരി വായന തുടങ്ങി

മണ്ണുതീനികളുടെ സാമ്രാജ്യം
(നോവൽ)
നീലിമ അഗ്നി

ഒന്ന്

തുറമൂപ്പൻ കടൽ ഉച്ചത്തിൽ ഇരമ്പുന്നതു കേട്ടു. തിരകൾ ഉരുണ്ടു കയറി ശബ്ദത്തിൽ കെട്ടടങ്ങുന്നതറിഞ്ഞ് ഞെട്ടിയുണർന്നു. ഓലയുടെ ദ്വാരങ്ങളിലൂടെ പ്രകാശം സൂചികളായി ആഴ്ന്നിറങ്ങുന്നു. പ്രകാശത്തിന്റെ നേർ ഞരമ്പിലൂടെ പൊടി ചുഴറ്റിയടിച്ചു. മൂപ്പൻ ചെറ്റവാതിൽ തുറന്ന് കടലിനെ നോക്കി. കടൽ തിരകളാറ്റി മൂപ്പനെ നോക്കിച്ചിരിച്ചു.

മൂപ്പൻ തൃപ്തനാകാതെ വീണ്ടും കടലിനെ സൂക്ഷിച്ചുനോക്കി. തല യുയർത്തി മാനത്തെയും. കണ്ണ് പുളിച്ചുപോയി. നെടുങ്കൻ രണ്ടു കരിമേ ഘക്കുന്നുകൾക്കിടയ്ക്ക് സൂര്യൻ കണ്ണിന്റെ നേർകോണിൽ. മൂപ്പൻ മിഴി താഴ്ത്തി. അൽപ്പം കഴിഞ്ഞപ്പോൾ മാനമിരുണ്ടു. കണ്ണിനു മുന്നിൽ തിള ങ്ങിനിന്ന മൃഗതൃഷ്ണ പെട്ടെന്നിടിഞ്ഞു.

ദൂരെ വയലിൽനിന്ന് അധികപ്പറ്റുവെള്ളം പൊരിമണ്ണിലൂടെ ഊർന്നു നീന്തി കടലിലേക്ക് അലിയുന്നുണ്ട്. മഴ പെയ്തതിന്റെ തെളിവുകാട്ടി ഓരു നിറത്തിൽ കടൽ തുടിച്ചു.

ആദ്യമായി കടൽ കാണുമ്പോലെ മൂപ്പൻ വാ പൊളിച്ചുനിന്നു. തിര കൾ കൈയാട്ടി വിളിക്കുന്നതുപോലെ. അകത്തുകയറി പനമ്പായിലേക്കു മൂപ്പൻ ചരിഞ്ഞുവീണു. ഇടങ്കൈ തലയ്ക്കുവച്ചു. കണ്ണടച്ചതും ഏതോ ഒരു തിര ഇരട്ടി ശബ്ദത്തിൽ തകർന്നതായി തെളിഞ്ഞുകേട്ടു. ഓളം വെട്ടി യടഞ്ഞ ചുളിഞ്ഞ കണ്ണുകൾ ഇമ തെറിച്ചുമാറ്റി സ്വയം തുറന്നുപോയി.

അപ്പോൾ തുറമൂപ്പന്റെ വയർ വലിയ ശബ്ദത്തിൽ കടലുപോലെ ഇരച്ചു. നീട്ടിയും കുറുക്കിയും കനപ്പിച്ചും മൂപ്പന്റെ വയറൊരു സംഗീതമായി. ഒന്നും കഴിച്ചില്ലെന്ന് ഓർത്തു. അതാണ് വയറുടച്ചിൽ. വയർ കണ്ടമാനം ഇരയ്ക്കുന്നത് കടൽക്ഷോഭത്തിനാണെന്നാണ് കടപ്പുറത്തിന്റെ പറച്ചിൽ. തിരയടിക്കുമ്പോലെ വയറിരയ്ക്കുന്നു. ആശ്വസിപ്പിക്കാൻ ശ്വാസം ആഞ്ഞെടുത്ത് പതിയെ വിട്ടു. മൂപ്പന്റെ അധികാരപരിധിയിലല്ല വയറെന്ന മട്ടിൽ അത് തുടർന്നും ചിലച്ചു. എന്തോ ദുർനിമിത്തത്തിന്റെ ലാഞ്ചന തോന്നി.

കടൽവിളി അടുക്കുന്നോ ദൈവമേ? കർക്കിടകത്തിലെ കടൽക്ഷോഭം ഒന്നുകൂടി കാണണമെന്ന് ആശ തോന്നി. ഉടൻ കാണണം. ആർത്തിപോലെ കൈ വിറച്ചു. ആ ക്ഷോഭത്തിൽ വേണമെങ്കിൽ ശരീരം അലിഞ്ഞോട്ടെ. കല്ലുകെട്ടി കടലിലേക്കിടുമ്പോൾ കടൽത്തിരകളുടെ ആ എടുത്തേറ് നുകരണം.

വയറിൽ പിന്നെയും അസ്വസ്ഥത. മൂപ്പൻ കൂജ തപ്പിയെടുത്ത് കുറേ വെള്ളം കുടിച്ചു. വെള്ളമിറങ്ങിയപ്പോൾ വയറിന്റെ നിലവിളിക്കൊരു പ്രത്യേക താളം. മാനത്തിന്റെ ചരിവിൽ മിന്നലിന്റെ പ്രകാശം വന്നിടിക്കുന്നു. കുടുക്കവും കേൾക്കാം. ദൂരെയെങ്ങോ ഇടിയും മിന്നലുമായി മഴ തിമിർക്കുകയാണ്.

പകൽ മങ്ങിത്തുടങ്ങിയപ്പോൾ കോരിയൊഴിച്ച് മഴയിറങ്ങി. അന്നു രാത്രി മുഴുവൻ കടലിലും മണ്ണിലും മഴ ഒഴിയാതെ തുള്ളിമുറിയാതെ കലമ്പി. കടലും മഴയും കൂട്ടുചേരുന്നു. ഗൂഢാലോചന. മഴ ആയുധം കൈമാറി അരങ്ങൊഴിയും. കടലലറി തുറയിലേക്കു പിന്നെ തിളച്ചുകയറും. നീലക്കടൽ ഇനി ചാരക്കടലാകും.

“കടലമ്മേ, ഇതെന്തോ തണുപ്പാ?”

കാറ്റിനൊപ്പം തണുപ്പിറങ്ങി. മൂപ്പൻ പനമ്പാ ചുരുട്ടി ഉള്ളിലിറങ്ങി കുന്തിച്ചിരുന്നു. ചരലിട്ട തറയിലൂടെയും തണുപ്പുണ്ട്. താടി കിടുകിടാ ഇടിച്ചു.

പിറ്റേന്നു പകലും മഴ തോർന്നില്ല. പകൽ മുഴുവൻ തുറമൂപ്പൻ പട്ടുനൂൽപ്പുഴുവായി പനമ്പായിലുറങ്ങി. ഉറക്കത്തിന്റെ ഏതോ ഒരു ഘട്ടത്തിൽ പനമ്പായ് മൂപ്പനുമായി മറിഞ്ഞു. നിലത്തേക്കു വീണിരുന്നു. പിന്നീട് സന്ധ്യയായി. ഇരുട്ടിടിഞ്ഞ് മാനത്തൂടെ തുറയിലേക്കുരുണ്ടു.

ഏതോ ഒരു തിര വൻശബ്ദത്തിൽ തീരത്തേക്ക് എടുത്തടിച്ചു. അതിൽപ്പെട്ട് ഒഴുകിയതുപോലെ മൂപ്പൻ ചാടിയെഴുന്നേറ്റ് ഉറക്കത്തിൽ നടന്നു മൂത്രമൊഴിച്ച് തിരിച്ചുവന്നുകിടന്നു. മഴയിൽ ദേഹമാകെ നനഞ്ഞിരുന്നു. തലയിൽ നീരു താഴ്ന്നു പനിപൊട്ടി. ഏഴുദിവസം അങ്ങനെ കിടന്നു. അത്രയും ദിവസം മഴയും നിന്നു.

തുറ പട്ടിണിയായി. കട്ടമരങ്ങളും വള്ളങ്ങളും ഓലമറയും കുതിർന്നു. ഇടയ്ക്ക് മഴയൊന്നു കണ്ണടച്ചപ്പോൾ കടപ്പുറത്ത് പലരും ഒത്തുകൂടി.

അഞ്ചാറുപേര് വള്ളമിറക്കാൻ തുനിഞ്ഞു. പട്ടിണി. ഇനി പിടിച്ചു നിൽക്കാൻ വയ്യ.

"കടലമ്മ വിളിക്കുന്നു."

ഒരുത്തൻ പിറുപിറുത്ത് വഞ്ചി തിരയിലേക്ക് തള്ളി.

"ചെന്നു കൊട്. ഞാനില്ല."

ഒരുത്തൻ അവസാനനിമിഷം പിന്മാറി.

"മടിക്കാതെടാ ഇപ്പ ചെന്നാ കടലമ്മേന്റെ കൃപകൊണ്ട് നല്ല കരിക്കാടി വീശാം. ഈ തെരയുടെ ശൗര്യമേയൊള്ളൂ. മഴയുടെ വലിവ് ഉൾക്കടലിൽ കൊണ്ടിട്ടില്ല. അതറിഞ്ഞിട്ടില്ല. മീനാകട്ടെ അറിഞ്ഞിട്ടൊണ്ട്. ആയൊരു ഇളക്കം.. നോക്ക് പറവകളൊക്കെ കടലിലാ."

"വയ്യ തന്തയില്ലാത്ത കടലമ്മ എപ്പം താളംമാറിച്ചവിട്ടുമെന്ന് പറയാൻ വയ്യ."

"നെറികേടു പറയുന്നോടാ? കടലമ്മേ വിശ്വസിക്കാം. കടലി കൂടെയെറങ്ങുന്ന നിന്നെയൊന്നും വിശ്വസിക്കാൻ മേല. കടലമ്മ വഞ്ചി കമത്തുന്നുവെങ്കില് അത് വഞ്ചിയുള്ളവന്റെ നെറികേട്. കടലമ്മയെ കുറ്റം പറയുന്നോടാ. തുറ മൂപ്പനെക്കൊണ്ട് നെന്റെ നെറികേടിന് ഉത്തരം പറയിപ്പിച്ചില്ലെങ്കി ചോദിച്ചോ? നിന്റെ കടലീപ്പോക്ക് തടയും. ഇല്ലെങ്കീ ഈ നെറികേടിന് കടലമ്മേടെ മടിത്തട്ടിൽ ഞങ്ങളുത്തരം പറയേണ്ടിവരും."

"പോടാ പന്നേ, കടലു നിന്റെ മൂപ്പന്റെ അപ്പന്റെയുമാ, എന്നെ കടലു വിലക്കാൻ?"

"കടലമ്മേയും മൂപ്പനേയും തന്തയ്ക്കു വിളിച്ചാ നീ അനുഭവിക്കുമെടാ.. നോക്കിക്കോ."

കടലിനെതിരെ പറഞ്ഞതു വേണ്ടിയിരുന്നില്ലെന്നു തോന്നി. ഭയം ഇനിയും കടലിൽ പോകേണ്ടതാണ്. തിരയിൽ ചവിട്ടിയപ്പോൾ ആ തണുപ്പിലും പേടി അരിക്കുന്നു. മനസിലൊരു നൂറു മാപ്പു പറഞ്ഞു. വഴക്കു ജയിക്കാൻ വായിൽ തോന്നിയതു പറഞ്ഞതു പൊറുക്കണേ കടലമ്മേ!

തിരകയറ്റി കടലെല്ലാം അറിയുന്നു. പാമ്പിൻ നാക്കിന്റെ സ്പർശന ശേഷിപോലെ. തിരകൾ വാർത്തകൾ കൈമാറി. തുറയുടെ രഹസ്യങ്ങൾ ഒപ്പിയെടുത്തു.

രണ്ട്

ഇരുട്ട് കൊഴുത്തിറങ്ങുന്ന രാത്രി. തുറ ഉറക്കത്തിൽ തണുപ്പ് തുറ തുളയ്ക്കുന്നു. കടൽ കരക്ഷൗരത്തിൽ പതിവുപോലെ. തുറമനുഷ്യരുടെ വയറിലും മനസിലും കടൽ താളമിട്ടു. സ്വപ്നങ്ങളിൽ കടലമ്മയുടെ താരാട്ടുപാട്ട്.

ഒരു കുടിലിൽനിന്ന് കുഞ്ഞിന്റെ ഇടുങ്ങിയ കരച്ചിൽ കേട്ടു. തൊണ്ടയിൽ ആരോ കുത്തിപ്പിടിച്ചിട്ടെന്നവണ്ണം നിലവിളി പാതിവെന്തു നിന്നു. തിരയടിയിൽ ഇടയ്ക്കിടെ ആ ശബ്ദമുയരുകയും അമരുകയും ചെയ്തു.

കുടിലിന്റെ ചെറ്റവാതിൽ ഉയർത്തിമാറ്റി ഒരു യുവതി കടപ്പുറത്തേക്കിറങ്ങി. കൈയിലൊരു ചോരക്കുഞ്ഞ്. അവൾ ചുറ്റുപാടും പാളിനോക്കി. പിന്നെ കടലമ്മയെ ഉറ്റുനോക്കി. അപ്പോൾ ആ കണ്ണുകൾ നിറഞ്ഞു വന്നു.

അനന്തരം പതിയെ പിറുപിറുത്തുകൊണ്ട് കടലിനെ ലക്ഷ്യംവച്ചു നടന്നു. കുഞ്ഞിനോടു സംസാരിക്കുംവിധം ഇടയ്ക്കിടെ മുഖം കുനിച്ചു. നിലാവ് നേർത്ത് കുഞ്ഞിന്റെ മുഖത്തേയ്ക്കു വീണു. വ്യക്തമായി ഇപ്പോൾ അവൾ കുഞ്ഞിനോടു സംസാരിച്ചു.

"കടലമ്മയ്ക്ക് നിന്നെപ്പോലെ എത്രയോ കുഞ്ഞുങ്ങളുണ്ട്. അവരെയെല്ലാം കടലമ്മ പോറ്റുന്നില്ലേ? കാലാകാലം കടലമ്മ ആഹാരത്തിനു വകതന്നിട്ടുണ്ട്. ഇല്ലെങ്കിൽ പരാതി പറയേണ്ടതും അവളോടുതന്നെ. എനിക്കൊരു കുഞ്ഞു പിറന്നാൽ അതിനു കടലമ്മ തന്നെ അവകാശി. ഇതുപോലെ നൂറുനൂറു കുഞ്ഞുങ്ങളെ കടലമ്മ ഞങ്ങൾ പെണ്ണുങ്ങളിൽനിന്ന് ദത്തെടുക്കുന്നു. കടലിന്റെ അടിത്തട്ടിൽനിന്നു നീന്തിനീന്തി ചിലപ്പോൾ നീ കടലമ്മ വാഴുന്ന കൊട്ടാരത്തിലെത്തിപ്പറ്റും. അഥവാ നീന്തിക്കയറാനുള്ള കരുത്ത് നിനക്കില്ലെങ്കിൽ നീ മീനുകൾക്ക് ഭക്ഷണമാകും. അങ്ങനെ കുറേ തീറ്റതിന്നു വളർന്നാലേ തറയ്ക്കു കിട്ടുമ്പോൾ മീനുകൾ തുടുത്തിരിക്കൂ. എങ്കിലും നിന്റെ ജന്മം സഫലം തന്നെ. കടലമ്മ സാക്ഷി."

കൈക്കുഞ്ഞ് സംശയം ചോദിക്കാൻ വേണ്ടി ഉണർന്നു.

"ഞങ്ങൾ കുഞ്ഞുങ്ങൾ കടലമ്മയ്ക്കു ഭാരമാവില്ലേ അമ്മേ?"

"ഭാരം കടലമ്മ അറിയുന്നില്ല. അവളെന്തും വഹിക്കും" അമ്മ മറുപടി പറഞ്ഞു.

കുഞ്ഞ് തന്റെ ആദ്യസംശയത്തിന്റെ തണുപ്പിൽ കിടുകിടാ വിറച്ചു. അതിന്റെ കുഞ്ഞിച്ചുണ്ടുകൾ കടൽക്കാറ്റിൽ വരണ്ടുണങ്ങി. അമ്മ ഒന്നു നിന്നു. കടലിന്റെ ആകാശത്തിലേക്കു നോക്കി.

"മാനത്തെ നിലാവു നോക്കൂ. കുഞ്ഞേ, നിനക്ക് അതിനി കാണാനാവില്ല. കടലമ്മയുടെ മാറിലേക്കു നീ വലിച്ചെറിയപ്പെടാൻ പോകുന്നു. അടിത്തട്ടിലേക്ക് നീ മുങ്ങിപ്പോകും. കുഞ്ഞുങ്ങൾ നിറഞ്ഞ ഭണ്ഡാരം തുറന്ന് കടലമ്മ നിന്നെ അതിനുള്ളിലാക്കും. നിനക്ക് ശ്വാസം മുട്ടും. രക്ഷപ്പെടാൻ ആഞ്ഞു നീന്ത്...."

കുഞ്ഞിന്റെ ഉള്ളിലും കടൽത്താളം പതിഞ്ഞിരിക്കുന്നു. മറുപടിയായി അതിന്റെ വയർ നുരനുരാ ഇരച്ചു. തുറസമൂഹത്തിലേക്കു ജനിച്ചു വീഴുന്നതേ ഈ താളവും നിക്ഷേപിക്കപ്പെടുന്നു. പിന്നെ കടലമ്മയുടെ താളത്തിന്റെ വഴി. കുഞ്ഞു വയറിലെ കടലിരപ്പുസഹിതം അതിനെ അമ്മ ആട്ടി കടലിലേക്കെറിഞ്ഞു. തിരകളിൽപ്പെട്ട് കുഞ്ഞിന്റെ നനുത്ത സ്വപ്നങ്ങൾ മുറിഞ്ഞു. അത് ആഴ്ന്നു പോയി.

അമ്മ ചുറ്റും നോക്കി. ആളനക്കമില്ല. കടലമ്മയുടെ കരുണ. താൻ വീണ്ടും കന്യക. കടലമ്മയുടെ ഭണ്ഡാരത്തിലേക്കു ചോരക്കുഞ്ഞുങ്ങ

ളുടെ എണ്ണം കൂട്ടാൻ ഞങ്ങൾ തുറ പെൺകുട്ടികൾ എത്ര പാടുപെടുന്നു.

എങ്കിലും പെൺകുട്ടി പൊട്ടിക്കരഞ്ഞു. വായ്പൊത്തി കുടിലിലേക്കു തിരിച്ചു കയറി. തിര എവിടെയോ ഒന്നലറി.

ചൂണ്ടക്കൊക്കുമായി ഒരു രാത്രിപ്പക്ഷി പാറിനടന്നു. നിലാവിന്റെ നിറമുള്ള കിളി, തത്തിക്കളിച്ച് ഓളമിട്ടു പറന്ന് അത് ജലവിതാനത്തിനു തൊട്ടുമുകളിൽ ചിറകുകൾ വിടർത്തി അന്തരീക്ഷത്തിൽനിന്നു വിറച്ചു. ഒരു പൊടിമീനിനെ കൊത്തിപ്പറന്നു. ഏറെക്കഴിഞ്ഞു വിശപ്പാറിയിട്ടും പിന്മാറാതെ ജലപ്പരപ്പിൽ തൊട്ടുതൊട്ടില്ലെന്ന മട്ടിൽ പാറിക്കളിച്ചു. തിരച്ചുഴികൾക്കു മുകളിൽ ചിറകുവിരിച്ചു. തിരയിളക്കത്തിൽ ചിറകുയർത്തി കടലിനെ പറ്റിച്ചു. കടലും കിളിയും മത്സരിച്ചു കളിച്ചു. ചിറകു കുഴഞ്ഞിട്ടും കടലിന്റെ തണുത്ത സുഖത്തിൽനിന്നു കരകയറാൻ തോന്നിയില്ല.

പെട്ടെന്ന്... കടലൊന്നു കുലുങ്ങി. തിരയിളകുമ്പോൾ ചിറകു വിടർത്താനുള്ള കണക്കുകൂട്ടൽ തെറ്റി. കടൽജലം പക്ഷിയുടെ പുറത്തേക്കു തെറിച്ചു. ജലത്തിന്റെ ഭാരത്തിൽ പക്ഷിക്കു ചിറകു കുടയാൻ സമയം കിട്ടിയില്ല. അപ്പോഴേക്കും തിര ഒന്നുകൂടി മുഴച്ചു. പക്ഷി കടലിൽ ചിറകിട്ടടിച്ചു. അവിടെ ഒരു ചുഴിയുണ്ടായി. പക്ഷി ഇപ്പോൾ കടലിന്റെ വരുതിയിൽ...

മുറിയിൽ ഉറക്കം കിട്ടാതെ കിടന്ന പെൺകുട്ടി വീണ്ടും ചെറ്റവാതിലുയർത്തി പുറത്തേക്കു വന്നു കടലിനെ നോക്കി കണ്ണടച്ചുനിന്നു. താളത്തിൽ, അവളുടെ മുടിയിഴകളിൽ കളിച്ചുകൊണ്ടിരുന്ന കാറ്റ് ഇപ്പോൾ ക്രമാതീതമായ ശബ്ദത്തിൽ ചൂളം വിളിച്ചു. അവളുടെ ചേലത്തുമ്പും അഴിഞ്ഞമുടിയും സമാന്തരമായി മത്സരിച്ചു പറന്നു. കാറ്റ് മണ്ണ് കുത്തിയുയർത്തി. കൺപോളകൾക്കുള്ളിൽ ഒരു മൺതരി കോർത്തു. ചെറുനീറ്റലിൽ അവളുടെ കണ്ണിൽ മൺതരി വേദനയായി ഉടഞ്ഞു. അൽപ്പനേരം അടച്ച കണ്ണുതുറന്നു. ഞെട്ടിപ്പോയി. ഇപ്പോൾ ആകാശമില്ല. അത്രയും വലിപ്പത്തിൽ തിരയുടെ മതിൽ. അലറിവിളിച്ച് അവൾ കുടിലിലേക്കു കയറി. അപ്പോൾ അവളുടെ മുടിയിൽനിന്ന് ഉപ്പുപൊടികൾ വെള്ളനിറത്തിൽ മൃദുവായി പൊടിഞ്ഞുവീണു. നിലാവിൽ തിളങ്ങി അത് പൊടിമണ്ണിൽ അലിഞ്ഞുചേർന്നു.

അപ്പോൾ ആകാശത്ത് ഒരുകൂട്ടം കാർമേഘങ്ങളിറങ്ങി. കടുത്ത പടുത വിരിച്ച് നിലാവിനെ മറച്ചുവച്ചു. കാർമേഘങ്ങൾ കടലിന്റെ ആജ്ഞ വഹിക്കുന്നു.

ഇരുട്ടിൽ തിരകൾ കൂടുതൽ പഴുത്തുപൊട്ടി. കരിമണ്ണിളക്കി മാറ്റി ഞൊടിയിടയിൽ കടപ്പുറത്ത് ഒരു മണൽത്തിട്ട ഉയർന്നു. അതിനുള്ളിൽ കടലുണ്ടെന്ന് തുറയിൽനിന്നു നോക്കിയാൽ അറിയുമായിരുന്നില്ല. കടലമ്മ തന്റെ കോട്ട കെട്ടിപ്പടുത്തത് എത്ര പെട്ടെന്ന്! കോട്ടയ്ക്കുള്ളിൽനിന്ന് കടലിന്റെ അട്ടഹാസവും കാറ്റിന്റെ നിലവിളിയും!

മണൽത്തിട്ടയിലേക്കു തിര വീണ്ടുംവീണ്ടും ഊക്കിനിടിച്ചു. തിട്ട

ഇടിഞ്ഞു പിന്നോക്കം വലിഞ്ഞു. കടൽ തന്റെ സാമ്രാജ്യം വിപുലപ്പെടുത്തുന്നു. എന്നിട്ടും തൃപ്തിയടയാതെ മണൽത്തിട്ടയ്ക്കു മുകളിലൂടെ പതഞ്ഞൊഴുകി കയറിവരുന്നു! ഒരുനിമിഷം തിരകളൊന്നു ചുരുങ്ങി. പൂർവാധികം ശക്തിയോടെ ഊതി വിടാനുള്ള ശ്വാസം പിടുത്തം!

പെട്ടെന്ന് നൂറു തിരകൾ ഒരുമിച്ചു. ചെവി പൊട്ടുന്ന വമ്പനൊരു തകർച്ച അകാശത്തേക്ക് ലക്ഷ്യം കയറി തിരകൾ ഒന്നിനു പിറകെ ഒന്നായി പാഞ്ഞു വന്നു. തുറയുടെ ഓരോ അണുവിലും തണുപ്പിന്റെ സ്പർശവുംകൊണ്ട് പാറക്കൂട്ടങ്ങൾക്കിടയിൽ വിടർന്ന കള്ളിമുള്ളിന്റെ മഞ്ഞപ്പൂക്കൾ തിരയിൽ തലകുത്തി. തിരകയറി വാടി അവ ചുവന്നുതുടുത്ത് വെള്ളത്തിൽ ആറാട്ടു നടത്തി.

തുറയുടെ ഓരോ അണുവിലും കടൽ തൊട്ടു. കടലിന്റെ അധികാരദണ്ഡിന്റെ തിരപ്പത്തികൾ അവരിൽ വിരിഞ്ഞു. തുറയിലെ അടിമകൾക്കു നേരെ തൊടുത്തു വിട്ട ശരങ്ങളുടെ സീൽക്കാരവുമായി കാറ്റ്. അത് കടൽ നിയമങ്ങളുടെ സന്ദേശവും വഹിച്ച് തുറമനുഷ്യരുടെ ചെവിക്കുത്തുകളിലാടി.

തുറയിലെ ഒരു കുടിലിൽനിന്നും ആർത്തനാദമുയർന്നില്ല. അതിനുള്ള സമയംപോലും കടൽ നൽകിയില്ല. നിലവിളിക്കുപകരം തന്നോടുള്ള വിധേയത്വത്തിൽ അമർന്നു കിടക്കുന്ന ചവിട്ടിയരയ്ക്കപ്പെട്ടവന്റെ ഭീതി; അതാണ് കടൽ തുറയിൽനിന്നു പ്രതീക്ഷിക്കുന്നത്.

കടലിന്റെ അത്യഗാധങ്ങളിൽ നിന്നുവരെ തിരപൊട്ടി. തീരത്ത് അതു കൊമ്പുകുത്തി. കുടിലുകളെ അതിലെ ആൾക്കാർക്കൊപ്പം വലിച്ചെറിഞ്ഞു.

ഇപ്പോൾ തുറയുടെ മുഖത്തു നിലാവു തെളിഞ്ഞു. അതിൽ കടൽമുഖം ബീഭത്സമായി. ഉറക്കപ്പിച്ചിനിടയിൽ കടൽമക്കളുടെ കണ്ണിലും മൂക്കിലും ഉപ്പുകയറി. തിരക്കൈകൾ അവരെ അമ്മാനമാടി കടലിലേക്കെടുത്തു.

ഉപ്പുവെള്ളത്തിലും തുറമക്കളുടെ ഉറക്കപ്പിച്ച് നിലനിന്നു. തീനാവു നീട്ടി കടൽ തങ്ങളിലേക്കു കയറുന്നത് ഒരു താരാട്ടായേ പെണ്ണുങ്ങൾക്കു തോന്നിയുള്ളൂ. കടലമ്മ അവളുടെ തിരത്തൊട്ടിലിൽ ആട്ടി താരാട്ടുപാടുകയാണെന്നു കരുതി. സങ്കൽപ്പലോകത്തിന്റെ അങ്ങേക്കോണിൽക്കിടന്നു കൈകാലിട്ടടിക്കുന്നവരായിരുന്നു എന്നും പെണ്ണുങ്ങൾ. അവർ മരണത്തിന്റെ മുന്നിലും സ്വപ്നത്തിലൂടെ നീരാടി. തിരകൾ അവരെ എങ്ങോട്ടെന്നില്ലാതെ വലിച്ചെറിഞ്ഞു.

പുരുഷന്മാർ ഉറക്കം ഞെട്ടി ദിക്കറിയാതെ നീന്തി. കടലമ്മ തങ്ങളെ കടലിലേക്ക് ആവാഹിക്കുകയാണെന്ന് അവരറിഞ്ഞില്ല. നീന്തുമ്പോൾ വെള്ളത്തിൽ നിലകിട്ടാതെ വന്നു.

വൃദ്ധന്മാരും കുട്ടികളും നനവിന്റെ അങ്കലാപ്പിൽപ്പെട്ട് ചുഴികളിൽ കറങ്ങി.

പതിയെ തിരക്കൈകൾ ഒന്നൊന്നായി ചുരുണ്ടു. കരയിൽ ശേഷിച്ച

വർ ഇരുട്ടിൽ ഇഴഞ്ഞു. ഇപ്പോൾ നനവിനു പകരം മണ്ണിനു ചൂടാണ്. അതെന്തെന്നു വിസ്മയിക്കുമ്പോൾ സൂര്യനുണ്ടായി. മാനത്തു വെട്ടമിറങ്ങി.

ശരീരം പോറി വേവുന്നതെന്തെന്നു നോക്കുമ്പോൾ ഇതുവരെയില്ലാത്ത മട്ടിൽ മണൽ നൂറുനിറത്തിൽ തിളങ്ങുന്നു. ദേഹത്തിന്റെ നിഴലിട്ടു വെട്ടം മറച്ചുനോക്കുമ്പോൾ കറുത്ത മണൽ... കരിമണൽ. തീരം മുഴുവൻ... കണവാക്കട്ടുപോലെ കടൽ കക്കിയത്.

ആക്രമണം കഴിഞ്ഞു! എന്തിന് ഈ കടലിന്റെ കുതിരകയറൽ! നേട്ടങ്ങളൊന്നുമില്ല. കടലിന് അതിന്റെ അധികാരക്കമ്പികളുടെ വലിവു കൂട്ടുക മാത്രം ലക്ഷ്യം. ഉള്ളിലെ ദുഷ്ടു നിറഞ്ഞ കറുത്ത മണലിനെ പ്രതിരോധമില്ലാത്തിടത്തേക്കു വലിച്ചെറിയുക മാത്രം ഉപായം.

കടൽക്കരയിൽ മനുഷ്യർ ബോധംകെട്ടു കിടന്നു. തുറയിലെ നനവു വെടിച്ചു കീറിപ്പൊട്ടി കടലിലേക്കു മടങ്ങി. പാറത്തുമ്പിലും കള്ളിമുനകളിലും ഓലനാമ്പിലും പെണ്ണുങ്ങളുടെ മുടിയിഴകളിലുംനിന്ന് ഇറങ്ങാനാവാതെ തിരപ്പതകൾ പൊട്ടിച്ചത്തു.

തുറയുടെ അടയാളങ്ങൾ പാതി കടലിലും പാതി കരയിലുമായി അവശേഷിച്ചു. തെളിവു നശിപ്പിക്കലിന്റെ ഭാഗമായി തിരകൾ ഉൾവലിവു സൃഷ്ടിച്ച് കടലിൽ കിടന്ന തുറയുടെ അംശങ്ങളെ ഉൾക്കടലിലിട്ടു. തിരപ്പരിധിയിൽ ബാക്കിയുള്ള ശിഷ്ടങ്ങളെ നക്കി തുറയിലേക്കെറിഞ്ഞു. പിന്നെ തിര പരത്തിയൊഴുകി തിരകയറുംവഴിയെല്ലാം തുടച്ചുമിനുക്കി. ഒന്നുരണ്ടു ദിവസങ്ങൾക്കപ്പുറം നോക്കണം. കടലിലെ തെളിവുകൾ ആരുമറിയാതെ തുറയിലേക്കു തുപ്പും. തുറ എന്നും വൃത്തികേടിന്റെ പര്യായം, കടൽ വൃത്തിയുടെയും. ഉള്ളിലെ വഞ്ചനയെ നീലനിറം അടച്ചുവച്ചിരിക്കുന്നു.

കരയിൽ കമിഴ്ത്തിയിട്ടിരുന്ന കട്ടമരങ്ങൾ മലർന്ന് ഉൾക്കടലിലേക്ക് ആളില്ലാതെ നീന്തുന്നത് കാണാമായിരുന്നു. കടപ്പുറത്തെ ഒരു നെടുങ്കൻ തെങ്ങ് വേരുകൾ നിറഞ്ഞ നഗ്നതകാട്ടി നാണംകെട്ട് ഇപ്പോൾ വീഴുമെന്ന മട്ടിൽ വിറച്ചുനിന്നു. അതിന്റെ അടിവേരുകൾ കയറുവലകൾ അട്ടിയിട്ടതുപോലെ കുമിഞ്ഞുനിന്നു.

ജയിച്ചവൾ ഇവളൊരുത്തി മാത്രം

മൂന്ന്

വെളിച്ചം കടലുവഴി മാനംകേറി ഉച്ചംമണ്ടയിലെത്തി. ആരോ തമ്പടിച്ച് തിമിർത്ത് കൈയൊഴിഞ്ഞ മരുഭൂമി പോലെയായിരുന്നു അപ്പോൾ തുറ.

കടലമ്മയെ അതിന്റെ രാക്ഷസി പ്രകൃതത്തിൽ കണ്ട, തന്റെ കുഞ്ഞിനെ വളർത്തിവലുതാക്കാൻ കടലമ്മയെ ഏൽപ്പിച്ച ആ പെൺകുട്ടിക്കാണ് ആദ്യം ബോധം വീണത്. അവൾ ഉപ്പുചുണ്ടുകൾ നുണഞ്ഞ് മുഖംകോട്ടി ഉണർന്നു. നിഴലുകളില്ലാത്ത ഒരു ഭൂമിയിൽ നേർസൂര്യനു കീഴെ താൻ കിടക്കുന്നതായറിഞ്ഞു. ബോധത്തിലേക്കു കൂടുതൽ വെളിച്ചം തെറിച്ചു.

തുറയെ തകർത്തതിൽ അവൾക്കു കടലമ്മയോട് ബഹുമാനം തോന്നി. തുറയിലെ ആണുങ്ങളെയും സമൂഹത്തെയും അവൾ അപ്പാടെ വെറുത്തിരുന്നു. കടലമ്മയുടെ ആക്രമണത്തിന് ശരിയായ സമയം. അവൾക്ക് ഇനിയൊരു പുതിയ തുടക്കമാവാം. അതിനുള്ള പശ്ചാത്തലം കടൽ ചമച്ചിരിക്കുന്നു.

തുറയുടെ നാക്കിൽ ഇനിയുള്ളവളുടെ പെഴച്ച കഥയില്ല. അവർക്കു ഭീതിപ്പെടാനും പറഞ്ഞുടയ്ക്കാനും പുത്തൻ കടൽപ്പാഠങ്ങളുണ്ട്. അതു മുരുവിട്ട് അവളുടെ ഗർഭകഥ തുറ മറന്നുകളയും.

അവൾ എഴുന്നേറ്റുനിന്നു. ശവശരീരങ്ങൾ ജീവൻ കൊണ്ടുയരും പോലെ ചുറ്റും പലരും ഉണർന്നു. കിടന്ന കിടപ്പിൽ അവൾ നിലവിളിച്ചു. വിജയലഹരിയിൽ എമ്പാടും പരാജയപ്പെട്ടു ചിതറിക്കിടക്കുന്ന തുറയ്ക്കു നടുവിൽ പെൺകുട്ടി ഉയർന്നുനിന്നു. നെഞ്ചുപൊട്ടുമാറ് ആഞ്ഞൊന്ന് അലറി ജയം ഘോഷിക്കണമെന്നു തോന്നി. ഈ തുറയെ കടൽ നശിപ്പി

ച്ചിരിക്കുന്നു. ഈ നന്ദി കടലമ്മേ എനിക്കെന്നുമുണ്ടാകും അവൾ തല മണ്ണിൽ തൊട്ട് കടലിനെ നോക്കി നമസ്കരിച്ചു. ഒരു വിജയം ജന്മസാഫല്യം! എനിക്കതുമതി: ഈ ജന്മത്തിൽ. പെണ്ണ് കടലിലേക്കിറങ്ങി നടന്നു നടന്നുപോയി. അവൾ ആഴ്ന്നുപോകുകയായിരുന്നില്ല. കണ്ണിൽനിന്ന് മറഞ്ഞ് പോവുകയായിരുന്നു.

കടപ്പുറത്ത് കുന്തിച്ചിരുന്ന് സുമംഗലികളായ പെണ്ണുങ്ങൾ പൊട്ടിക്കരഞ്ഞു. അവർ തുറമുഴുവൻ പരതി. അവരുടെ പുരുഷന്മാരാരും കടപ്പുറത്ത് ഉണ്ടായിരുന്നില്ല. സ്ത്രീകൾക്കൊപ്പം മുതുക്കന്മാരും കുട്ടികളും മാത്രം ശേഷിച്ച് പ്രായപൂർത്തിയായ ചെറുപ്പക്കാരെയൊക്കെ കടലെടുത്തു. തുറയ്ക്ക് ഉശിരുള്ള ഒരു ആണത്തമുണ്ടായിരുന്നു. അതാണ് കടലമ്മ നശിപ്പിച്ചത്.

ദിവസങ്ങൾ കടന്നുമാറി. തുറയുടെ ദുഃഖം ഗണ്യമായി കുറഞ്ഞു. ദുഃഖം അതൊരു പ്രത്യേക ജനുസാണ്. ഇവിടെ അത് ഒരാളിൽ മാത്രം അടിഞ്ഞു കിടക്കാതെ പൊതുവിൽ കടലുപോലെ നീണ്ടുനിവർന്ന് കിടപ്പായിരുന്നു. അതിനാൽ ദുഃഖത്തിന് കൊഴുപ്പും പതപ്പും നഷ്ടപ്പെടുന്നു. താരതമ്യത്തിൽ വ്യതിയാനമുണ്ടെങ്കിലേ ദുഃഖത്തിനൊരു ആഴമുള്ളൂ!

പരസ്പരം പങ്കുവച്ച് ദുഃഖം പെട്ടെന്ന് വറ്റുന്നു. കടൽപ്പത പോലെ എങ്കിലും പെണ്ണുങ്ങൾക്ക് ഉള്ളിന്റെ ഉള്ളിൽ സ്വാതന്ത്ര്യബോധം അനുഭവപ്പെട്ടു. അനുസരിപ്പിക്കാനും അടിമയാക്കാനും മുകളിൽ ആൺധാർഷ്ട്യം നിലനിൽപ്പില്ല.

മൂന്നാംപക്കം തന്നിൽ കെട്ടുകിടക്കുന്നതിനെ കക്കിയെറിയുന്ന ഒരേർപ്പാട് കടലിനുണ്ട്. തന്നിൽ അന്തർലീനമായി നിയമവും സ്വത്വവും നിലവിലുണ്ടെന്നതിന്റെ തെളിവുകാട്ടലാണിത്. കടൽ കേവലം വെള്ളത്തിന്റെ കൂമ്പാരമല്ല. തിരയിളക്കത്തിന്റെ തമാശയല്ല.

കടൽപ്പുറം മുഴുവൻ മൂന്നാംപക്കത്തിന് കാത്തിരുന്നു. അന്നും തിരിച്ചു വന്നില്ലെങ്കിൽ പ്രതീക്ഷ കത്തിക്കരിയാം. ചത്തെന്ന് ഉറപ്പിക്കാം. ഇല്ലങ്കിൽ കടലെടുത്തവൻ ജീവനൊടുങ്ങാതെ കടലിൽ അലയുന്ന ഒരു ദൃശ്യം മനസിലുണരാം. മറ്റേതോ തുറയിൽ നീന്തിക്കയറി രക്ഷപ്പെടുമെന്ന ആശ്വാസമുണ്ടാകാം.

മൂന്നാംപക്കം രാവിലെ കടപ്പുറത്തേക്ക് മൂന്നു ശവങ്ങൾ കടലമ്മ ഇറ്റിച്ചു. എന്നിട്ട് ശാന്തയായി കിടന്നു. മൂന്നു മരത്തടികൾക്കു മേലെയെന്നവിധം ശവങ്ങൾക്കു മീതെ തിരകയറിയുമിറങ്ങിയുമിരുന്നു. തുറ, ശവങ്ങൾക്കു ചറ്റും കൂടി. തിരിച്ചറിയാൻ ശ്രമിച്ചു. അത്ഭുതമെന്നു പറയട്ടെ, നഗ്നരായി കടപ്പുറത്തടിഞ്ഞ മൂന്നു ശവങ്ങളും ഷണ്ഡന്മാരായിരുന്നു. അവരുടെ മക്കളുള്ള ഭാര്യമാർ അപമാനഭാരത്താൽ വിങ്ങിക്കരഞ്ഞു.

ആ മൂന്നു ഭാര്യമാർക്കും കടലിനോടു പക പെരുത്തു. കടലിനോട് പകയുള്ളവരെ കടൽ തുറയിൽ പൊറുപ്പിക്കില്ല. അവരുടെ മനസിലേക്ക് കടൽക്കാറ്റുവഴി ലാവയെത്തും. ചിന്തയിൽ അത് തിളച്ചു കട്ടപിടിക്കും. പിന്നെ ബോധത്തിൽ ഒന്നും ഉണരില്ല. അതിനു മുമ്പ്.. തുറയ്ക്കതറി

യാം. അതിനുമുമ്പ് വിഷച്ചെടികൾതിന്ന് മൂന്നു പെണ്ണുങ്ങളും ചത്തു. ചാവും മുമ്പ് മക്കളെയും കൊന്നു.

മൂന്നാംപക്കം കഴിഞ്ഞു. മറ്റുപുരുഷന്മാർ തിരിച്ചെത്തിയില്ല. എന്നിട്ടും കടലിൽനിന്ന് വിജയശ്രീലാളിതരായി നടന്നുകയറുന്ന ഉരുക്കിന്റെ ഉറപ്പുള്ള തങ്ങളുടെ പുരുഷന്മാരെ അവർ ഭാവനയിൽ നിറച്ചു. വേറെ ഏതോ തുറയിൽ അടിഞ്ഞു കയറി അവിടെ തമ്പടിച്ചു കളയുമോയെന്ന് ഭയപ്പെട്ടു. കടൽമക്കൾക്ക് ചെന്നു കയറുന്നിടമാണ് സ്വന്തം തുറ. അവിടെ വച്ച് അവരുടെ ഭൂതകാലം വെട്ടിപ്പോകുന്നു. പഴയ തുറയെ അവരുടെ മനസിൽനിന്ന് കടൽ മായ്ച്ചുകളയുന്നു. ഒരു തുറയെ മറ്റൊന്ന് അറിയേണ്ട കാര്യമില്ലത്രേ. മുന്നിൽ ഒരു കടൽ വിരിഞ്ഞു കിടപ്പുണ്ടോ എന്നതു മാത്രമാണ് സത്യം. പുത്തൻതുറയിൽ കടലിന്റെ ഗർഭപാത്രത്തിൽനിന്ന് ഇപ്പോൾ പൊട്ടിവീണവരെപ്പോലെ, പുതിയ തലച്ചോർ, തെളിമയുള്ള തലച്ചോർ പ്രവർത്തിച്ചുതുടങ്ങും. അവരവിടെ തുടങ്ങും.

പഴയ തുറയിലെ പെണ്ണിനെയോ മക്കളെയോ കാണാനുള്ള ആർത്തി അവരിൽ തീണ്ടില്ല. അവന് വിധേയത്വവും ഗൃഹാതുരത്വവും കടലിനോട് മാത്രമായിരുന്നു.

പക്ഷേ, എങ്കിലും.. ഒന്നൊഴിയാതെ കടലിലെ പുരുഷന്മാരെല്ലാം ലക്കുകെട്ട് തുറ മാറി നീന്തിക്കയറുമോ? തെളിവിന് ആരെങ്കിലും ഈ തുറയിൽത്തന്നെ തിരിച്ചുകയറാത്തതെന്ത്? അപ്പോൾ ആണുങ്ങൾക്കെല്ലാം എന്തോ സംഭവിച്ചു. അവരെവിടെ പോയി?

കടലമ്മയുടെ പൊട്ടിച്ചിരി
ഹോ! എന്തൊരു കൊലച്ചിരി

നാല്

പ്രജാക്ഷേമതൽപ്പരനായ നാട്ടുരാജാവ് മഹാവാർത്തയറിഞ്ഞു. കടലാക്രമണം, കുടിലുകൾ കടലെടുത്തു; ആളപായവും. കടലിന്റെ ഭീകരാവസ്ഥ ഒന്നു കാണണംതന്നെ! എന്തോ ശേലാവും! കൊട്ടാരം ഒരുക്കങ്ങൾ തുടങ്ങി.

മുത്തുക്കുടകൾ സജ്ജമായി നൂറ്റൊന്നെണ്ണം. അത്രയും കുതിരപ്പട്ടാളം മുന്നിൽ പോകണം. തേർച്ചക്രങ്ങളിൽ എണ്ണയിട്ടു. അറബിക്കുതിരകളെ തിരുമ്മൽ വിദഗ്ധരെക്കൊണ്ടു തടവിച്ചു നിറുത്തി. കുതിരക്കാർ കുത്തിയിരുന്നു ലാടങ്ങൾ പരിശോധിച്ചു. ഇളക്കമുള്ളവ പാറക്കല്ലുകൊണ്ട് അടിച്ചുറപ്പിച്ചു. വഴിവെയിലിൽ ഉഷ്ണമുണ്ട്. വെഞ്ചാമരങ്ങൾ തയാറായി. അതിന്റെ മയിൽപ്പീലിപ്പൂട കൊഴിഞ്ഞാൽ മാറ്റി ഉപയോഗിക്കാൻ കൂടുതൽ കരുതിവച്ചു. തമ്പുരാന്റെ തൃക്കാല് വയ്ക്കുന്ന തേർത്തട്ട് രാമച്ചം നിറച്ചു ശീതീകരിച്ചു.

രാജാവ് എഴുന്നള്ളുകയായി!

വെയിലേറ്റപ്പോൾ വഴിയിൽ തണൽമരങ്ങളും താമരപ്പൊയ്കകളും സൃഷ്ടിക്കേണ്ടതിന്റെ ആവശ്യം മനസിലായി. ഈ കടൽപ്പാതയെ ഗൗനിച്ചിട്ടില്ലാത്തതിനാൽ ദുഃഖം തോന്നി. തേരുപോകും മറ്റു വഴികളെല്ലാം മോടിപിടിപ്പിച്ചിട്ടുണ്ട്. അയൽരാജാക്കന്മാർ വിരുന്നിനു വരുമ്പോൾ കൊണ്ടുനടക്കേണ്ട വഴിയെല്ലാം സ്വർണവിളക്കുമരങ്ങൾ നിർമിച്ചു കഴിഞ്ഞു. ഭരണപരിഷ്കാരങ്ങൾ ആ വഴികൾ നടന്ന് ചരിത്രകാരന്മാർ രേഖപ്പെടുത്തിവരികയാണ്. കടൽപ്പാല വികസനംകൂടി അനുബന്ധമായി ചേർക്കേണ്ടി വരും.

നാടുവാഴിത്തേരിന്റെ തൊട്ടുപിന്നിലായി അറബി-നാടൻ സങ്കരക്കുതിരകൾ വലിക്കുന്ന തേരിൽ കൊട്ടാരം ജ്യോത്സ്യൻ കുലുങ്ങിയിരുന്നു. വെറ്റില മുറുക്കി അയാൾക്കു വിശേഷങ്ങൾ പറയാൻ മഹാമന്ത്രി ഓച്ഛാനിച്ചുനിന്നു.

നുരവീണ് വഴികൾ മാറി. കുതിരകളുടെ കാലുകൾ പൂഴിയിൽ പുതഞ്ഞു. അതോടെ കടൽപ്പാത അവസാനിച്ചു. രാജാവിന്റെ നേർക്കൊരു കാറ്റിന്റെ തണുപ്പ്. വരണ്ട ചുണ്ട് നനച്ചപ്പോൾ ഉപ്പുരസം. ലോകത്തിന്റെ ഉപ്പുഭരണി - കടൽ. രാജാവ് ഇരിപ്പിടം വിട്ടെഴുന്നേറ്റു.

ദൂരെ കടലിന്റെ നീലനിറം കാണുമാറായി. മുകളിൽ ഒരു മരുഭൂമിയും. മണൽത്തിട്ടകൾ തകർത്തുകയറുന്ന ഘോരമായ കടൽ, അതിന്റെ അലറുന്ന രൗദ്രഭാവം. പേടിതോന്നി. തിരയുടെ ഭീതിജനകമായ താളത്തിൽ രാജാവിന്റെ ഹൃദയതാളമിടിപ്പ് ക്രമംപൊട്ടി വളർന്നു. രാജാവ് വിളിച്ചുപറഞ്ഞു:

"നിർത്ത്."

പൂഴിമണലിൽ കുതിരകൾ ബദ്ധപ്പെടുകയായിരുന്നു. രാജാവിന്റെ ശബ്ദം തിരയിടയിൽപ്പെട്ടു കമിഴ്ന്നു. ആജ്ഞയ്ക്കു പുറത്തുകൂടി തേരിളകി ഉരഞ്ഞു നീങ്ങി. അനുസരണക്കേടു കാണുമ്പോഴുള്ള അധികാരിയുടെ വെപ്രാളം രാജാവിന് അനുഭവപ്പെട്ടു. തണുത്ത കാറ്റ് തേരിലേക്കു ചീറിയടിച്ചു. രാജാവ് തെരുതെരെ തുമ്മി. പരിക്ഷീണിതനായി കടലിലേക്കു നോക്കി രാജാവു മന്ത്രിച്ചു:

"ഒന്ന് നിർത്തൂ."

കുതിരയും തേർചക്രങ്ങളുടെ കിരുകിരുപ്പം ഞരങ്ങിയമർന്നു. രാജാവ് മന്ദനായി തേർത്തട്ടിൽ നിന്നു. വല്ലാത്തൊരു അങ്കലാപ്പ്.

കടപ്പുറത്തേക്കു കാൽചവിട്ടിയ രാജാവിനെ മണ്ണുകൊണ്ടു പുതപ്പിക്കാൻ ഒരു കാറ്റുവീശി. കരിമണലുകൾ പക്ഷേ, അനങ്ങിയില്ല. അതിൽ സൂര്യൻ തട്ടി കണ്ണിലേക്കു വെട്ടം. രാജാവിന്റെ കണ്ണു ചൂളിപ്പോയി.

ഉറച്ച പുരുഷന്മാരില്ലാത്ത തുറ രാജാവിനെ പൊതിഞ്ഞു. അവർ പരിദേവനങ്ങളുടെ ഭാണ്ഡമഴിച്ചു വിതറി. കടൽക്കാറ്റിൽപ്പെട്ട് രാജാവിന്റെ കണ്ണിൽ ഉപ്പുനീർ പൊടിഞ്ഞിറങ്ങി. തുറ രോമാഞ്ചംകൊണ്ടു.

രാജാവ് ജ്യോത്സ്യരെ കൈകാട്ടി വിളിച്ചു. വേണ്ടതു ചെയ്തേക്കാൻ ആംഗ്യത്തിൽ കൽപ്പിച്ചു. കാറ്റിന്റെ ദിശയിലൊതുങ്ങി നീങ്ങി എളുപ്പം തേർത്തട്ടിലെത്തി. രാജാവും കുറേ പരിവാരങ്ങളും പിൻവാങ്ങി. ജ്യോത്സ്യരും കൂട്ടരും കടപ്പുറം തീണ്ടി.

രാശിപ്പലകയിട്ടു കവിടി നിരത്തി. കടപ്പുറത്തു ചുറ്റുന്ന ചുഴലിക്കാറ്റിനെതിരെ തിരിഞ്ഞിരുന്ന് എന്തൊക്കെയോ ഗണിച്ചു. ദൂരെ ഉപ്പുകാറ്റടിഞ്ഞ മൂടൽമഞ്ഞ് നിറഞ്ഞുവന്നു.

കവിടി മാറ്റി തരംതിരിച്ച് കണക്കുകൂട്ടുമ്പോൾ ജ്യോത്സ്യരുടെ നീണ്ടു മെലിഞ്ഞ വിരലുകൾ വിറച്ചുവന്നു. പോളകൾ വിടർന്നു കണ്ണുതുറിച്ചു. മഹാമന്ത്രി ചുരുട്ടിക്കെട്ടി സജ്ജമാക്കിക്കൊടുത്ത മുറുക്കാൻ പല്ലിനിട

യിൽ കൊളുത്തി ചിന്താമഗ്നനായി. അയാൾ പിന്തിരിഞ്ഞ് കടലിനെ പാളി നോക്കി. പിശറുകാറ്റിൽ ജ്യോത്സ്യരുടെ കണ്ണടഞ്ഞുപോയി.

കവിടി സഞ്ചി കൂട്ടിക്കെട്ടി രാശിപ്പലക കക്ഷത്തിലിടുക്കി ജ്യോത്സ്യർ ചുറ്റുംകൂടി നിന്നവരോടു മെല്ലെപ്പറഞ്ഞു:

"കടലിനു കാമമാണ്!"

തുറയൊന്നു നടുങ്ങി. അതിന്റെ ആക്കം കുറയ്ക്കുന്നതിനു മുമ്പ് ബാക്കി പരിവാരങ്ങളെയും ആട്ടിത്തെളിച്ച് ജ്യോത്സ്യരും പിൻവാങ്ങി.

തുറയിലെ പെണ്ണുങ്ങൾക്ക് ഇപ്പോഴാണ് കലിയിളകിയത്. അവർ സങ്കടം വന്നു തെറിവിളിച്ചു:

"കടലമ്മേ, എടീ പോക്രീ, ഞങ്ങളെ കൊന്നിട്ട് ആകാമായിരുന്നല്ലോടീ. ഞങ്ങടെ ആണുങ്ങളെ..."

കല്യാണം കഴിക്കാത്ത പെണ്ണുങ്ങൾ ആണുങ്ങളെ കട്ട കടലിനെ അസൂയയോടെ നോക്കി. കടലമ്മ കിലുക്കാംപെട്ടിയെപോലെ പൊട്ടിച്ചിരിച്ചു. എല്ലാം കഴിഞ്ഞിട്ട് കള്ളി! അവൾ നിർവൃതിയിൽ ഓർത്തു ചിരിക്കുകയാണ്. വളഞ്ഞുയർന്ന് ലാസ്യയായി തിര കരയിലേക്കു പരന്നൊഴുകി.

പ്രായപൂർത്തിയായ ചുണയൻ ആണുങ്ങളില്ലാത്ത തുറയെ പെൺഭരണം പിടിച്ചു. പ്രായപൂർത്തിയടുത്ത ആൺകുട്ടികൾ രാത്രികളിൽ തിമിർത്തു. അവർക്കുവേണ്ടി മത്സരമുണ്ടായി. കടൽകയറി വിലക്കുകളെ പൊട്ടിച്ചു. പെണ്ണുങ്ങൾ തോന്നുമ്പോലെ ജീവിച്ചു.

വൃദ്ധന്മാരുടെ വീടുകളിലെ പുത്തൻ ചെറ്റവാതിലുകൾ ഇഴക്കയർ ഞരക്കത്തിൽ തുറന്നു. തങ്ങൾ യുവാക്കന്മാരായതുപോലെ കിഴവൻമാർക്കു തോന്നി. അവരുടെ കണ്ണുകളിൽ സൂര്യൻ മടങ്ങിവന്നു. പൊഴിഞ്ഞ ഇമകളിൽ തിളക്കം.

നാളുകൾ കഴികെ പട്ടണത്തിൽനിന്നു ഹുണ്ടികപ്പിരിവുകാരും പട്ടാളക്കാരും ഇരുട്ടിൽത്തപ്പി തുറയിലെത്തി. പുത്തൻചെറ്റവാതിലുകൾ തുറന്നുകിടന്നിരുന്നു. കാരിരുമ്പുകരുത്തുള്ള പുരുഷന്മാർ കടൽപ്പിടിയിലാണെന്ന് അവർ അറിഞ്ഞിരുന്നു. എല്ലാം കഴിഞ്ഞപ്പോൾ നാണയക്കിലുക്കം കുടിലുകളിൽ നിറഞ്ഞു. മറ്റു തുറകളിൽപ്പോയി മീനെടുത്തു വിൽപ്പന നടത്തിയിരുന്ന പെണ്ണുങ്ങൾ ജോലി മതിയാക്കി രാത്രികളെക്കൊണ്ടു തീപുകച്ചു.

പട്ടണവാസികളുടെ എണ്ണം എണ്ണക്കറുപ്പുള്ള പെണ്ണുങ്ങൾക്കായി കൂടിവന്നു. പകൽ പെണ്ണുങ്ങളുറങ്ങി. വൃദ്ധന്മാർ ഇപ്പോൾ പഴയപടി കിഴവന്മാരായി കയറുപാകിയ കാഴ്ചകളുമായി അവർ കടലും നോക്കി തല ചൊറിഞ്ഞിരുന്നു. കടലുകൊടുത്ത ആഹാരമായിരുന്നു ഇതുവരെ തുറ തിന്നത്. ഇപ്പോൾ പട്ടണത്തിന്റെ ചീഞ്ഞ കാശ്. കടലിന്റെ ശാപം ഇങ്ങനെ നിപതിക്കാൻ, ലോകത്തെ ഇങ്ങനെ കാർന്നുതിന്നാൻ എന്തേ സംഭവിച്ചു? കടലിനോട് അവർ മനസാ മാപ്പിരന്നു. കുറ്റബോധത്തിൽ കൂടുതൽ വിധേയത്വം തോന്നി.

കടലമ്മ ഉയർന്നും താഴ്ന്നും ഒളിച്ചുകളിച്ചു. മണൽത്തിട്ടുകളിൽനിന്നു മദാലസയെപ്പോലെ അടിച്ചുയർന്ന് കടപ്പുറം കെട്ടിപ്പുണർന്നു. മണൽക്കൂനയ്ക്കു പുറത്തേക്കു പതയിഴഞ്ഞ് തുറയെ ഒളിക്കണ്ണെറിഞ്ഞു നോക്കി. ഇനിയും ഉശിരുള്ളവർ ആരുണ്ട്?

രാത്രിയിൽ പുളപ്പിൽ കടൽ അലറി വിളിച്ചു. കടലമ്മയുടെ അടക്കമില്ലായ്മ കണ്ട് തുറപ്പെണ്ണുങ്ങൾ അതിന്റെ പാത പിന്തുടർന്നു. കടലമ്മ കാട്ടിക്കൊടുത്ത വഴിയാണിതെന്ന ധൈര്യത്തിൽ കൂടുതൽ പട്ടണവാസികൾക്കായി ചെറ്റവാതിൽ തുറന്നുവച്ചു.

അഞ്ച്

കടലിന്റെ അക്രമം നേരിട്ടറിഞ്ഞ സാഹചര്യത്തിൽ ഇനി എന്താണ് വേണ്ടതെന്ന് തീരുമാനിക്കാൻ രാജാവ് ജ്യോത്സ്യന്മാർക്കു കൊടുത്ത സമയം ഇന്നു തീരുകയാണ്. സ്വർണഗോപുരമുള്ള അതിഥിമന്ദിരങ്ങളിലെ ജ്യോത്സ്യന്മാരുടെ സുഖവാസം ഇന്നോടെ കഴിയും.

പൂത്ത രാശിപ്പലകയും കവിടിയും തൂത്തുതുടച്ചു മിനുക്കി രാജസന്നിധിയിൽ ജ്യോത്സ്യന്മാർ ഓച്ഛാനിച്ചുനിന്നു. അവർക്കു പ്രത്യേകിച്ചു തയാറെടുപ്പുകളൊന്നും ആവശ്യമില്ലായിരുന്നു. നാക്കിലേക്ക് ഊറിവരുന്ന കണക്കുകൂട്ടലുകൾ ചിട്ടപ്പെടുത്തി രാജാവിനു സമർപ്പിച്ചാൽ മാത്രം മതി.

“തുടങ്ങട്ടെ” രാജാവ് ആജ്ഞാപിച്ചു.

കവിടി കശക്കലിന്റെ കിരുകിരുപ്പു കേട്ട് പൊറുതികേടുകൂടി ഒരു വെഞ്ചാമരം വീശുകാരി ബോധംകെട്ടുവീണു. ഇരുമ്പുകുന്തങ്ങളിൽ ബലമായി പിടിച്ചുനിന്ന കാവൽക്കാർക്ക് ഇക്കിളിയായി. ഉത്തരത്തിൽത്തട്ടി പ്രതിഫലിച്ച് ഇരട്ടി ശബ്ദത്തിൽ കിരുകിരുപ്പ് തെരുവിലായി. ചിലരുടെ ചെവിയടഞ്ഞു. രാജാവ് അതിലെ സംഗീതം ആസ്വദിച്ചു. കിരുകിരുപ്പുയർന്ന് അങ്ങ് കടലിന്റെ ചെവിയിലെത്തണം. കടലാണ് പൊറുതിമുട്ടേണ്ടത്.

അതും ചിന്തിച്ചിരുന്ന് ഉറങ്ങിപ്പോയ രാജാവിനെ കൊട്ടാരം ജ്യോത്സ്യൻ പനിനീർ തളിച്ചുണർത്തി.

“തീരുമാനമായോ? കടലിനെ മെരുക്കാൻ എന്താണൊരു പ്രതിവിധി?” രാജാവ് ഉറക്കപ്പിച്ചുപേക്ഷിച്ചു ചോദിച്ചു.

കൊട്ടാരം ജ്യോത്സ്യൻ ഉത്തരീയംകൊണ്ടു വിയർപ്പുതുടച്ചുതൊണ്ട നേരെയാക്കി. മറ്റു ജ്യോത്സ്യന്മാരെ ഒന്നോടിച്ചുനോക്കി പറഞ്ഞുതുടങ്ങി:

“തിരുമനസ്സ് വിജയിക്കട്ടെ!” ഇനി പറയുന്നത് ഞങ്ങളുടെ പൊതു കണ്ടെത്തലാണ്.

കടലമ്മ ഇന്ന് തമ്പുരാന്റെ ഉള്ളിലെ അലറുന്ന പ്രശ്നമാണെന്നറിയാം. ആ അലർച്ചയങ്ങ് കൊട്ടാരംവരെ കേൾക്കുന്നു. ഊന്നിയിരിക്കുമ്പോൾ തമ്പുരാന് സിംഹാസനം ഇളകുന്നതുപോലെ വരുന്നു.

കടലിനെക്കുറിച്ചുള്ള നിഗമനം! കടലിനെ സ്ത്രീസ്വരൂപമാക്കി. അമ്മയാക്കി തുറ കൊട്ടിവാഴ്ത്തുന്നു. കടലമ്മ സ്നേഹസ്വരൂപിണിയാണ്.

സത്യമുള്ളവളാണ്. ഇടയ്ക്കു കോപത്തിന്റെ തടമുടിക്കെട്ടൊന്ന് അഴിച്ചുകെട്ടുമെന്ന് മാത്രം.

കടലെന്ന വിശാലജലപ്പരപ്പ് വല്ലാത്തൊരു ശക്തിയാണ്. തുറ പ്രതീക്ഷയുടെ വലയെറിഞ്ഞ് എല്ലാം കടലമ്മയിൽനിന്നു നേടുന്നു. നാളേറെക്കഴിയുമ്പോൾ കടലമ്മയ്ക്ക് ഒരഹങ്കാരം! അവൾ തന്റെ സ്ത്രൈണഭാവത്തിന്റെ അധമഗുണത്തിൽ ബദ്ധശ്രദ്ധയാകുന്നു. അവൾക്ക് അവളെന്താണെന്ന് ബോധ്യമായിരിക്കുന്നു. കടലമ്മ, കടലമ്മയെന്നു വിളിച്ച്, തുറ ആ ബോധം അവളിൽ നിക്ഷേപിച്ചതാണ്."

രാജാവിന് ഒന്നും മനസിലായില്ല. തനിക്കു മനസിലാകുന്ന ഒരു വാക്യം വരും. അതിൽ തൂങ്ങിയാകും അടുത്ത ഉത്തരവിറക്കുന്നത്.

ജ്യോത്സ്യർ തുടർന്നു:

"തുറയാണ് കടലിന്റെ എല്ലാ കുരുത്തക്കേടിനും കാരണം. കടലാണ് തുറയുടെ എല്ലാം. നിയമം, രക്ഷ, ഭക്തി... എല്ലാം കടൽ കേന്ദ്രമാക്കിയായിരുന്നു. തുറ കടലിനോടുള്ള ബാധ്യതകൾ ശരിക്കു നിറവേറാതിരിക്കുമ്പോൾ കടലുയരുന്നു. തുറയിലേക്ക് അത് ആഞ്ഞുകയറുന്നു. തുറ കാരണം തുറതന്നെ നശിക്കുന്നു.

കടൽ ശാശ്വതരൂപമാണ്. കടലിനെ ആശ്രയിക്കുന്നു എന്നു കരുതി അതിനോടു വിധേയത്വം പ്രകടിപ്പിക്കേണ്ട കാര്യമില്ല. അതൊഴിവാക്കി കടലിനെ തുറ മനസിലാക്കണം.

തമ്പുരാനിൽ ഇത്രയും വിരസത നിറച്ചതിൽ മാപ്പ്. മേൽപ്പറഞ്ഞ അടിസ്ഥാനത്തിൽ നമ്മുടെ മുന്നിലുള്ള പ്രശ്നം ഇതാണ്: കടൽ അതിന്റെ അമ്മരൂപം കളഞ്ഞിരിക്കുന്നു. പകരം സ്ത്രീത്വത്തിലെ ചില പ്രത്യേക രസതന്ത്രത്തിനടിമയായി തുറയിലേക്കു കയറുന്നു. പുരുഷന്മാരെത്തിരഞ്ഞ് കുടിലുകൾ അടിച്ചുടച്ചു. സ്ത്രീകളെയും വൃദ്ധരെയും കുട്ടികളെയും ബോധംകെടുത്തി. പുരുഷന്മാരെയും കൊണ്ടു വലിഞ്ഞിരിക്കുന്നു.

അതിനാൽ ആദ്യം കടലിന്റെ കാമത്തിന് അറുതിവരുത്തണം. തുറയെയും ശാസിക്കണം. കടലിനെ അധികാരശക്തിയിൽ അധികം ബോധവതിയാക്കാതിരിക്കുക. അധികാരബോധം വളരുമ്പോൾ നശീകരണവാഞ്ഛയുണ്ടാകുന്നു. ഇതായിരുന്നു കടൽ നടത്തിയ ആക്രമണമെന്ന് അടിവരയിട്ടു പറയാം.

ഒന്നു ചെയ്യാം. കടലിനെ ഇനി തുറ 'കടലമ്മ' എന്ന ലിംഗഭേദത്തിൽ വിളിക്കേണ്ട! കടലിന്റെ സ്ത്രീസ്വരൂപം വലിച്ചെറിയുക."

രാജാവിനെ തൊഴുത് ജ്യോത്സ്യർ ഒരു കിണ്ടി വെള്ളം കുടിച്ചു. തുള്ളിവെള്ളമുള്ള കടലാണ് രാജാവ്. പക്ഷേ, കടലിനോട് തട്ടിച്ചുനോക്കുമ്പോൾ രാജാവ് വെറും ഈർപ്പം മാത്രം. ജ്യോത്സ്യർ ഉള്ളിൽ ചിരിച്ചു.

അതോർത്ത് അയാൾ തുടർന്നു:

"തിരുമനസ്സേ കടൽ കയറി വന്ന് അവിടത്തെയും എന്നെയുംകൂടി അതിൽ അധികാരത്തിമിർപ്പിൽ മുക്കിക്കളയും. അദൃശ്യമായ കടൽപ്പാശത്തിൽ ബന്ധിതരാണ് നാം. ചരട് ആഴിയുടെ ആഴങ്ങളിൽ.

ഒന്നു പറയട്ടെ ഉപ്പുകാറ്റിന്റെ തരികൾ ഈ കൊട്ടാരത്തിനു ചുറ്റിലും പാറി നടക്കുന്നുണ്ട്. എവിടെയും കടൽവീണു പൊട്ടാം.

കടലിന്റെ അദൃശ്യമായ അധികാരതൃഷ്ണയെ ഭയപ്പെട്ടേ തീരൂ. അധികാരപരിധി വർധിപ്പിക്കാനുള്ള ത്വര സാധാരണ നാടുവാഴി മുതൽ പ്രബലമായിത്തുടങ്ങുന്നുവെന്നു കരുതുക. ഒരു ശരാശരി അധികാരി മനസു മുതൽ മേലോട്ടു കേറുന്ന എല്ലാ അധികാരരൂപവും കടലാണ്. അതിന്റെ കടലിന്റെ സാമാന്യ തോന്നലുകളിൽപ്പോലും വളരാനുള്ള വാസനയുണ്ട്. നമ്മുടെ കൊട്ടാരവും വലിയൊരു തിരയടിയിൽ... നാമറിയാതെ കടൽ നമ്മിലേക്ക്..."

തമ്പുരാൻ വിറച്ചിരുന്ന് കേൾക്കുകയായിരുന്നു. താൻ എത്രമാത്രം സുരക്ഷിതനാണെന്നാണ് കരുതിയിരുന്നത്? അയൽരാജ്യങ്ങളെ വിരട്ടി നിർത്തുക. പറ്റാത്തതിനെ വരുതിക്കൊതുക്കുക... തന്ത്രങ്ങൾക്കെല്ലാം മേലേ കടൽ... തന്നെ ഉപ്പിട്ടു ദ്രവിപ്പിക്കാൻ... സിംഹാസനം ഇളകുന്നതു പോലെ തോന്നി. തലചുറ്റാണ് എന്നു മനസിലാക്കിയത് രണ്ടുപേർ താങ്ങിയപ്പോഴാണ്. തന്റെ സിംഹാസനത്തിന് കടൽ വിലപറയുമോ?

"തമ്പുരാൻ മനഃസ്താപപ്പെടരുത്. അടിയങ്ങൾ തലപുകയ്ക്കുന്നത് അവിടത്തേക്കു വേണ്ടിയല്ലേ?"

കടലിന്റെ ഈ പ്രാന്തിന് തടയിടാൻ അടിയങ്ങൾ കൂട്ടായി ഒരു മാർഗം സ്വീകരിക്കുന്നു. കടലിനെ നാണിപ്പിച്ചു കീഴോട്ടിറക്കുക. തൽക്കാലത്തേക്കെങ്കിലും... ശാശ്വതമായി അതൊക്കില്ല; കടൽ തന്റെ ശക്തിയും സ്വത്വവും അറിഞ്ഞ സാഹചര്യത്തിൽ, പ്രത്യേകിച്ചും...

അവളുടെ പ്രാന്ത് അടിയങ്ങൾ ഒരു പുരുഷനെ വിട്ട് അടയ്ക്കും. ജനനേന്ദ്രിയച്ഛേദം ചെയ്ത കൃത്രിമ ഷണ്ഡൻ വഴി.

ജ്യോത്സ്യർ, പിന്നെ ചിലര് രാജാവിന്റെ തൃച്ചെവിയിൽ മാത്രമായി ഓതി. "ഒരു പരീക്ഷണമാകാം. എങ്കിലും എനിക്കെന്തോ..."

രാജാവ് പറഞ്ഞു.

രാജാവ് കൽപ്പിച്ചു. ഇതു പെരുമ്പറകളിലേക്ക് പകർത്തപ്പെട്ടു. അവിടന്ന് ജനങ്ങളുടെ കർണപുടങ്ങളിൽ ഇങ്ങനെ രാജകൽപ്പന കിലുങ്ങി സഞ്ചരിച്ചു:

"നാളെ പുലർച്ചെ നാം ആദ്യം കാണുന്ന വ്യക്തിയെ കടൽബലിക്ക് ഉപയോഗിക്കും."

ബലിമൃഗത്തെ രാജാവ് മനസാലെ കണ്ടുവച്ചിരുന്നു. ജനങ്ങളുടെ കോപം ഉണ്ടാകാതിരിക്കാൻ അതുവേണം.

പുലർച്ചയ്ക്കുമുമ്പേ തോട്ടികൾ ഉണരും. അവർ വീടുവീടാന്തരം കയറിയിറങ്ങി മാന്യരാജാവിന്റെയും പ്രഭുക്കന്മാരുടെയും നാറ്റമുള്ള വിസർജ്യം വീപ്പപ്പെട്ടിയിൽ ചുമന്നുമാറ്റും. പുലരുംമുമ്പ് രാജാവൊന്ന് എഴുന്നേൽക്കണമെന്നേയുള്ളൂ. ഹീനജന്മങ്ങളിലൊന്നിന് തിരുമിഴി പാർത്ത് മോക്ഷം നൽകാം. വിളംബരം കാട്ടുതീയായി പടർന്നു. ജനം ഹർഷപുളകിതരായി. അവർക്കുമുന്നിൽ സംഭവപരമ്പരകൾ ചുരുളഴിയാൻ പോകു

ന്നു. കടൽബലിയിലൂടെ എന്തു പരിണാമമായിരിക്കും കടലിനുണ്ടാവുക? സംഭവങ്ങളിലൂടെ ജനത്തിന്റെ ജീവിതചക്രം തിരിയുന്നു. വിരസതയിൽ മുങ്ങിച്ചാകാതിരിക്കാൻ ഒരു കച്ചിത്തുരുമ്പ്. സംഭവശുഷ്കമായ കാലത്തിനുശേഷം ജനത്തിനു ജീവൻ തിരിച്ചുകിട്ടുന്നു. രാജാവിന് പ്രജകൾക്കുവേണ്ടി ചെയ്യാൻ കഴിയുന്ന പ്രധാന കാര്യങ്ങളിലൊന്ന് ഇതുപോലെ സംഭവങ്ങൾ സൃഷ്ടിച്ചു നൽകുക എന്നതാണ്. അവരത് കടിച്ചുകീറിവലിച്ചു തൃപ്തിപ്പെട്ടോളും.

ഗ്രാമകർത്താവ് നേരത്തേതന്നെ നിരത്തിൽ സ്ഥാനംപിടിച്ചിട്ടുണ്ടായിരുന്നു. അയാൾക്ക് ഒരു കസേര പ്രത്യേകം കവലയിലുണ്ട്. അതിൽ മറ്റാരും ഇരിക്കാൻ പാടില്ല. ഇരുന്നാൽ മുക്കാലിയിൽക്കെട്ടി മുപ്പതടിയെന്ന് ഗ്രാമകർത്താവിന്റെ പ്രാദേശികനിയമം. ഗ്രാമകർത്താവ് തന്റെ വിശേഷപ്പെട്ട കസേരയിൽ ഇരുന്നു; ജനം ചുറ്റും കൂടി.

"വിശേഷങ്ങൾ അറിഞ്ഞല്ലോ.. നമ്മുടെ ഗ്രാമത്തിലുള്ളവർ നാളെ നേരം പുലർന്ന് ഒരു യാമം കഴിഞ്ഞ് ഉണർന്നാൽ മതി. രാജാവിനു നാളെ ഉറക്കമുണരുമ്പോൾ കഷ്ടകാലത്തിന്, കണ്ണുതുറക്കാതെ ഒരു തോന്നൽ. കണ്ണുമടച്ച് ഒരു കുതിരസവാരിയങ്ങു നടത്തുക. സവാരിക്കിടയിൽ തിരുതേര് ഈ ഗ്രാമത്തിലെത്തുമ്പോൾ കഷ്ടകാലത്തിന് അദ്ദേഹത്തിനു കണ്ണു തുറക്കണമെന്ന്... കണ്ണ് തുറന്ന് തമ്പുരാൻ ഇവിടുന്നുതന്നെ അമൃതേത്ത് നടത്തിയെന്നിരിക്കും. പറഞ്ഞേക്കാം."

ജനം ഞെട്ടി. ഗ്രാമകർത്താവ് പോയപ്പോൾ ജനം സ്വാതന്ത്ര്യം നാക്കിലെടുത്തു.

"ബലികൊണ്ടു കടലടങ്ങുമോ?"

"അടങ്ങാതെ എവിടെപ്പോകുന്നു? കൊട്ടാരം ജ്യോത്സ്യന്മാർക്കും മറ്റു വമ്പന്മാർക്കും തെറ്റുമോ? ഗ്രഹങ്ങൾ അവരുടെ കാൽക്കീഴിലാണ് ഹേ."

"തെറ്റിക്കൂടായ്കയില്ല. പണ്ടൊരിക്കൽ...'

"ഇപ്രാവശ്യം തെറ്റില്ല. പണ്ടു സംഭവിച്ചതിനൊക്കെ കാരണമുണ്ടായിരുന്നു. രാജകുടുംബാംഗം ചത്തുനീങ്ങി പതിനാറു കഴിയാതെ രാശി നോക്കി. പിന്നെ..."

"അല്ല. എനിക്കൊരു സംശയം. രാജാവ് കണ്ണുതുറന്ന് നോക്കുമ്പോൾ തമ്പുരാട്ടിമാരിൽ ആരെയെങ്കിലും കണ്ടാലോ? അല്ല അതിനല്ലേ സാധ്യത കൂടുതൽ? ഇനി അഥവാ കൊട്ടാരം ജ്യോത്സ്യൻ കഷ്ടകാലത്തിന് സ്വന്തം ഗ്രഹം ഒറ്റു കൊടുത്ത് നട്ടരാവിലെ ഇറങ്ങി തമ്പുരാന്റെ കണ്ണുവെട്ടത്തെങ്ങാനും..."

പ്രതീക്ഷിച്ചതുപോലെ ഒരു തോട്ടിതന്നെ കുടുങ്ങി. രാജാവ് അയാളെയും കാത്തെന്നപോലെ കണ്ണടച്ച് മട്ടുപ്പാവിൽ നിൽക്കുകയായിരുന്നു. പാലുകാരും കാവൽക്കാരുംപോലുമില്ല. സർവം വിജനം. പെരുമ്പറയെത്താത്ത തോട്ടിക്കൂടിലുകളിലൊന്നിൽനിന്ന് സ്ഥിരംപോലെ ഒരു തോട്ടി അപ്പോൾ... രാജാവിന്റെ കണ്ണുംവെട്ടത്ത് ഒരു ഇരുണ്ടരൂപം തരമായപ്പോൾ ഭടന്മാർ പടുതയ്ക്ക് പിന്നിൽനിന്ന് 'അടിയൻ' വിളിച്ചു. രാജാവ് കണ്ണുതു

റന്ന് തോട്ടിയെ കണ്ടു. ഉത്തരവുണ്ടായി. ആശ്വാസംകൊണ്ട് ഭടന്മാർ കോണിപ്പടിയിറങ്ങി.

ഒരു ഭടൻ ഓടിച്ചെന്ന് അയാളുടെ തലയിലെ തീട്ടപ്പെട്ടി വലിച്ചെറിഞ്ഞു. തോട്ടി അത്ഭുതപ്പെട്ടു. ഭടന്റെ ദയാവായ്പിനെയും വിപ്ലവബോധത്തെയും കുറിച്ചു ചിന്തിക്കാൻ തുടങ്ങുംമുമ്പ് ഉത്തരവുണ്ടായി.

“നടക്ക് രാജസന്നിധിയിലേക്ക്!”

അങ്ങനെ ബലിമൃഗം തിട്ടപ്പെട്ടു.

രാജാവിനെയും കടലു പിടിക്കുന്നു

ആറ്

ബലിമൃഗമായ തോട്ടിയെ ഭടന്മാർ കുളിപ്പിക്കാൻ കൊണ്ടുനിർത്തി. പുറത്തു വെള്ളം വീണപ്പോൾ ദേഹം കുളിരുകോരി. കുളിച്ചിട്ട് ഒരുപാടു നാളായിരുന്നു. തീട്ടത്തിന്റെ നാറ്റമുള്ള അഴുക്ക് തെളിനീരിനെ കൊഴുപ്പിച്ചിറക്കി.

കുളികഴിഞ്ഞ് വെയിലിൽവച്ചു തോർത്തിയെടുത്തപ്പോൾ അവന്റെ എണ്ണക്കറുപ്പ് തിളങ്ങി. ഭടന്മാർ അവന്റെ ജനനേന്ദ്രിയത്തിൽ നോക്കി എന്തോ പറഞ്ഞ് ഉച്ചത്തിൽ ചിരിച്ചു. അവരുടെ ഭാഷ അവനു മനസിലായില്ല. ശരീരത്തെ നല്ല വസ്ത്രങ്ങൾ പൊതിഞ്ഞു.

തോട്ടിയെ അണിയിച്ചൊരുക്കി തേരിൽ കടപ്പുറത്തേക്കു നയിച്ചു. അവന്റെ കൈത്തണ്ടയിൽ ചുവന്ന പൂവുകൊണ്ടുള്ള രാഖിയുണ്ടായിരുന്നു. നെഞ്ചിൽ ചെംപൂമാല. ബലിമൃഗത്തിന്റെ ഉള്ളിൽ തോട്ടികൾക്കിടയിൽ പാട്ടായിരുന്ന ഒരു കഥ ഓടിവന്നു. പണ്ടെങ്ങോ ഒരു തോട്ടി രാജാവായ കഥ.

അതോർത്ത് അവൻ കൂനിയ നെഞ്ച് അൽപ്പമൊന്നുയർത്തി ചുറ്റും നോക്കി. വഴിയിലെല്ലാം ജനം കാഴ്ച കാണാനെത്തിയിരുന്നു. എല്ലാ കണ്ണുകളിലും അത്ഭുതം. വഴിയരികിൽ കരഞ്ഞുകൊണ്ട് ഒരു കിഴവി തന്നെ നോക്കി കൈകൂപ്പുന്നതുകണ്ട് അവൻ ഞെട്ടി. അധികനേരം നട്ടെല്ലുനിവർത്തി നിൽക്കാനാവാതെ ആൾക്കുരങ്ങിനെപ്പോലെ വളഞ്ഞ് അവൻ തേർത്തട്ടിൽ പിടിച്ചുനിന്നു.

രാജാവ് സ്വയം തേരുതെളിച്ച് തോട്ടിരഥത്തിനു മുന്നിൽ സഞ്ചരിച്ചു. അപൂർവമായി മാത്രമാണ് അദ്ദേഹം കടിഞ്ഞാണെടുക്കാറ്. ഇന്ന് തന്നെക്കാൾ ശ്രദ്ധാകേന്ദ്രം തോട്ടിയാണെന്ന് രാജാവിനറിയാമായിരുന്നു.

അതിന്റെ തൊല്ലൊരസൂയയെന്നവണ്ണം രാജാവ് വെട്ടിത്തിളങ്ങുന്ന സ്വർണ ക്കുപ്പായമിട്ടിരുന്നു. തോട്ടിക്കാകട്ടെ, ഇപ്പോൾ താൻ വല്ലാതെ ശ്രദ്ധിക്ക പ്പെടുന്നതിൽ പേടിതോന്നി.

തോട്ടിയുടെ ആയുസിനെക്കുറിച്ച് ചിന്തിച്ചപ്പോൾ രാജാവിന് ഒരുനേരം വേദന തോന്നി. പെട്ടെന്ന് അതു മാറിയത് ഇങ്ങനെ ചിന്തിച്ചപ്പോഴായിരു ന്നു. താൻ ഇവനേക്കാൾ ജീവിക്കേണ്ടവനാണ്. ഇവൻ അൽപ്പജീവി. നാഴി കയ്ക്കുള്ളിൽ ചീഞ്ഞുതുടങ്ങണമെന്നു ദൈവം നിശ്ചയിച്ച മാംസപിണ്ഡം. അപ്പോഴും താൻ ചൈതന്യം നിറഞ്ഞ് ഞെളിഞ്ഞ് നിൽക്കണമെന്ന് ദൈവ ത്താൽ തന്നെ ഉറപ്പിച്ചിട്ടുണ്ട്. അല്ലെങ്കിൽപ്പിന്നെ തന്നെ രാജാവാക്കിയതും ഇവനെ തോട്ടിയാക്കിയതും എന്തിന്? നാളെയും താൻ ഇതുപോലെ അൽപ്പജന്മങ്ങളെ ആട്ടിത്തെളിച്ച് സഞ്ചരിക്കണം. അപ്പോൾ സാധാരണ ജനത്തെക്കാൾ നീണ്ട ജീവിതം ന്യായമായും രാജാവിനു കിട്ടേണ്ടിയിരി ക്കുന്നു.

ഘോഷയാത്രയ്ക്കു മുന്നിൽ ദൂരെയായി കടൽ പ്രത്യക്ഷപ്പെട്ടു. രാജാവ് ഞെളിഞ്ഞുപിടിച്ചു നിന്നു.

തന്നെനോക്കി അലറിവിളിച്ചു കിടക്കുന്നതാണ് കടലെന്ന് എങ്ങ നെയോ തോട്ടിക്കു മനസിലായി. സ്ഥിരമായി അവന്റെ പാതയിൽ കടലു ണ്ടായിരുന്നില്ല. ആദ്യമായി കടൽ കാണുന്നതിന്റെ കൗതുകം അവനിൽ നിറഞ്ഞു.

രാത്രിയുടെ കറുപ്പിൽ പൂർണമായും ഇറങ്ങിനിന്ന് ഈ കടലുകാ ണാൻ എന്തൊരു ഭംഗിയായിരിക്കും? നക്ഷത്രങ്ങൾ കടലിൽനിന്നു മാന ത്തേക്കിറങ്ങും. ഇരുട്ടഴിഞ്ഞ് വെളിച്ചം തൊടുമ്പോൾ അത് കീഴ്വാനത്തി ലൂടെ കടലിൽ ഇറങ്ങി ഒളിക്കും. ഈ നീലിമയിൽ രാത്രി മുങ്ങുമ്പോൾ എന്തു നിറമാകും കടലിന്? തന്നെപ്പോലെ കറുപ്പോ? തണുത്ത കാറ്റടി ച്ചപ്പോൾ അവനു രോമാഞ്ചമുണ്ടായി.

കടപ്പുറത്ത് മനോഹരമായി നിർമിച്ച ഒരു കുടിൽ തോട്ടിയെ കാത്തു കിടന്നു. കുടിലിന്റെ മേൽക്കൂരവരെ ചുവന്ന പൂവുകൊണ്ടു നിറച്ചിരുന്നു. ചുവന്ന ഉടുപ്പിട്ട ഭടന്മാർ കാവൽനിന്നു. കുടിലിനുള്ളിൽ ഒരു സർവാംഗ സുന്ദരി നഗ്നയായി അവനുവേണ്ടി കാത്തിരുന്നു. തോട്ടിയെ ഭടന്മാർ കുടി ലിനുള്ളിലേക്കു തള്ളിവിട്ടു. രഹസ്യവാതിലിലൂടെ അവരെ നിരീക്ഷിച്ച് ഊരിപ്പിടിച്ച വാളുമായി പ്രത്യേകഭടൻ കാവൽനിന്നു.

ജനക്കൂട്ടത്തെ മുഴുവൻ കടപ്പുറത്തുനിന്നു മാറ്റി. ജനം ബലി കാണേ ണ്ടകാര്യമില്ല.

കുടിലിനുള്ളിലേക്കു കടന്ന ബലിമൃഗത്തിന്റെ മാറിലേക്ക് വെള്ളരി പ്രാവിന്റെ മാർദവവുമായി സുന്ദരി കുഴഞ്ഞുവീണു. അവൻ ഞെട്ടിത്ത രിച്ചു. ആ ഞെട്ടലിൽ സുന്ദരി അവനെ വിവസ്ത്രനാക്കി. സ്തംഭനം മാറാൻ പിന്നെയും സമയമെടുത്തു. എന്തെല്ലാം ചേഷ്ടകൾ സുന്ദരി കാട്ടി യിട്ടും ബലിമൃഗത്തിന്റെ അരക്കെട്ടിലേക്ക് രക്തയോട്ടം ഉണ്ടായില്ല. ആ നിലയിലാണത്രേ ബലി നടപ്പാക്കേണ്ടത്. അറുത്തുമാറ്റിയ ലിംഗത്തിന്റെ

മുറിവായിൽനിന്നു കുതികൊള്ളുന്ന രക്തവുമായി ബലിമൃഗത്തെ പ്രത്യേകം തയാറ് ചെയ്തു നിർത്തിയ വഞ്ചിയിലാക്കി ഓളംവെട്ടിത്തിളയ്ക്കുന്ന കടലിന്റെ നെഞ്ചത്തെത്തിച്ച് അവിടെ ആഴ്ത്തും. പുരുഷനെന്ന ധാരണയിൽ കടലമ്മ അവനെ കെട്ടിപ്പുണരും. ഷണ്ഡനെന്നു കണ്ടു ഞെട്ടും. അവന്റെ മുറിവായിലെ ചോര കാണുമ്പോൾ കടലമ്മയ്ക്കു കാമമിറങ്ങും. അതോടെ കടലടങ്ങും. ഇതാണ് പദ്ധതി.

നാഴികകൾ നടന്നുമാറി. രാജാവ് ഉച്ചസൂര്യനിൽ ആടയാഭരണങ്ങളിൽ തിളങ്ങിനിന്നു. പോക്കുവെയിലിൽ രാജാവിന്റെ തിളക്കം കുറഞ്ഞു. രാത്രിയിൽ രാജാവ് കറുത്തുവന്നു. ഉറക്കമിറങ്ങി ഇമകളെ കൂട്ടിക്കെട്ടാൻതുടങ്ങി. മെല്ലെ തേർത്തട്ടിൽ ഉലഞ്ഞുവീണ് രാജാവ് അവിടെക്കിടന്നുറങ്ങി. അപ്പോഴും കുടിലിനുള്ളിൽ സുന്ദരി തോട്ടിയുടെ സ്തംഭനം മാറ്റിയെടുക്കാൻ വിയർത്തു പരിശ്രമിക്കുകയായിരുന്നു. അവളുടെ വെളുത്ത നിറമായിരുന്നു അവനെ പരിഭ്രമിപ്പിച്ചിരുന്നത്.

ഇരുട്ടിൽ നിറങ്ങളില്ല. തോട്ടിക്കു ധൈര്യം വന്നു. രക്തയോട്ടം... ഒരു നിമിഷം ആർത്തുനിന്നു.. ഭടൻ... വാൾ... തേരിൽ പള്ളിയുറക്കം കൊള്ളുന്ന രാജാവറിയാതെ ബലി നടന്നു. കടലിനെയും കടലിലിട്ട തോട്ടിയെയും ഒറ്റയ്ക്കുവിട്ട് ഉറങ്ങുന്ന രാജാവിനെയും വലിച്ച് ശബ്ദഘോഷങ്ങൾ അകന്നുപോയി.

ഏഴ്

പദ്ധതി തൽക്കാലം വിജയിച്ചു. ബലിയിൽ നാണിച്ച് പതിയെ തിരയിളക്കം കുറച്ച് കടൽ തന്നിലേക്കമർന്നു. കടൽ പതിവുശബ്ദത്തിൽ മുരണ്ടു. കാറ്റും മഴയും കടലിനുമുകളിലൂടെ കടന്നുപോയി. മഴയുടെ പ്രകോപനത്തിനു നടുവിലും നാണംകെട്ട് കടൽ അടങ്ങിക്കിടന്നു. അത് തന്റെ തിരകളെ സാധാരണ തിരപ്പരിധിക്കുള്ളിൽ കെട്ടിയിട്ടു. അതിരു തോണ്ടാൻ തിരകൾ വരാതെ മണൽത്തിട്ടകൾ സ്വയം ഇടിഞ്ഞു നിരപ്പായി. ഇപ്പോൾ തുറയിൽനിന്നു നോക്കിയാൽ കടലും തിരകളും വ്യക്തമാണ്. കടലിന്റെ ശൗര്യം ചത്തുപോയി.

രാജകൊട്ടാരത്തിൽ പക്ഷേ, ആഘോഷങ്ങൾക്ക് ഉത്തരവുണ്ടായില്ല. അവിടെ ദുഃഖത്തിന്റെ ലാഞ്ചന. അന്തഃപുരങ്ങളിൽ രാജമാതാവിന്റെ ഉത്തരവുണ്ടായി; തമ്പുരാനെ അടുപ്പിക്കരുത്. അദ്ദേഹത്തിന്റെ തലയിൽ ഭ്രാന്തു പൊട്ടിത്തുടങ്ങി.

പതിനാറാമത്തെ അന്തഃപുരത്തിൽ വെച്ചാണ് രാജാവിന് നൊസ്സിന്റെ ആരംഭമുണ്ടായതത്രേ. കടൽബലിക്കുശേഷം രാജാവ് അന്തഃപുരത്തിൽ തിരിച്ചെത്തിയത്, പെരും കൂർക്കംവലിയിലായിരുന്നു. വന്നപാടേ അദ്ദേഹം വിശ്വസ്തയും രാജാവിനു പ്രിയങ്കരിയുമായ പതിനാറാം അന്തഃപുരറാണിയുടെ പൂമെത്തയിൽ കിടത്തപ്പെട്ടു. റാണി രാജാവിന്റെ ചാരെ ശയിച്ചു. ഇടയ്ക്ക് ഒന്നുരണ്ടുതവണ അദ്ദേഹത്തിന്റെ വയർ ഇരച്ചത്രേ. ഇര

പ്പിന്റെ ഒരൊടുക്കത്തിൽ അദ്ദേഹം അലറിച്ചാടിയെഴുന്നേറ്റു, കുറേ നേരമിരുന്നു കിതച്ചു. പിന്നെ നെടുവീർപ്പിട്ട് പതിയെ ശാന്തനായി.

തമ്പുരാൻ അന്തഃപുരത്തിലൂടെ ഉലാത്തി. അദ്ദേഹത്തിന്റെ മനസ്സ് ആകെ കലുഷമായിരുന്നു. എന്തോ സമ്മർദം കീഴ്പെടുത്തുന്നതുപോലെ. ചുരുട്ടിയ വലംകൈ ഇടംകൈയിൽ കൂട്ടിത്തിരുമ്മി പട്ടുമെത്തയിൽ വന്നിരുന്നു. നിലയില്ലാത്ത മനസുമായി വീണ്ടും എഴുന്നേറ്റു. റാണി പരിഭ്രമിച്ചു. പൊന്നുതമ്പുരാന് എന്തുപറ്റി?അതും ചിന്തിച്ച് പട്ടുമെത്തയിലിരുന്ന് റാണി ഉറക്കം തൂങ്ങി. ഉറങ്ങി, കിടക്കയിൽ മലർന്നുവീണു.

രാജാവ് ഏതാണ്ടൊന്ന് ശാന്തനായപോലെ തോന്നി. അദ്ദേഹം റാണിയുടെ വയറിലേക്ക് നോക്കി. കൂജയിൽനിന്നു കുറച്ചുവെള്ളമെടുത്ത് റാണിയുടെ വെളുത്ത വയറ്റിൽ തളിച്ചു. റാണിയുണർന്നു. തമ്പുരാനോടുള്ള വിധേയത്വത്തിൽ അനങ്ങാതെ കിടന്നു. തമ്പുരാൻ റാണിയുടെ ചുളിവുകളില്ലാത്ത വയറിലെ തണുപ്പിലും നനവിലും ചെവിയമർത്തി. വയറിൽനിന്നു കുടൽ കയർത്തു. കടൽ തിളയ്ക്കുന്ന ശബ്ദം. ഇരമ്പവും ആസ്വദിച്ച് വയറിൽക്കിടന്ന് രാജാവ് സ്വസ്ഥനായി ഉറങ്ങി.

പുലരിവെട്ടമിറങ്ങുന്നതിനുമുമ്പ് റാണിയുടെ വയറിൽനിന്നു നിലവിളിയോടെ രാജാവ് ഞെട്ടിയുണർന്നു. അദ്ദേഹം വിയർത്തുകുളിച്ചിരുന്നു. കണ്ണുകളിൽ രണ്ടു നരകങ്ങൾ ഒരുമിച്ച് കണ്ട ഭീതി നിറഞ്ഞിരിപ്പുണ്ടായിരുന്നു.

വെറ്റിക്കുറ്റിപോലെ അനക്കമില്ലാതെ പകച്ചിരിക്കുന്ന രാജാവിന്റെ കണ്ണുകൾ കടൽപ്പാതയിലേക്ക് ഉന്നംപിടിച്ചിരുന്നു. കണ്ണിനു മുന്നിൽ ജനാലയിലെ പടുത. അലക്ഷ്യമായി പുലരിയുടെ തണുത്ത കാറ്റിൽ, രാജാവിന്റെ മനസുപോലെ, ഗതികിട്ടാതെ പാറിനിന്നു. അദ്ദേഹം കട്ടിലിൽ ചമ്രം പടിഞ്ഞിരുന്നു, ചിന്തയായി. റാണിയുടെ കരതലം ഗ്രഹിച്ച് സ്വന്തം കൈക്കുള്ളിൽ അമർത്തിവച്ചു ഞെരടി. രാജാവ് പതിയെ സംസാരിച്ചു:

"ഒരു നൂലുപോലെ തിര പതഞ്ഞുപതഞ്ഞ് കൊട്ടാരത്തിലേക്കു കയറിവരുന്നതു ഞാൻ കണ്ടു. കുഞ്ഞിലേ അമ്മറാണി നമ്മെ കുളിപ്പിക്കാറുണ്ടായിരുന്ന കുളത്തില് തിരനൂല് വന്നലിഞ്ഞു. പിന്നെ കുളം കടലായി. അതിൽ തിരകളുയർന്നു. മുഖം മാത്രം എന്റേതായിരുന്നു. ബാക്കിയെല്ലാം ഒരു കഞ്ഞിന്റെതുപോലെ. തിരകളിൽപ്പെട്ട് ഞാൻ ആടിയുലഞ്ഞു. പിന്നെ ശ്വാസം മുട്ടി..."

രാജാവ് നെറ്റിയിൽ കൈപ്പത്തി അമർത്തി കുനിഞ്ഞിരുന്നു. റാണി സമാധാനവചനം പറഞ്ഞു:

"തമ്പുരാൻ എന്തോ ദുഃസ്വപ്നം പാർത്തിരിക്കുന്നു."

വാചകത്തിൽ രാജാവ് അരുചി കണ്ടു. പെരുത്തു ദേഷ്യം കയറി. ചാടിയെഴുന്നേറ്റ് ചുമരിലെ വാൾ വലിച്ചൂരി.

"സ്വപ്നമോ കൊല്ലും ഞാൻ. കടൽ നിറയുന്നു എന്നിൽ. കൊന്നൊടുക്കും ഞാൻ, മനുഷ്യജന്മത്തെയെല്ലാം. എത്ര സ്വപ്നത്തിൽ ഞാൻ ഞെട്ടിയുണർന്നു. അറിഞ്ഞോ നീയ്? ഉറക്കപ്പൂതനേ?"

റാണി ഭയന്നുവിറച്ചു.

രാജാവ് വാൾ താഴെയിട്ടു വിലപിച്ചു. "എന്റെ സ്വപ്നങ്ങളിൽ എന്തിന് തുടർച്ചയായി കടലു കയറുന്നു? നേരുകെട്ട നേരത്തായിരുന്നുവല്ലോ ഭഗവാനെ കടലിനെ ചങ്ങലയ്ക്കിടാൻ ഞാൻ ഒരുങ്ങിയിറങ്ങിയത്. കടൽ എന്നിലിരുന്ന് ആക്രമണം തുടരാൻ പ്രേരിപ്പിക്കുന്നു. എവിടെ ശത്രു! അതെ! എല്ലാറ്റിനും കാരണക്കാരൻ ആ ജ്യോത്സ്യനാണ്."

രാജാവ് കോപംകൊണ്ടു വിറച്ചു. സമാധാനശീലനായ ഈ രാജാവിൽ ഇത്രയുമൊരു ഭീകരമുഖം റാണി സംശയിച്ചിരുന്നില്ല.

ഉത്തരീയവും കിരീടവുംപോലും എടുക്കാതെ അർധനഗ്നനായി തമ്പുരാൻ അന്തഃപുരത്തിൽനിന്നു പുറത്തുവന്നു. അദ്ദേഹത്തിന്റെ ഉറച്ച കാൽവയ്പ്പിൽ കാൽത്തളകളും ആഭരണങ്ങളും കിലുങ്ങി. തലയ്ക്കു പിന്നിൽ വളർത്തിക്കെട്ടിയ രാജമുടി ഇളകിത്തിമിർത്തു. വരവിൽ ദ്വാരപാലകർ വിരണ്ടു. പിണച്ച കുന്തങ്ങൾ വലിച്ചുമാറ്റി. രാജകോപത്തിൽനിന്നു പരമാവധി അകന്നുനിന്നു വഴിയൊരുക്കി.

അപ്പോൾ സഭ കൂടാനുള്ള സമയം അതിക്രമിച്ചിരുന്നു. മന്ത്രിപ്രമുഖർ സദസിൽ രാജാവിനെയും കാത്തിരിക്കുകയായിരുന്നു. രാജാവ് സിംഹാസനത്തിൽ കയറിയിരുന്ന് ഉത്തരവിട്ടു.

"ആരവിടെ?"

എന്തോ ചർച്ച ചെയ്തുകൊണ്ടിരുന്ന മന്ത്രിമാർ പൊടുന്നനെ ഉത്തരവിൽ പതറി നിശ്ശബ്ദരായി. ഒന്നു പതറി ഭടന്മാർ തമ്പുരാനു മുൻപിൽ ഓച്ഛാനിച്ചു നിന്നു.

"ആ ജ്യോത്സ്യരെ പിടിച്ചുകെട്ടി നമ്മുടെ തിരുമുമ്പിലിട്ട് അവന്റെ ശിരസ്സറുത്തുവയ്ക്കൂ."

മന്ത്രിപ്രമുഖർ രാജകോപത്തെ അഭിമുഖീകരിക്കാനാവാതെ തല കുനിച്ചുനിന്നു.

കുറച്ചുകഴിഞ്ഞപ്പോൾ പതിനാറാം അന്തഃപുരറാണിയും അമ്മറാണിയും ഓടിക്കിതച്ചു വന്നു. അന്തഃപുരറാണി സിംഹാസനത്തിന്റെ പിന്നിൽ ഒളിച്ചുനിന്നു. അമ്മറാണി ഓടിവന്ന് മകന്റെ കൈയിൽപ്പിടിച്ചു.

""ഉണ്ണീ! നിനക്കെന്തു പിണഞ്ഞു?"

അമ്മയുടെ കൈയിൽ തമ്പുരാൻ പെട്ടെന്നൊരു ഉണ്ണിയായി. രാജാവെന്ന ബോധംവിട്ട് അദ്ദേഹം അമ്മയുടെ കൈകളിലേക്ക് വീണു.

"അമ്മേ ഇന്നലെ രാത്രി കടലു കയറിവന്നു. ഞാൻ തളച്ച കടലിന്റെ ശക്തി. അമ്മേ കൊട്ടാരക്കുളത്തിൽ കുളി നിരോധിച്ചേക്കൂ. അതു കടലാണ്. കുളമല്ല. എന്റെ ഉള്ളുനിറയെ കടലുനിറയുകയാണ്."

ഈ സംഭാഷണം മുതലാണ് സദസ്യർക്കും അമ്മറാണിക്കും രാജാവിന്റെ മനോനിലയെക്കുറിച്ച് സംശയം തോന്നിത്തുടങ്ങിയത്.

വരിഞ്ഞുകെട്ടിയ നിലയിൽ അപ്പോൾ കൊട്ടാരം ജ്യോത്സ്യർ ഹാജർ. അയാൾ കിടുകിടെ വിറച്ചു. അപ്പോഴും അരയിലുണ്ടായിരുന്ന കവിടിസഞ്ചി വിറയലിൽ കറുമുറെ ചിലച്ചു. രാജപരിലാളനങ്ങൾ ആവോളം നുകർന്ന്

രാജ്യം സ്വന്തം കവിടിയിൽ തെരുതെരെ കടഞ്ഞ തന്റെ മേൽ ഇത്രവേഗം രാജകോപം ആഞ്ഞുവീശുമെന്ന് ജ്യോത്സ്യർ സ്വപ്നേപി ധരിച്ചിരുന്നില്ല.

രാജാവിന്റെ സിരകളിൽ ചോരയ്ക്കുപകരം കടൽവെള്ളം പതച്ചു. കോപംകൊണ്ടു കണ്ണുനിറഞ്ഞു. സ്വന്തം കണ്ണിലൂടെ തിരയിറങ്ങി. കൊട്ടാരം ഒരു കടലാകുമോയെന്ന് അദ്ദേഹം ഭയന്നു. തമ്പുരാൻ പല്ലു കൂട്ടിപ്പിടിച്ച് പറഞ്ഞു:

"എന്തിന് അമാന്തിക്കണം? ദുഷ്ടന്റെ തലയറുത്തെറിയൂ. രാജ്യത്തിന്റെ നാഥനാണ് നാമെന്നു ബോധ്യമില്ലാതെയാണ് അവൻ നമ്മെക്കൊണ്ട് കടലിനോട് യുദ്ധം ചെയ്യിച്ചത്. അവനെല്ലാം അറിയാമായിരുന്നു. വെട്ടിയിടവനെ!"

മുന്നോട്ടാഞ്ഞ ഭടന്മാരെ രാജമാതാവ് കുറുകെനിന്നു തടഞ്ഞു.

"തൽക്കാലം ശിക്ഷ നടപ്പാക്കേണ്ട. ജ്യോത്സ്യരെ കാരാഗൃഹത്തിലേക്കു മാറ്റൂ."

രാജാവിന് ഇതുകേട്ട് ശരിക്കും കലിവന്നു.

"രാജകൽപ്പനയെ ലംഘിച്ചാലുള്ള ശിക്ഷ അറിയാമല്ലോ. ങും ശിക്ഷ നടപ്പാക്കട്ടെ."

"ഉണ്ണീ ഇത് അമ്മയുടെ അപേക്ഷയാണ്. ശിക്ഷ മാറ്റിവയ്ക്കൂ."

രാജാവ് തലമുടി വലിച്ചുപറിച്ചു.

"അമ്മ എന്തിനിതിൽ ഇടപെടുന്നു? ങും, ആ ദ്രോഹിയെ എന്റെ കൺമുന്നിൽനിന്നു കൊണ്ടുപോകൂ."

പിന്നെ രാജാവ് സർവസൈന്യാധിപനെ വിളിച്ചു.

"റാൻ" അയാൾ ഓച്ഛാനിച്ചു നിന്നു.

"എനിക്കൊരു യുദ്ധംവേണം. നമ്മെക്കാൾ ശക്തികുറഞ്ഞ അയൽരാജ്യത്തെ തെരഞ്ഞെടുക്ക. സൈന്യം തയാറാകട്ടെ."

സൈന്യാധിപൻ അന്തംവിട്ടു.

"റാൻ പക്ഷേ, ഉടമ്പടി കരാർ..."

"രാജകൽപ്പനയ്ക്കെതിർവാക്കോ?"

തമ്പുരാൻ അരയിൽനിന്നു വാളൂരി.

രാജമാതാവ് രാജാവിനെപ്പിടിച്ചു സിഹാസനത്തിലിരുത്തി.

"ഉണ്ണീ എന്തായിത്? ഇത്ര അശാന്തനായി നിന്നെ കണ്ടിട്ടില്ലല്ലോ. എന്തുണ്ടായി?"

രാജമാതാവ് പ്രധാനമന്ത്രിയെ ചട്ടം കെട്ടി.

"പ്രധാനമന്ത്രി ഇടപെടുക. ഉണ്ണിക്കൊരു ബുദ്ധിമാന്ദ്യം."

രാജാവിന്റെ കൈയിൽനിന്ന് വാളൂർന്ന് താഴെ വീണു. അയാൾ പരീക്ഷീണിതനായി വിളിച്ചുപോയി.

"അമ്മേ...."

'യുദ്ധം?"

സൈന്യാധിപൻ ചോദിച്ചു.

"കുന്തം!" മന്ത്രിപറഞ്ഞു. "രാജകൽപ്പന റദ്ദാക്കിയിരിക്കുന്നു."

"അതിന് ആര് നീ!" രാജാവ് കോപിച്ചു. "രാജകൽപ്പന റദ്ദുചെയ്ത മന്ത്രിയുടെ ശിരസ്സെടുക്കുക. ആരവിടെ?"

ഭടന്മാർ സഹതാപത്തോടെ തങ്ങളുടെ രാജാവിനെ നോക്കിനിന്നു.

"അമ്മേ ദുഃസ്വപ്നങ്ങളിൽ നിൽക്കക്കള്ളിയില്ലാതെ ഞാൻ എരിപൊരികൊള്ളുന്നുവെന്നേയുള്ളൂ. കടലിന്റെ ജലജ്വലനം നമ്മിൽ നടക്കുമ്പോലെ അതിൽനിന്നു ഞാൻ രക്ഷനേടാൻ വഴിതേടുമ്പോൾ എന്താ അമ്മേ ഇത്? എനിക്കു നൊസ്സെന്നോ? ബുദ്ധി കൂർത്തുവരികയാണെന്റെ, ലോകം തകർക്കാനുള്ള ശക്തി എന്നിൽ കടലായി നിറഞ്ഞിരിക്കുന്നു."

"എന്റെ മക്കള് വാടാ കണ്ണാ."

രാജമാതാവ് രാജാവിനെ ഉണ്ണിയാക്കി എഴുന്നള്ളിച്ചുകൊണ്ടുപോയി.

റാന്തൽവെളിച്ചത്തിൽ അമ്മറാണിയുടെ മടിയിൽ തലവച്ച് രാജാവു മയങ്ങി. ഇടയ്ക്കിടെ ഞെട്ടിയുണർന്നു. യാമങ്ങൾ കറങ്ങിമാറി.

അമ്മറാണി മഞ്ചത്തിൽ തലവച്ച് ഉറക്കമായി. രാജാവെഴുന്നേറ്റ് ജനാലയ്ക്കൽ പോയിനിന്നു. കടലിന്റെ സാമ്രാജ്യത്തിൽനിന്നു താൻ കയറിവന്ന പെരുവഴിയിൽ വഴിവിളക്കു മുനിഞ്ഞുകത്തുന്നു. വെളിച്ചം കണ്ണിനു മുന്നിൽ വളർന്നു നെറ്റിയിലൂടെ പാഞ്ഞുപോയപ്പോൾ വീണ്ടും പൊട്ടിയൊലിക്കുന്ന അസ്വസ്ഥത!

രാജാവു തിരിഞ്ഞ് മഞ്ചലിൽ ചാരിയുറങ്ങുന്ന അമ്മയെ നോക്കി അടുത്ത് പീഠത്തിലിരുന്നു. അമ്മയുടെ ഇടത്തേക്കൈ മകനെ വരിഞ്ഞു പിടിച്ചമാതിരിയിരുന്നു.

"അമ്മേ" രാജാവ് മെല്ലെ വിളിച്ചു.

അമ്മറാണിയുടെ ഉറക്കം ഞെട്ടിയില്ല. രാജാവിന്റെ അസ്വസ്ഥത കൂടിവരുന്നു. ആയിരം കടലുകൾ ഒരുമിച്ചു കടയുന്നു. ആശകെട്ടവനെപ്പോലെ രാജാവ് തലയ്ക്കു കൈയും വച്ചിരുന്നു ചുണുങ്ങി. നിശ്ശബ്ദത തോലുരിയുന്ന വേദന. നിശ്ശബ്ദതയെ തുരത്താൻ രാജാവ് അമ്മയോടെന്നവിധം സംസാരിച്ചു.

"കടലും തുറയും പരസ്പരപൂരകമാണ്. അധികാരവും പൊക്കിപ്പിടിച്ചു തുഴഞ്ഞുകയറ്റക്കാരൻ ഞാൻ തുറയുടെ ദല്ലാളായിച്ചെന്നു. ഇപ്പോൾ അധികാരം കടൽ പിടിച്ചെടുത്തു. ഞാൻ കടൽപ്പാതയിൽ ശക്തിയില്ലാത്ത ഒരു കിരീടം മാത്രം."

വീണ്ടും കടലുടയുന്നു. രാജാവു കേണു.

"അമ്മേ ഒന്നുണരൂ. ഈ ഏകാന്തതയിൽ ഞാൻ മരവിച്ചു മരിക്കും. ഞാൻ ഈ ജനാലയിലൂടെ എടുത്തു ചാടും..."

അൽപ്പനേരംകൂടി ജനാലയ്ക്കു വെളിയിൽ നോക്കിനിന്നപ്പോൾ രാജാവ് ശാന്തനായി. തത്വജ്ഞാനിയായി. പക്ഷേ, ഒന്നെനിക്കു മനസിലായി, കടലെന്തെന്ന്. ഇനിയും അത് എന്നിൽ ഭരിച്ചാൽ നാടു ചുട്ടുപോകും. ഞാൻ യുദ്ധക്കൊതിയനാകും.

പക്ഷേ, കടലറിയാൻ ഇത്ര പെട്ടെന്നു കഴിഞ്ഞല്ലോ. അതറിയാൻ

പുരുഷായുസ്സു പോരാ. ഞാൻ ആ അറിവ് ഏറെമുമ്പേ നേടിയിരിക്കുന്നു. അറിവിന്റെ ഉന്നതാവസ്ഥ. ഇനിയെന്തു പ്രസക്തി ഈ ജീവിതത്തിന്!

ഇനി ദല്ലാളുകളായി ഭരണാധിപന്മാർ കടപ്പുറത്തേക്കു തേരു നയിക്കാതിരിക്കട്ടെ. കടലുമായി ഉടമ്പടി വേണ്ട. അതിന്റെ ശക്തിരഹസ്യം അറിയേണ്ട!"

പിറ്റേന്ന് രാജാവിനെ കാണാനില്ലെന്ന വാർത്ത, കടലിൽനിന്ന് ഇരുട്ടുകയറുമ്പോലെ പടർന്നു. അമ്മറാണി ഉണ്ണിയെത്തിരഞ്ഞ് നാലുപാടും ആളെ വിട്ടു. ജനം സഹതപിച്ചു.

"നൊസ്സുകയറി രാജാവ് പുറപ്പെട്ടുപോയി."

അമ്മറാണി നെടുവീർപ്പിട്ടുകൊണ്ട് കടൽപ്പാതയിൽ മുട്ടുന്ന തീരത്തു നോക്കിയിരുന്നു കരഞ്ഞു.

കടലുപോലെ പെണ്ണുങ്ങൾ

എട്ട്

നാടുവിട്ട തമ്പുരാന്റെ ഉത്തരവ് അക്ഷരംപ്രതി തുറ അനുസരിച്ചു. അവർ കടലിനെ 'കടലമ്മ'യെന്നു വിളിക്കാതായി. മക്കളുടെ വാപൊത്തി അവർ വിലക്കി. ഓർമകെട്ട വൃദ്ധന്മാരെ ശാസിച്ചു. "കടലെന്നു വിളിച്ചാൽ മതി."

'കടൽ' 'കടൽ' എന്നു വിളിക്കുന്നതിൽ പക്ഷേ, തുറയർക്ക് ഉള്ളാലെ പേടി തോന്നി. അവരുടെ മക്കൾ വളർന്നുവരുമ്പോൾ അന്നം തേടേണ്ടതു കടലിൽ നിന്നാണ്. കടൽക്കൃപയിലാണു ജീവിതം. അതൊന്നു നാവു നീട്ടിയാൽ... ആ പേടിബോധം എപ്പോഴുമുണ്ട്. അതുകൊണ്ട് ബഹുമാനമില്ലാതെ കടൽ കടലെന്ന് നെറികെട്ടു നാക്കുവളയ്ക്കാൻ അവർക്കാവില്ല. 'കടൽ' എന്നു വിളിക്കുമ്പോൾ ചങ്കിൽനിന്ന് എന്തോ അടർന്നുവീഴുന്ന പ്രതീതി. ആപത്തിന്റെ ഉൾവിളി. വയ്യ.

"ഇനി കടൽ. കടലെന്നു വിളിക്കാൻ പറ്റത്തില്ല."

കടൽപ്പുറത്തെ പെണ്ണുങ്ങൾ ഒരുമിച്ചു തുള്ളി. അവർ തുറമൂപ്പന്റെ മുന്നിലേക്കൊഴുകി.

അയാൾക്ക് അത്ഭുതം തോന്നി. നാളിതുവരെ 'തുറമൂപ്പൻ, തുറമൂപ്പൻ' എന്നു വിളിക്കുമെന്നല്ലാതെ അധികാരങ്ങളൊന്നും പതിച്ചു തന്നിട്ടില്ല. വെറുമൊരു പ്രാഞ്ചിക്കിഴവന് കിന്നരിവച്ചൊരു പേരിന്റെ ഗൗരവം മാത്രം. തുറമൂപ്പന്റെ അധികാരം തലമുറവിട്ട് തലമുറകളിലേക്ക് തേഞ്ഞു തേഞ്ഞുവന്നു. എല്ലാ അധികാരങ്ങളും ചോർന്നൊലിച്ച് കടലിൽ ലയിക്കുന്നു.

"കടലിനെ അപ്പോൾ നിങ്ങളിനി എന്തുവിളിക്കാൻ പോകുന്നു?"

"കടലമ്മയെന്നു വിളിക്കരുതെന്നല്ലേയുള്ളൂ. അതു വേണ്ട. സങ്കടം

തീരുമല്ലോ. ഉത്തരവു കൊടുത്ത തമ്പുരാനും പൊയ്പ്പോയി. ഞങ്ങളിനി എന്തു വിളിക്കണം. ബഹുമാനമുള്ള പേര് വേണം."

"കടലെന്നുവിളിച്ചാൽ മതി."

മൂപ്പൻ കർശനമായങ്ങു പറഞ്ഞു.

"പറ്റത്തില്ല."

കടലുപോലെ പെണ്ണുങ്ങൾ തുള്ളി.

"കടൽമുത്തപ്പൻ. അതാണ് ഇനി ഞങ്ങള് വിളിക്കാൻപോകുന്നത്. കടലമ്മ കടലു ഭരിച്ചതു പണ്ടെങ്ങോ ആണ്. ആ കാലം പോയി. ചെങ്കോലു കൈമാറ്റം കടലിൽ നടന്നത് തുറയറിഞ്ഞിട്ടില്ല. അതറിയിക്കുവാനാണ് കടൽ തുള്ളിക്കയറിത്."

മൂപ്പൻ ചിരിച്ചു.

"ഇതൊക്കെ ആരു പറഞ്ഞു."

"ആരുപറയണം ഞങ്ങൾക്കറിയാം."

പെണ്ണുങ്ങളെല്ലാവരും ഇളകിക്കടന്നുപോയി.

തുറമൂപ്പൻ കടലിനെക്കുറിച്ചും തുറയെക്കുറിച്ചും അപ്പോൾ ചിന്തിച്ചു. മനുഷ്യൻ ആദ്യമായി കടലു കണ്ടപ്പോൾ അവനെന്തു തോന്നിയിരിക്കണം? അതിന്റെ തിരയാട്ടത്തിൽ ഭയന്ന് പിന്നോക്കം മാറിയിരിക്കണം. കടൽ ഭീകരമായൊരു ജീവി. അതു തന്റെ നേരെ വാപിളർക്കുന്നു. പിടികൊടുക്കാതെ ഓടാനായി. തിരകൾ പരിധിവിട്ടു കേറാതായപ്പോൾ കൗതുകം തോന്നി.

കടലിന്റെ മാസ്മരികമായ തണുപ്പും കാറ്റും. ഒരിക്കലും മായാത്ത ദിവ്യസാന്നിധ്യവും. വലംവയ്ക്കുന്ന സൂര്യനും ക്ഷീരപഥം നഗ്നനേത്രത്തിൽ കാട്ടിത്തരുന്ന വിശാലമായ മാനവും അവനെ ലഹരി പിടിപ്പിച്ചു. സന്തോഷംകൊണ്ടു പൂഴിമണലിൽ കിടന്നുരുണ്ടു. കടലിന്റെ സൗന്ദര്യവും നോക്കി ഏറെനേരം ചെലവഴിച്ചു. വിരസത അറിഞ്ഞില്ല. കാലത്തിന്റെ ഉരുൾച്ചയറിയാതിരിക്കാൻ ഇതാണു മാർഗം. അവൻ കടൽക്കരയിൽ കൂര വച്ചു. ആദ്യത്തെ തുറവാസി.

പ്രളയകാലത്ത് കടൽ നനവിന്റെ നാവുനീട്ടി അവന്റെ കുടിൽ ഒപ്പിയെടുത്തു. കടലെന്ന പ്രഹേളികയ്ക്കു മുന്നിൽ അവന്റെ തലച്ചോറ് അന്നു മുതൽ നട്ടംതിരിയാനാരംഭിച്ചു.

ആദിമനുഷ്യൻ പരാജയം സമ്മതിച്ചില്ല. പുതിയ കുടിലു കെട്ടി. ഇപ്പോൾ തിരക്കൈകൾ പതിവിലും നീട്ടേണ്ടി വന്നു കടലിന്. പ്രളയകാലത്ത് കടൽ ജയിച്ചു. ഉണക്കുകാലത്ത് അവനും. തോറ്റു പിണങ്ങി പിൻതിരിയാൻ ശ്രമിച്ചപ്പോഴൊക്കെ കടലിന്റെ ആകർഷണബലം പിടിച്ചുനിർത്തി. അവൻ തിരിഞ്ഞുനിന്നു. കടലിനെ നോക്കി പുഞ്ചിരിച്ചു. പിന്നീടൊരിക്കലും കടലോരം വിട്ടുപോകാനാവാത്തവിധം ശക്തമായ വിധേയത്വത്തിന്റെ തിരിഞ്ഞുനിൽപ്പായിരുന്നു അത്. അവനെയും പിൻതലമുറയെയും കടൽ തന്റെ അധികാരസീമയ്ക്കുള്ളിൽ കെട്ടിയിട്ടു. കടലിനെ നോക്കിയിരുന്നു മണിക്കൂറുകൾ പോക്കിയപ്പോൾ വിശന്നു. മീൻ കൊത്തിയെടുക്കുന്ന പരു

ന്തുകളെക്കണ്ടു. കടലിൽ കിടക്കുന്ന ഒരു പൊങ്ങുതടിയിൽ കയറി കടലിന്റെ മാറിലെത്തി. എന്തൊരത്ഭുതം! അവൻ ചുറ്റുംനോക്കി. വല്ലാത്തൊരു അനുഭൂതി. മനംപുരട്ടി ചൊരുക്കി ഛർദിച്ചു. തല കറങ്ങി. ഏറെക്കഴിഞ്ഞപ്പോൾ അനുഭൂതി പോയി. വിരസമായി കടൽ മലർന്നുകിടക്കുന്നു.

കരയിൽ വിരസതയെന്തെന്ന് അറിയിക്കാതിരിക്കുന്ന കടൽ ഉള്ളിൽ വിരസതയുടെ നീലക്കൂമ്പാരമായി. തിരിച്ചു മടങ്ങാൻ തുനിഞ്ഞപ്പോഴാണ് താൻ കടലിന്റെ അംശമായി മാറിക്കഴിഞ്ഞെന്നു ബോധ്യപ്പെട്ടത്. കാലവും ദിശയും ബോധവും തരാതെ കടൽ കരകാട്ടാതെ വലച്ചു. അവനിരുന്നു പൊട്ടിക്കരഞ്ഞു. കടലെന്ന രാവണൻകോട്ടക്കുള്ളിൽക്കിടന്നു പിടച്ചു. കടലിനെ ശപിക്കുന്നതിനുപകരം തന്നെത്തന്നെ ശപിച്ചു. കണ്ടുപിടുത്തങ്ങൾ നടത്തിക്കളയാമെന്നു കരുതി ഇറങ്ങിപ്പോയ ദുഷിച്ച മനസിനെ പഴിച്ചു.

എങ്കിലും.. തിരകളിൽ കുതിർന്ന് ഇവൻ കരയിലെത്തിയെന്നിരിക്കട്ടെ. കര തല്ലിത്തിമർക്കുന്ന പതയാറ്റിയൊലിക്കുന്ന കടലിനെ നോക്കി എല്ലാം മറന്ന് അവൻ പറഞ്ഞേനെ - എന്തൊരു സൗന്ദര്യം! പിന്നൊരു ചങ്ങാടമുണ്ടാക്കാനുള്ള പുറപ്പാട്.

ഒമ്പത്

ഇരുട്ട് ഒരു രാത്രി. തിരയുടെ വെള്ളിമിനുക്കം മാത്രം കാണാനുണ്ടായി. ഒറ്റ നക്ഷത്രപ്പൊട്ടുപോലും ആകാശത്തിലില്ല. ഭൂമിയിലേക്ക് ഇറ്റുവീഴാനെന്നമട്ടിൽ ഒരു കറുത്ത മേഘക്കുന്ന് കടലിൽനിന്ന് തെല്ലുയർന്നു നിന്നിരുന്നു.

സമയം കാത്തുനിന്നപോലെ ഒരു കാറ്റടിച്ചു. അതിൽ മേഘക്കുന്ന് ഇളകി കടലിന്റെ മുകളിലേക്ക് ആകപ്പാടെ പടർന്നു. വർഷംകൊണ്ടു കടലിന്റെ പുര നിറയ്ക്കാൻ മഴക്കാറ് കാത്തുകിടക്കുന്നു.

ഓരോ മണൽത്തിരയെയും തുളച്ച് ഇരട്ടിപ്പിക്കാൻ പോന്ന കൂർത്തുനേർത്ത മഴയുണ്ടായി. മഴയുടെയും തിരയുടെയും മണമിഴുകിച്ചേർന്നു. കുടിലുകളിൽ എല്ലാവരും ഉറക്കത്തിലായിരുന്നു. പായിൽ അവർ തിരകളെപ്പോലെ കിടന്നുരുണ്ടു. കടലിനെപ്പോലെ നഗ്നരായി. ഒരു തിരയടിയുടെ ഊക്കിൽ അവർ ചുരുണ്ടു. വാലുചുരുട്ടി പട്ടികളെപ്പോലെ കിടന്നുറങ്ങി.

സ്ത്രീകൾ അർധമയക്കത്തിൽ സുന്ദരസ്വപ്നങ്ങൾ കാണാനുള്ള തയാറെടുപ്പിലായിരുന്നു. അവരുടെ കൺപോളപ്പുതപ്പിനുള്ളിൽ കൃഷ്ണമണി മുഴച്ചുനിന്നു. അതു നിശ്ശബ്ദം ഉലാത്തി. വിരൽത്തുമ്പുകൾ തുടച്ചു. മാറ് ദീർഘനിശ്വാസത്തിൽ വളർന്നിടിഞ്ഞു.

ഇരുട്ട് ഒന്നിളകി. കടൽ കടുപ്പിച്ച് കുറുകി. കടൽമുത്തപ്പൻ തിരകളുടെ വേഷമിട്ടു. പൊട്ടിച്ചിരിക്കുന്ന തിരകൾകൊണ്ട് കൃത്രിമത്തലപ്പാവു വച്ചു. കടൽ നീലയുടെ മുഖം എടുത്തണിഞ്ഞു. വർഷങ്ങളുടെ പഴക്കമുണ്ടായിരുന്ന ചുളിവുകൾ വിടർത്തിയെടുത്ത് ഉരുക്കു കിലുങ്ങുന്ന ഉറച്ച

കാലടികൾ വച്ചു. പെണ്ണുങ്ങളുടെ സ്വപ്നം ഞെട്ടി. വീണ്ടും മയങ്ങുമ്പോൾ തിരകൾ... തിരകൾ മാത്രം.

തിരകൾ ആക്രമിക്കപ്പെട്ട ഈനാംപേച്ചിയെപ്പോലെ ഉരുൾച്ച തുടങ്ങി. ഒന്നുനിന്ന് പിന്നോക്കം വലിഞ്ഞു. കൂടുതൽ ഊർജം പിൻതിരയിൽനിന്നുവാങ്ങി മുന്നോട്ടുകുതിച്ചു. ചെറ്റകളുടെ ദ്വാരങ്ങളിലൂടെ വാതിൽപ്പാളികളിലൂടെ കടൽവെള്ളം അരിച്ചിറങ്ങി. അതു സ്ത്രീകളുടെ പുറത്തേക്കു പടർന്നു. അതിന്റെ തണുപ്പു സിരകളിലേക്കു ഒലിച്ചു.

തിരകൾ പെട്ടെന്നു മൂർത്തരൂപംകൊണ്ടു. കടൽ നിറയുന്ന ഭീമാകാരനായ കടൽമുത്തപ്പനായി മാറി. തിരകളുടെ ഈർപ്പം നൽകി പുളകമായി സ്ത്രീകളുടെ ഞരമ്പുകളിലേക്ക് പടർന്നു.

മുത്തപ്പന്റെ ഉരുക്കുശക്തിയിൽ അവർ പുളഞ്ഞു. പുലരാറായപ്പോൾ ഞെട്ടിയുണർന്നു. അഴിഞ്ഞുലഞ്ഞ മുടിക്കെട്ട് കെട്ടിവച്ചു. വസ്ത്രങ്ങൾ നേരെയാക്കി. നീറുന്ന ശരീരങ്ങളുമായി പാടുപെട്ടെഴുന്നേറ്റു. വസ്ത്രങ്ങളിൽ തിരകളുടെ നനവ് തോന്നി. ചെറ്റവാതിലുകൾക്കു കീഴെ വിങ്ങിനിൽക്കുന്ന പതകൾ പൊട്ടിയടഞ്ഞിരുന്നില്ല. തിരകൾക്കു പിറകേയിറങ്ങുന്ന നനവിന് വലിവാരംഭിച്ചിട്ടേയുണ്ടായിരുന്നുള്ളൂ.

തങ്ങളുടെ സ്വപ്നങ്ങളിൽ കടൽമുത്തപ്പൻ കയറിയിറങ്ങുന്ന കഥകൾ പെണ്ണുങ്ങൾ മറ്റുള്ളവരിൽനിന്ന് മറച്ചുവച്ചു. സ്വപ്നങ്ങൾ തുടങ്ങിയശേഷം അവരുടെ കളിയും ചിരിയും നഷ്ടപ്പെട്ടുപോയി. ഭർത്താക്കന്മാർ പോയതിന്റെ സ്വാതന്ത്ര്യം, വിഷാദം വീണ് ഇല്ലാതായി. കന്യകകൾ കന്യകാത്വം നഷ്ടപ്പെട്ടവരെപ്പോലെ ദുഃഖിച്ചു. വലിയൊരു ദുഃഖഭാരം പോലെ വിങ്ങിക്കൊണ്ടു പുതുമണ്ണിലിടറി പതിയെ നടന്നു. ഒറ്റരാത്രി കൊണ്ടു നൂറുവർഷത്തെ പക്വത അവർ നേടി. വിഷാദത്തിന്റെ തട്ടമിട്ട് പരസ്പരം നോക്കി.

ഏതൊക്കെയോ രാത്രിയിൽ അവർ ഗർഭിണികളായി. മറ്റു ചില രാത്രിയിൽ ഗർഭവേദനയാൽ പനമ്പായിൽ പുളഞ്ഞു. ഇരുണ്ട ഒരു സ്വപ്നത്തിൽ അവരുടെ പ്രസവം നടന്നു. അതിൽനിന്ന് കടലാനകളും കടൽക്കുതിരകളും പിറന്നു കടലിലേക്കിറങ്ങിപ്പോയി. കടൽമുത്തപ്പന്റെ കുഞ്ഞുങ്ങളെ താരാട്ടുപാടുന്ന സ്വപ്നങ്ങളിൽനിന്നു ബദ്ധപ്പെട്ടുണർന്നിരുന്ന് അവർ കരഞ്ഞു. ഭീതിമുഴച്ച കണ്ണുമായി ഉറക്കത്തെ ഭയന്ന് പനമ്പായിൽ കുന്തിച്ചിരുന്നു നേരം വെളുപ്പിച്ചു. എന്നിട്ടും ചിലപ്പോൾ ഉറങ്ങിവീണ് കടലിന് സ്വപ്നപ്പെടാൻ നിർബന്ധിതരായി.

സ്വപ്നത്തെക്കാൾ ഭീതിപ്പെടുത്തിയത് അവയുടെ തുടർച്ചാസ്വഭാവമായിരുന്നു. രാത്രികളിൽനിന്നു രാത്രികളിലേക്കു പെണ്ണുങ്ങളുടെ സ്വപ്നങ്ങൾ തുടർക്കഥപോലെ നീണ്ടു. കുഞ്ഞുങ്ങൾവരെയായി. ഇനിയെന്തെന്ന ഭീതിയായിരുന്നു അവർക്ക്. കടലെന്ന ജാരന്റെ സന്തതികൾ ഇരുട്ടിൽ കുടിലിൽ കയറിവന്നു. അവർ അവരെ തൊട്ടിലുകെട്ടിയാട്ടുന്നു, മുലയൂട്ടുന്നു. അവന്റെ വെപ്പാട്ടിയും തീറെഴുതിക്കൊടുത്ത ഗർഭപാത്രവുമാണോ സ്ത്രീകൾ?

കടൽ അതിന്റെമേൽ അടിച്ചേൽപ്പിച്ച ആൺസ്വഭാവത്തെ പൂർണ്ണതോതിൽ അംഗീകരിച്ചുതുടങ്ങിയിരിക്കുന്നു. എന്തിനു കടലിനെ കുറ്റപ്പെടുത്തണം? അതിൽ ധർമം തുറയ്ക്കനുസരിച്ചു സ്വമേധയാ മാറുക എന്നതാണ്. തുറ രൂപപ്പെടുത്തിയതിനനുസരിച്ച് കടൽ വളരുകയായിരുന്നു. തീരെ ഗൗനിക്കാതിരുന്നുവെങ്കിൽ തിരക്കുഴിക്കു പിറകിലെ ഏറെക്കുറെ നിശ്ചേതനാവസ്ഥയിലും വിരസതയിലും വറ്റിവരണ്ട് കടൽ സ്വയം ഇല്ലാതായിപ്പോയേനെ.

കടൽമുത്തപ്പന്റെ ഭീമാകാരമായ രൂപവും വഹിച്ച് തുറയിലെ സ്ത്രീകൾ ഇഴഞ്ഞു. അവരുടെ ജീവിതത്തിന്റെ രാത്രികൾ വലിച്ചെടുത്ത് അമ്മാനമാടി കടൽ കിടന്നു. സ്ത്രീകൾ എന്തിനിത്ര ഭാവനാശാലികളാവണം? അവരുടെ ഭാവനകൾ അമൂർത്തവും അസംഭവ്യവുമാണ്. അതിന് വളർച്ചയും തളർച്ചയും മരണവുമെല്ലാം അവരുടെ തലച്ചോറിൽത്തന്നെ.

അല്ലെങ്കിൽ ഇവർ ഇങ്ങനെ ഭാവന കാണുമോ? തങ്ങളുടെ അവസ്ഥ സൂര്യനുമായി കൂട്ടിക്കെട്ടിയിട്ട്, അതിങ്ങനെയാണ്-

രാത്രി ഉണ്ടാകാതിരുന്നെങ്കിലെന്ന് സ്ത്രീകൾ കൊതിച്ചു. സൂര്യൻ കടലിന്റെ സാമീപ്യത്തിൽ തലകുനിച്ച് ലജ്ജയാലെന്നവിധം തുടുക്കുന്നു. സൂര്യന്റെ കടൽവിധേയത്വമാണ് രാത്രിയും പകലും. സൂര്യനാണ് രാത്രിയുണ്ടാക്കി തങ്ങളുടെ പകുതി ജീവിതത്തെ ഒറ്റിക്കൊടുക്കുന്നത്. എങ്കിലോ, സൂര്യൻ കടലിൽനിന്നു രക്ഷനേടുന്നുമില്ല. അത് തങ്ങൾ തുറപ്പെണ്ണുങ്ങളെപ്പോലെ കടലിലേക്കു പൂന്തിപ്പോയി കടലിന് പാതി ആയുസ്സ് ബലിനൽകുന്നു. വീണ്ടും കടലിൽനിന്ന് ഉയിർകൊണ്ട് കടലിൽത്തന്നെ ആത്മഹത്യ ചെയ്യുന്നു. എന്തൊരു ദുരന്തം!

എന്തിന് സ്വയം ഒറ്റിക്കൊടുത്ത് മറ്റുള്ളവരെ ഒറ്റിക്കൊടുത്ത് എല്ലാവരും കടലിനോടുള്ള വിധേയത്വത്തിൽ അമർന്നു പോകുന്നു? ഭൂമിയെ ഗ്രസിച്ചുനിൽക്കുന്ന ഈ പുതിയ കടൽ എന്താണ്?

ഇനി കടലെടുക്കാനുള്ളവർ കേൾക്കേണ്ടത്...

പത്ത്

കുട്ടികൾ ഒറ്റപ്പെട്ടു. അവരുടെ അച്ഛന്മാരെ കടലെടുത്തു. അമ്മമാരെ കടൽ തീണ്ടി. അവർ കടപ്പുറത്തുകൂടി അലഞ്ഞുതിരിയുന്നു. കുട്ടികൾ തുറമൂപ്പനു മുന്നിൽ വട്ടമിട്ടു. മൂപ്പൻ ഉറങ്ങാൻ കോപ്പുകൂട്ടുകയായിരുന്നു.

"നിങ്ങളെല്ലാവരുംകൂടി എന്തിനു വന്നു?"

"ഞങ്ങൾക്കെന്തെങ്കിലും കഥ പറഞ്ഞുതാ. വിശക്കുന്നു. വിശപ്പ് മറക്കാനും മുഷിച്ചിൽ ഒഴിവാക്കാനും..."

"കഥയെല്ലാം വറ്റിപ്പോയി; കുഞ്ഞുങ്ങളെ."

"കടലും വറ്റിയാലും കഥ വറ്റൂല്ല."

"എനിക്കു കഥകൾ ഓർമയിലേക്കു ആവാഹിക്കുവാനുള്ള ശക്തി നഷ്ടപ്പെട്ടിരിക്കുന്നു. ഓർമശക്തിയെ കടലു കൊണ്ടുപോയി. തുറമൂപ്പനെ കടൽ വലിച്ചു തുടങ്ങിയിരിക്കുന്നു. ആ വലിവ് അറിയുന്നുണ്ട്. ഘട്ടംഘട്ടമായി മൂപ്പനെ കടലെടുക്കുകയാണ്. ഇപ്പോൾ കണ്ണിനു മുന്നിൽ പാട കെട്ടിത്തുടങ്ങിയിരിക്കുന്നു. കടലിനെ മാത്രം തിരിച്ചറിയാം. ബാക്കിയെല്ലാം ധാരണ..."

"എന്തെങ്കിലും ഓർക്കാൻ ശ്രമിക്കുമ്പോൾ അങ്ങുമിങ്ങും ബന്ധമില്ലാതെ കുറേ ചിത്രങ്ങൾ മാത്രം. ഇങ്ങനെയുള്ള ഞാൻ നിങ്ങളോട് എങ്ങനെ കഥ പറയും?"

"ഞങ്ങൾക്കു കടലിന്റെ കഥ കേട്ടാൽ മതി. ഞങ്ങടെ അച്ഛനമ്മമാരെ എന്തിനാ കടലു വലിച്ചത്."

"അതേക്കുറിച്ചൊന്നും പറഞ്ഞ് മൂപ്പൻ കടലിനെ കോപിപ്പിക്കില്ല, ഇനിയൊരു കടലടി നേരിടാൻ മൂപ്പനാവതില്ല."

പഴയ കടലാക്രമണം മൂപ്പൻ മറന്നിട്ടില്ല. അന്ന് കടൽ കയറി മൂപ്പനെയും വലിച്ചെടുത്തു. തിരകൾ ഒന്ന് മറ്റൊന്നിന് മൂപ്പനെ കൈമാറി കടലിലേക്കടുപ്പിച്ചു. പക്ഷേ, ഒടുവിൽ വിട്ടുകളഞ്ഞു. തിരകളിൽ പൊങ്ങുതടിപോലെ മുങ്ങിപ്പൊന്തുമ്പോൾ പുച്ഛത്തോടെ വലിയൊരു തിരകിളവൻ മൂപ്പനെ പിടിച്ച് മുകളിലേക്കെറിഞ്ഞു.

തുറമൂപ്പൻ കുട്ടികളെ നോക്കി. അയാളിൽ അലിവു നിറഞ്ഞു. അനാഥക്കുഞ്ഞുങ്ങൾ. തന്റെ വെള്ളിക്കണ്ണുകൾ ആകാശത്ത് മുട്ടിച്ച് മൂപ്പൻ എന്തോ ആലോചിച്ചിരുന്നു.

"മൂപ്പാ മൂപ്പാ... കഥ പറയോ.."

കുട്ടികൾ ആർത്തുവിളിച്ചു.

മൂപ്പൻ എന്തോ ദൃഢനിശ്ചയമെടുത്ത് കണ്ണു കീഴേക്കിറക്കി. എന്നിട്ടു പറഞ്ഞു:

"അതുകൊണ്ടുതന്നെ... കടലെന്നെ ഇനിയെന്തു ചെയ്യാൻ... മൂപ്പൻ നിങ്ങൾക്കു പഴയൊരു കഥ പറഞ്ഞുതരാൻ പോവുകയാണ് കടലിന്റെ കഥ."

കുട്ടികൾ ആഹ്ലാദിച്ചു ബഹളംവച്ചു. അസ്തമയസമയമായിരുന്നു. ഇനിയൊരു അര യാമംകൂടി സൂര്യന്റെ ചൈതന്യം തരിതരിയായെങ്കിലും കടൽപ്പുറത്ത് ബാക്കിനിൽക്കും. മൂപ്പൻ തന്റെ പനയോലത്തൊപ്പി ഒന്നുകൂടി ശരിയാക്കിവച്ചു. അസ്തമയസമയത്തില്ലാത്തവണ്ണം മണൽക്കാറ്റ് വീശിയടിച്ചു. കുടിലിന്റെ തുറന്ന വാതിലിലൂടെ പൊടിമണ്ണ് മൂപ്പന്റെയും കുട്ടികളുടെയുംമേൽ പാറിവീണു.

"ഈ പൊടിക്കാറ്റ് കടലിന്റെ വിലക്കാണ്. അത് വഴിയെ അറിയാം." മൂപ്പൻ പറഞ്ഞു.

"എങ്ങനെ?" മൂപ്പന്റെ മുന്നിലിരുന്ന് ഒരു കുഞ്ഞു ചോദിച്ചു.

കറുത്തുകരുവാളിച്ച കുട്ടിയുടെ കുഞ്ഞിക്കണ്ണുകൾ മൂപ്പന്റെ വെള്ളിക്കണ്ണിൽ കൊരുത്തിരിപ്പാണ്. മൂപ്പൻ അവനെയെടുത്ത് മടിയിലിരുത്തി. പങ്കായക്കറ മാറാത്ത തഴമ്പുകൈകൊണ്ട് അവന്റെ കറുത്ത ദേഹത്തു തലോടി. പനങ്കുല മുടി വകഞ്ഞൊതുക്കി.

"എങ്ങനെയെന്ന് ഉത്തരം പറഞ്ഞാൽ കടലിളകും. കോപിക്കും. കഥ തീരുംവരെ കടലിനെ അധികം ജ്വലിപ്പിക്കാതെ ഞാനൊരു പഴങ്കഥ നിങ്ങൾക്കു തരാം. കഥകേട്ട് സംശയം ചോദിക്കരുത്. അത് അവരവരോട് ചോദിക്കണം. ഒരു സംശയവും തീർക്കാൻ ഞാനാളല്ല. കുട്ടികൾക്കുള്ള കഥയും സംശയങ്ങളും എന്താകണമെന്ന് സാമ്രാജ്യം നിശ്ചയിക്കും. കടൽസാമ്രാജ്യം. കഥയ്ക്ക് പുറത്ത് സംശയം സ്വയം തീർക്കാൻ ബുദ്ധി നിങ്ങൾക്കുണ്ടാക്കട്ടെ. അതിന്മേൽ കടലിന്റെ ഇടപെടൽ ഫലിക്കാതിരിക്കട്ടെ."

മൂപ്പനു പിന്നിലായി കടലിനു മുകളിൽ വിവിധനിറം വന്നുനിറഞ്ഞു. അസ്തമയത്തിന്റെ ചായക്കൂട്ട് കാറ്റിളകി അവയ്ക്ക് സ്ഥാനചലനം വരുത്തി. ഇരുട്ടിൽ നിറങ്ങളുടെ കൊഴുപ്പഴിയുന്നു.

മൂപ്പനിൽ തണുപ്പ് കേറി. തൊണ്ട കടഞ്ഞ് ശുദ്ധമാക്കിയിട്ടും ശബ്ദം നേരെയാകുന്നില്ല. തണുപ്പ് കൂടിവരുന്നു. അയാൾ പിന്നോക്കം തിരിഞ്ഞ് മുറുമുറുക്കുന്ന കടലിനെ നോക്കി.

“ആ ചെറ്റപ്പുരയിൽ പോയിരിക്കാം. മൂപ്പന് വല്ലാതെ തണുക്കുന്നു.”

മൂപ്പന്റെ മടിയിൽനിന്ന് നുഴഞ്ഞിറങ്ങിയ വികൃതി പറഞ്ഞു:

“ശരിയാ നോക്കിയേ മൂപ്പന്റെ താടി പടപടാ ഇടിക്കുന്നു.”

മൂപ്പനും കുട്ടികളും എഴുന്നേറ്റു നടന്നു. കട്ടമരങ്ങളും വഞ്ചികളും ഉപയോഗമില്ലാതെ കടൽപ്പുറത്ത് അനാഥമായി കിടക്കുന്നു. ഭൂമിയിൽ നിന്ന് മുളച്ചു പൊന്തിയപോലെ ചിലത് മണ്ണിൽ പാതിമറിഞ്ഞിരുന്നു. വളർന്നുവരുന്ന പുതിയ തലമുറയുടെ എല്ലുമൂക്കുന്നവരെ അവയ്ക്ക് തപസാണ്.

ചെറ്റപ്പുരയിലെ മരത്തൂണിൽ ശുഷ്കശരീരം ചാരി മൂപ്പനിരുന്നു.

“പറയിക്കാൻ കടലു സമ്മതിക്കുന്നില്ലെന്നു തോന്നുന്നു. തൊണ്ട കാറുന്നു.”

“പറ്റില്ല, പറ്റില്ല.” കുട്ടികൾ ബഹളം വച്ചു.

“പറയില്ലാന്ന് ആരുപറഞ്ഞു. കഥയെല്ലാം വരുത്തി മനസിലടുക്കി ചിട്ടപ്പെടുത്തി വരുമ്പോഴല്ലേ കടലുകയറി മൂപ്പന്റ തൊണ്ടയിലിറുക്കിയത്.”

മൂപ്പന്റെ ശബ്ദത്തിന്റെ പിടുത്തംകേട്ട് കുട്ടികളെല്ലാവരും പൊട്ടിച്ചിരിച്ചു.

“ശരി ഇനി മുഷിപ്പിക്കുന്നില്ല. മൂപ്പൻ കഥ പറയാൻ പോവുകയാണ്.”

കുട്ടികൾ ആഹ്ലാദശബ്ദം പുറപ്പെടുവിച്ചു.

മൂപ്പൻ തുടങ്ങി.

“പണ്ടുപണ്ട് അതായത് പഴങ്കഞ്ഞിപ്പഴക്കമല്ല. കടൽവലിപ്പമല്ല. കടൽപ്പഴക്കമുള്ള പഴയ കഥ. അത്രയും പണ്ടുപണ്ട്.”

കുട്ടികളുടെ ചുണ്ടത്ത് ഓരോ നുറുങ്ങ് ചിരി പൊട്ടിവന്നു.

നിറം മാറുന്ന അത്ഭുത മുഖംമൂടി

പതിനൊന്ന്

കടലിന്റെ സാന്നിധ്യം മറന്ന് മൂപ്പൻ കഥ തുടർന്നു.

"അന്നും നിങ്ങളെപ്പോലെ കുട്ടികളുണ്ടായിരുന്നു. അന്നും കടലുണ്ടായിരുന്നു. പക്ഷേ, കടലുണ്ടായിക്കഴിഞ്ഞിട്ടേയുണ്ടായിരുന്നുള്ളൂ. കടലിനു മുമ്പും മനഷ്യരുണ്ടായിരുന്നുവെന്നതാണ് യഥാർഥ സത്യമെന്ന് ഓർത്തുകൊള്ളുക. അന്നത്തെ, കടൽവെള്ളത്തിന് ഇന്നത്തേക്കാൾ പാൽപ്പതയുണ്ടായിരുന്നു. വെള്ളത്തിന് നീലച്ചവർപ്പ് കൂടുതലും. തുറ കവരാൻ അന്നത്തെ കടലിന് വലിയ താൽപ്പര്യമില്ലായിരുന്നു. കടലിന് അതിന്റെ ശക്തിയെയും ദൗർബല്യത്തെയുംകുറിച്ചുള്ള ബോധം കുറവായിരുന്നു. ആ ബോധം കടലിനു വീണ, അന്നു മുതലുള്ള കഥയാണ് പറയാൻ പോകുന്നത്. അതിനു മുമ്പത്തെ കടൽ പരമസാത്വികമായിരുന്നു.

അങ്ങനെയുള്ള കടലിനു മുകളിൽ പാറക്കൂട്ടത്തിലിരുന്ന് തുറക്കാർ അമ്പെയ്ത് മീൻപിടിച്ചു. വാഴനാരു പിരിച്ച് വല നെയ്തു മീനുകളെ പിടിച്ചു.

"വാഴനാരു വലയിൽ സ്രാവിനെ കോരാനാവുമോ മൂപ്പാ?"

ഒരു വികൃതി ഇടയ്ക്കുകയറി. മൂപ്പൻ ദേഷ്യം ഭാവിച്ചു.

"കഥയ്ക്കിടയിലാണോ ചോദ്യം. ഞാൻ പറഞ്ഞില്ലേ. കഥ കഴിഞ്ഞും കഥയ്ക്കു മുമ്പും ചോദ്യമില്ല. ചോദ്യമെല്ലാം അവരവരോടു മാത്രം. ഇനി ആരെങ്കിലും ഇടയ്ക്കു കയറിയാൽ കഥ പെട്ടെന്നു തീർന്നുപോകുന്നു."

കുട്ടികൾ വായ്പൊത്തി.

"അന്ന് കടലിലെ കൊമ്പൻസ്രാവുകൾക്ക് വലകൊത്തി മുറിക്കണമെന്ന തോന്നലുണ്ടായിരുന്നില്ല. അന്ന് തുറയിലെ കുട്ടികൾക്കു കഥ പറ

ഞ്ഞുകൊടുക്കാൻ ആരുമുണ്ടായിരുന്നില്ല. അന്ന് നിങ്ങൾക്കു കഥ പറഞ്ഞുതരാൻ മൂപ്പനുണ്ടല്ലോ.

അന്നത്തെ മൂപ്പന്മാർക്ക് തുറ നോക്കേണ്ട പിടിപ്പത് പണിയുണ്ടായിരുന്നു. കടലിന് പ്രായം പോരാത്തതുകാരണം അതിനെപ്പറ്റി അധികം കഥകളുടെ തിരയാടി തുറയിൽ കയറിയിരുന്നുമില്ല. മാത്രവുമല്ല, അന്ന് കടലിനെ മനസിലാക്കിയവരായി ആരുമുണ്ടായിരുന്നില്ല. കടൽ ഒരു ദോഷവും കാണിച്ചിരുന്നില്ല.

പക്ഷേ, നദീവെള്ളങ്ങളെപ്പോലെ പുറം അധിനിവേശങ്ങൾക്കു വായ് തുറന്നുകൊടുത്തു. മലയരിച്ചു വരുന്ന ദോഷലോഹങ്ങൾ തട്ടിയ വെള്ളത്തിന്റെ ഒഴുക്കിനൊടുവിൽ അതിന്റെ മടിത്തട്ടായി. കടലിന്റെ രസതന്ത്രം മാറി. അതിന്റെ മനശ്ശാസ്ത്രം മാറി. ആരുമറിഞ്ഞിരുന്നില്ല. അത് തുറയെ മനസിലാക്കി കൊടുക്കാൻ കടലിന് പൂതി!

കടലിന്റെ ഈ ആർത്തി ഉള്ളിൽ പെരുത്തു കിടക്കുമ്പോൾ തുറയിലെ കുട്ടികൾ കഥയില്ലാതെ വിഷമിച്ചു. കുട്ടികളായാൽ കഥ വേണം. കഥയില്ലെങ്കിൽ കുട്ടികൾ വളരുമോ? ഇല്ല.

കഥയില്ലാതെ കുട്ടികളുടെ വളർച്ച മുരടിച്ചു. അമ്മമാർ മക്കൾക്ക് ചൂര ചുട്ടുകൊടുത്തു. അയല പൊരിച്ചു കൊടുത്തു. ആവോലി വറുത്തു കൊടുത്തു. ങൂഹൂ. കുട്ടികളുടെ വളർച്ച തെല്ലും മുന്നോട്ടില്ല. ഒരേനിലയിൽത്തന്നെ.. നാളുകൾ കഴിഞ്ഞുപോയി. തുറയ്ക്കും തുറവാഴും മൂപ്പനും പേടിയായി. എന്താ ചെയ്ക? മുതിർന്നവർ വയസായിച്ചാകും. കുട്ടികളാകട്ടെ വളരുന്നുമില്ല. ഈ നിലയിൽ തുറ നിൽക്കെ...

കടൽ ചില കണക്കുക്കൂട്ടലുകൾ നടത്തുകയായിരുന്നു. ലോഹങ്ങളും ജലവും കൊണ്ടുനൽകുന്ന നദികൾക്കുവേണ്ടി അവരെ തൃപ്തിപ്പെടുത്താനായി കടൽ ചില പ്രകടനങ്ങൾക്കു തയാറെടുക്കുകയായിരുന്നു. കടലില്ലെങ്കിൽ നദികളീ ധാതുലവണങ്ങളും ജലവും എവിടെ നിക്ഷേപിക്കും? അവരുടെ ഒഴുക്കിന്റെ ഗതിയെന്താവും? നദിയൊരു ദുരന്തമാകും. നദി അതല്ലാതാകും. പക്ഷേ, അതറിയിക്കാതെ കടലിനെ സഹായിക്കുന്ന ത്യാഗമനഃസ്ഥിതിയാണ് തങ്ങളെന്ന് വരുത്തിത്തീർക്കുന്നതിലാണ് നദികൾ ജയിച്ചുപോന്നത്.

അങ്ങനെ നദികളുടെ നിർദേശപ്രകാരം... കടലിന് തന്നെക്കുറിച്ച് തുറക്കുഞ്ഞുങ്ങൾ അറിയണമെന്നുണ്ടായി. തന്റെ കരുത്തിനെയും കഴിവിനെയുംകുറിച്ച് പേടിബോധം വളർത്തണമായിരുന്നു അതിന്. കടലിനെക്കുറിച്ചുള്ള കഥകളിൽ എന്നും കടലിനോടുള്ള വിധേയത്വം മാത്രമേ ഉണ്ടാകാൻ പാടുള്ളൂ."

ശബ്ദം തടഞ്ഞ് കൊത്തിക്കാറിച്ചുമച്ച് മൂപ്പൻ ഒരുണ്ടക്കഫം പുറത്തിട്ടു. ബദ്ധപ്പെട്ട് അയാൾ തുടർന്നു:

"ഈ നിലയിൽ തുറ നിൽക്കെ ഭൂമിയിൽ കണവാക്കട്ട് പടർന്നു കയറിയ ഇതുപോലൊരു കറുപ്പൻ രാത്രിയിൽ കടലിന്റെയും ദല്ലാളുക

ളുടെയും ഗൂഢാലോചനയിൽനിന്നും ഉയിർക്കൊണ്ടൊരു പെണ്ണ് അവതരിച്ചു. അവൾ തന്റെ മുടിയിഴകളിൽ നിറയെ കഥയൊളിപ്പിച്ചു വച്ചിരുന്നു.

ഉൾമനസിൽ കടൽ തൊടുത്ത അറിവിന്റെ ശക്തിയിൽ കുട്ടികൾ അവൾക്കു ചുറ്റും വട്ടമിട്ടു. അവൾ അവരെ പിടിച്ചിരുത്തി കഥകൾ പറഞ്ഞുകൊടുത്തു. കടലിനെക്കുറിച്ച് ആർക്കുമറിയാത്ത കഥകൾ. കടലിൽ പതിയിരിക്കുന്ന നരകത്തെക്കുറിച്ചും ഒളിഞ്ഞിരിക്കുന്ന സ്വർഗത്തെക്കുറിച്ചും കഥകൾ. കടൽ സ്വർഗത്തിലെത്താൻ കടൽനിയമങ്ങളെ അക്ഷരംപ്രതി അനുസരിക്കേണ്ടതായി വരുന്നു. സ്വർണം പതിച്ച കടൽക്കൊട്ടാരങ്ങളുടെ കഥകൾ.. കടലിനടിയിൽ നിറഞ്ഞു കിടക്കുന്ന സമ്പത്തിന്റെ കണക്ക്. തുറന്നുവന്ന് മുത്തുകൾ തരുന്ന പവിഴപ്പുറ്റുകളുടെ കഥകൾ. കരയും തിരയുമായുള്ള അനശ്വരപ്രേമത്തിന്റെ ആദികഥകൾ...

ഇത്രയുമൊക്കെ കഥകൾ കേട്ടപ്പോൾ കുഞ്ഞുങ്ങളുടെ വളർച്ച തിരിച്ചുകിട്ടി. മുടക്കവളർച്ച ഒറ്റദിവസംകൊണ്ട് മാറി. മീശവച്ച് പേശികളിൽ ഉരുക്കുബലവുമായി പലരും കഥയരങ്ങ് വിട്ടു. പകരം, പെറ്റുവീണ കുഞ്ഞുങ്ങളെയും തപ്പി കഥപ്പെണ്ണ് കടപ്പുറത്തൂടെ നടന്നു.

തുറ കൊടുക്കുന്ന ഒരാഹാരവും അവൾ കഴിച്ചിരുന്നില്ല. ആരും കാണാതെ അവൾ പത കടിച്ചുപൊട്ടിച്ചു തിന്നു. പത മാറ്റി തിരയെ കോരിക്കുടിച്ചു. ഇടയ്ക്കിടെ ഭീതിപ്പെടുത്തുംവിധം കടലിന്റെ ഉള്ളിലേക്കിറങ്ങി മുങ്ങിപ്പോയി. പിന്നെ നീന്തിത്തുടിച്ച് കുളിച്ചുവന്നു. രാത്രിയിൽ തുറയുറങ്ങിക്കിടക്കവേ അവൾ തിരച്ചുഴി കടന്ന് കടലിലേക്ക് നടന്നിറങ്ങി. പരവതാനിയിലെന്നവണ്ണം കടലിന്റെ ഉപരിതലത്തിലിരുന്ന് മുടിയുടെ ഉടക്കറുത്തു. ഓരോ കഥ തീരുമ്പോഴും അവളുടെ ഒരു മുടി വീതം കൊഴിഞ്ഞുവന്നു. അതൊക്കെ നരച്ച് കടലിൽ വീണു ലയിച്ചു.

അവളെ ദൗത്യം ഏൽപ്പിച്ചു വിട്ടവർ കടൽച്ചുഴിയിൽ നിന്നുയർന്ന് കട്ടിയായി മജ്ജയായി, മാംസമായി, ദേഹമായി അവളെ തേടി വന്നു. കരക്കാറ്റ് അവർക്ക് വെഞ്ചാമരം വീശി. അവർ എന്തൊക്കെയോ ചോദിച്ചു മനസിലാക്കി. മഴക്കാറുകൾ അവളുടെ ചാരെയെത്തി എന്തൊക്കെയോ നിർദേശങ്ങൾ കൊടുത്തു. ബീഭത്സരൂപംപൂണ്ട് അവർ പെൺകുട്ടിയെ വിരട്ടി പുതിയ ജോലികൾ നൽകി. അവളുടെ മുടിയിലൂടെ അവർ പതയായി രൂപംമാറി നനഞ്ഞിറങ്ങി. അവർ ഇടപെട്ട് അവളുടെ കഥകൾക്ക് പുതിയ ഭാവം നൽകി.. അപ്പോൾ കടലിനു വേണ്ടാത്ത അവളുടെ ഓർമകളിലെ കഥാഭാഗങ്ങൾ അവൾക്ക് ഇഷ്ടമില്ലാഞ്ഞിട്ടു കൂടി മുടിത്തുമ്പുകളായി മുറിഞ്ഞുവീണു. അഴകുറ്റ മുടിയുടെ നീളം കുറഞ്ഞു. അതു ചുരുണ്ടു. പെണ്ണിനു കരച്ചിലു വന്നു. തിരകളവളെ ശേഷം വീണ്ടും തുറയിലെത്തിച്ചു.

തുറയിലെ ഒരു യുവാവ് ഊണും ഉറക്കവും കളഞ്ഞ് അവളെത്തന്നെ ശ്രദ്ധിക്കുന്നുണ്ടായിരുന്നു. പതിയെ അവൻ കുട്ടികൾക്കിടയിൽ അലിഞ്ഞു. അവർക്കിടയിൽ കുട്ടിയായി. അവൾ കഥ പറയുമ്പോൾ അവൻ ചിലപ്പോൾ ഇടയ്ക്കുകയറി. അവളുടെ കഥയിൽ കടൽ കലക്കിയ വിഷ

ത്തുള്ളികളെ കൊത്തി വെളിയിലിട്ടു. കടലിന്റെ കള്ളക്കളികൾ അവൾക്കു തന്നെ പറഞ്ഞുകൊടുത്തു.

കുട്ടികളെ കേൾവിക്കാരാക്കി. ഇപ്പോഴവർ പരസ്പരം കഥകൾ പറഞ്ഞു. അവളുടെ കഥകൾ. ഇങ്ങനെ പറയണമെന്ന് കടൽ അവളുടെ തലയിൽ എഴുതിവിട്ടവ, അവൻ തിരുത്തി സത്യത്തോടടുപ്പിച്ചു. അവരുടെ കഥകൾകേട്ട് കുട്ടികൾ വളർന്നു. വർഷങ്ങൾ കടന്നുമാറി. സമയകാലബോധമില്ലാത്ത കടൽ അവളെ തിരിച്ചുവിളിക്കാൻ മറന്നു. അവളപ്പോഴും കടലിന്റെ യുവത്വം വഹിച്ചു. അവന്റെ മുഖത്ത് വാർധക്യത്തിന്റെ ചുളിവുകൾ തലങ്ങും വിലങ്ങും വീണു. തല നരച്ചു. വെള്ളിയിഴകൾ നിറഞ്ഞ തല തിരബിന്ദുക്കളേക്കാൾ സൂര്യനിൽ തിളങ്ങി. അപ്പോഴും അവരുടെ കഥകൾക്കു തളർച്ചയുണ്ടായില്ല. അപ്പോഴും അവരുടെ കഥകൾ കടൽപോലെ പരന്നുകിടന്നു. കഥകളടങ്ങിയ കാറ്റ് വീശിയടിച്ച് കുഞ്ഞുങ്ങളുടെ ചെവിക്കുഴികളിലേക്ക് അവരറിയാതെ ഇറങ്ങിച്ചെന്ന് മസ്തിഷ്കവും ജീവനും കൂടുതൽ തുടുപ്പിച്ചു.

അപ്പോൾ അവരിൽ പ്രണയം തൊട്ടുതുടങ്ങിയിരുന്നു. കുട്ടിക്കുരങ്ങന്റേതുപോലുള്ള ചുളിഞ്ഞ മോന്ത ഉയർത്തി അവൻ അവളുടെ തിരുനെറ്റിയിൽ ചുംബിച്ചു, തന്റെ പ്രേമം അറിയിച്ചു. ചന്ദനനിറമുള്ള വിശാലനെറ്റി താഴ്ത്തി അവളവന്റെ പ്രേമം സ്വീകരിച്ചു.

അവന് വാർധക്യത്താൽ എഴുന്നേറ്റുനടക്കാൻ വയ്യാതായി. അവളവനെ കുടിലിൽ നിന്നെടുത്ത് കടപ്പുറത്ത് കൊണ്ടുവന്നിരുത്തി മടിയിൽ തലവച്ചു കിടന്നു. ചുണ്ടുകൾ ബദ്ധപ്പെട്ട് വിടർത്തി അവൻ കടലിന്റെ കഥകൾ തുടർന്നു. കടലിന്റെ വഞ്ചനകളെക്കുറിച്ച് അവൾക്കു കൂടുതൽ ബോധ്യപ്പെട്ട ദിവ്യമുഹൂർത്തങ്ങൾ.

കാലാതീതമായ തന്റെ ശക്തിയിൽ അവന്റെ മരണസമയം അടുത്തുവരുന്നതായി പെണ്ണിന് മനസിലായി. അതവളെ വ്യാകുലപ്പെടുത്തി. അതേക്കുറിച്ചോർത്ത് അവൾ പൊട്ടിക്കരഞ്ഞു. അവൾ സ്വാർഥയായി.

ഒരുദിവസം തിരകൾ കടഞ്ഞെടുത്ത് ഏതെല്ലാമോ തുള്ളികൾ പെറുക്കി മാറ്റി. ചിലത് ഇഴുക്കിച്ചേർത്ത്, ചില തുടുത്ത തുള്ളികൾ ഉടച്ചുമാറ്റി. തീരത്തെ കരിമണലുരച്ച് ചില നിറങ്ങൾ ചോർത്തി അവളവനൊരു മുഖംമൂടിയുണ്ടാക്കി നൽകി. നീണ്ട നാസികയും ചിരിക്കുന്ന മുഖവും കറുത്ത മുടിയും ഉള്ള ഊർജസ്വലനായ മുഖംമൂടി. അവനത് സന്തോഷത്തോടെ വാങ്ങി മുഖത്തിട്ടു. മുഖംമൂടിയിലൂടെ അവനൊരു ചെറുപ്പക്കാരനായി.

ദിവസങ്ങൾ കടന്നുപോകെ, മരണകാലം കഴിഞ്ഞിട്ടും അവൻ ഉയിരോടെ നിന്നു. മുഖംമൂടി പല രൂപങ്ങൾകൊണ്ടു. തിരകളുടെ രൂപമാറ്റങ്ങൾപോലെ മാറിവരുന്ന സ്വന്തരൂപങ്ങൾക്കുള്ളിൽ കിടന്ന് അവൻ അവളോട് പ്രണയം തുടർന്നു.

കൺമുന്നിൽ അവന്റെ വികാരങ്ങൾക്ക് അനുസൃതമായി വെളുത്ത മുടി കറുക്കുന്നതും ചുവക്കുന്നതും മൂക്ക് പാവപോലെ പതിയുന്നതും

നീളുന്നതും ചുണ്ടുകൾ കോടുന്നതും കണ്ണുകൾ കുറുകുന്നതും കണ്ട് അവൾ സന്തോഷിച്ചു. സ്നേഹവായ്പോടെ അവൾ അവന്റെ മുഖംമൂടി പ്പുറത്തുകൂടി തടവി.

ചിലദിവസങ്ങളിൽ ഇതുവരെ കണ്ടിട്ടില്ലാത്ത മുഖഭാവങ്ങളിൽ ചാരി യിരുന്ന് അവൻ ഉറങ്ങുന്നത് അവൾ കണ്ടു. അവൻ കിടക്കുന്ന മണ്ണിൽ മുഖത്തെ നിറങ്ങൾ ഇളകിക്കിടപ്പുണ്ടായിരുന്നു. എന്നിട്ടും മുഖംമൂടിയുടെ ശോഭ തെല്ലും കെട്ടിരുന്നില്ല.

ഉറങ്ങുന്ന അവന്റെ മൂക്കിൽ സ്നേഹത്തോടെ കടിച്ചുകൊണ്ട് അവൾ പറഞ്ഞു:

“താമസിയാതെ നിനക്ക് നിയതമായൊരു രൂപം ലഭിക്കും. കടലിന് വിധേയനാകുക” അവൻ ഉറങ്ങിയിരുന്നില്ല. അവൻ ഞെട്ടിയെഴുന്നേറ്റ് ചോദിച്ചു: “നീ ഇതുവരെ കടലിന്റെ ആജ്ഞകളിൽനിന്ന് രക്ഷപ്പെട്ടില്ലേ പേണ്ണേ? നീ കരയിലാണ്. ഇനിയെന്ത് കടൽ?”

അവൾ പറഞ്ഞു:

“നിനക്ക് എന്നെപ്പോലെ ചെറുപ്പമാകേണ്ടേ? കടലിനെ ധ്യാനി ക്കുക.”

അവന് ദേഷ്യം വന്നു. മുഖംമൂടിമൂലം ദേഷ്യത്തിൽ പച്ചയായി. അവൾ തുടർന്നു:

“നീ കിളവനായി ചത്താൽ ഞാനെന്തു ചെയ്യും? കടലിനെ വഞ്ചിച്ച് നീയുമായി കൂട്ടുകൂടിയ എനിക്ക് തിരികെ കടലിലേക്ക് മടങ്ങാനാവുമോ? നീയാണ് കടലിനെതിരെ എന്നെക്കൊണ്ട് കഥകൾ പറയിച്ചത്. നിന്റെ മുഖംമൂടിയാകട്ടെ കടൽതന്നതാണ്. തിരകളും കടലുൽപ്പന്നങ്ങളും കൊണ്ട് നിർമിതം.”

“ഞാൻ കടലിനെ വെറുക്കുന്നു. കടലിനെ പേടിച്ചാൽ അതിനിയും മുഷ്കെടുത്ത് വളരും. നിന്റെ മുഖംമൂടി എനിക്കുവേണ്ട. ഞാൻ കിഴവ നായി ചത്തോളാം. ഞാൻ കടലിന് വിധേയനല്ല, ഒരു കാരണത്താലും. ജനിച്ച മട്ടിൽ സ്വാതന്ത്ര്യത്തോടെ ഞാൻ മരിച്ചുകൊള്ളട്ടെ.”

അവൻ മുഖംമൂടി പിച്ചിച്ചീന്താൻ ശ്രമിച്ചു. അവൾ തടയാൻ ശ്രമി ച്ചിട്ടും അവൻ വഴങ്ങിയില്ല. വിരലുകൾ കുത്തി അവൻ മുഖം പിളർക്കാൻ നോക്കി. മുഖംമൂടി പക്ഷേ, വഴങ്ങിയില്ല. തൊലിയോടു ചേർന്നു പോയ മുഖംമൂടി ഇപ്പോൾ അവന്റ മുഖമായി മാറിയിരിക്കുന്നു.

“നശിക്കട്ടെ എന്റെയീ മുഖം! അവൻ പൊട്ടിക്കരഞ്ഞു. ഇതിലും ഭേദം നീയെന്നെ മരിക്കാൻ വിടുകയായിരുന്നു പെണ്ണേ?”

വലിച്ചെറിയാൻ കുതറിയ നിമിഷംമുതൽ മുഖംമൂടി പുതിയ ഭാവ ങ്ങളും കെട്ടിവന്നു. അവന്റെ ദുഃഖത്തിൽ മുഖം ചിരിച്ചു. അവൻ പൊട്ടി ക്കരഞ്ഞപ്പോൾ മുഖം പൊട്ടിച്ചിരിച്ചു. ചിരിച്ചപ്പോൾ കരഞ്ഞു. കടൽ അവന്റെ വികാരപ്രകടനങ്ങളെ നേർവിപരീതമായി വഞ്ചിച്ചുകളഞ്ഞു.

മുഖത്തുനിന്ന് അവന്റെ യുവത്വം കീഴേക്കിറങ്ങി. ആകെ അവനൊരു യുവാവായി പരിണാമംകൊണ്ടു. ഓർമയുടെ തുണ്ടുപോലെ ഇടത്തേക്കാ

ലിലെ ചെറുവിരൽ മാത്രം വൃദ്ധനായി നിലകൊണ്ടു. ചുക്കിച്ചുളിഞ്ഞ ആ വിരൽ ഉണങ്ങിവരണ്ടിരുന്നു.

ഒരു ദിവസം അവളവനെ കണ്ടത് ഒരുപാട് കുട്ടികളുടെ നടുവിലായിരുന്നു. പനയോലയിൽ സ്വന്തം ചോരമുക്കി കടലിന്റെ നിയമങ്ങൾ അവൻ കുട്ടികൾക്ക് കുറിച്ചുകൊടുക്കുകയായിരുന്നു.

"കുട്ടികളേ, വാക്കിനേക്കാൾ അക്ഷരമാണ് ശാശ്വതം. അനന്തതലമുറകളോളം ഈ എഴുത്ത് നിലനിൽക്കട്ടെ. കാരണം നിങ്ങളുടെ ഭാവിതലമുറകളും കടലിനെ ആശ്രയിക്കേണ്ടിവരും, ഇതിനെക്കാളേറെ. അതിനാൽ അനുസരിക്കുക. കടലിനെ ദൈവമായി കരുതുക. പരാതികൾ ഉള്ളാലെ കരഞ്ഞുകൊള്ളുക. വേണ്ടത് കടൽ പരിഗണിക്കും. പരിഹരിക്കും. അതിനോടുള്ള വിധേയത്വം ഉറക്കെ പ്രഖ്യാപിക്കുക. നിങ്ങൾ കടലിനാൽ അംഗീകരിക്കപ്പെടും.

കുട്ടികൾ തലയാട്ടി. പറഞ്ഞതെല്ലാം തുറയ്ക്കു ദ്രോഹമെന്നും ഇതൊന്നും അനുസരിക്കരുതെന്നും ആംഗ്യം കാട്ടണമെന്നുണ്ടായിരുന്നു. എന്തു പറയണമെന്ന് കരുതിയോ അതിന് വിപരീതം തന്റെ വിരലുകളിൽ ശാശ്വതമുദ്ര നേടുന്നു. അവൻ ഉള്ളാലെ നിലവിളിച്ചു. ഇടംകാലിലെ ചെറുവിരൽ മാത്രം അവനുവേണ്ടി തുടിച്ചു. ബാക്കിയെല്ലാം കടലിനുവേണ്ടി. ദൈവമേ, ദ്രോഹക്കടലേ ഇതെന്തു പരീക്ഷണം!

കുട്ടികൾ അവന്റെയീ ഉൾവിളി ഇങ്ങനെ വാചകമായി കേട്ടു!

"കുഞ്ഞുങ്ങളേ, കടലാണ് ദൈവം."

ശരീരം കടൽ തീറെഴുതി വാങ്ങി. മനസിനെ ചങ്ങലയ്ക്കിടാൻ കടലിന് കഴിഞ്ഞില്ല പക്ഷേ, ആവിഷ്കാര സ്വാതന്ത്ര്യത്തിൽ അത് കൈക്കടത്തുന്നു. പിന്നെങ്ങനെയാണ് മനസിനെ കടലിനെതിരായി ഉപയോഗിക്കുന്നത്!

എല്ലാം കടൽ കൊണ്ടുപോകുന്ന നിലയ്ക്ക് തിളയ്ക്കുന്ന മനസുമായി അവൻ ആത്മഹത്യക്ക് ശ്രമിച്ചു. ഈ വിധേയത്വത്തിലും ഭേദം അതാണ്. കടലിലേക്കവൻ എടുത്തുചാടി. നീന്താതെ കൈകാലുകൾ മരവിപ്പിച്ചിട്ടു. തിരകളവനെ തൊട്ടിലാട്ടി താഴ്ന്നുപോകാതെ താങ്ങിനിർത്തി. ഉൾക്കടലിൽ ചാകാൻ വേണ്ടി മുങ്ങാങ്കുഴിയിട്ടു. കടലിന്റെ സാന്ദ്രതയിൽ മാറ്റമുണ്ടായി. തെറിക്കും പന്തുപോലെ അവൻ വീണ്ടും ഉപരിതലത്തിലെത്തി.

അവൻ കടലിലേക്കിറങ്ങിപ്പോകുന്നത് കണ്ട് കരയ്ക്കിരുന്ന പെണ്ണ് നിലവിളിച്ചുകൊണ്ട് കടലിലേക്കിറങ്ങി ചെന്നു. തിരകൾ കടലിന്റെ പുത്രിയെ ചാരയെന്നു മുദ്രകുത്തി കുറ്റവിചാരണയ്ക്കെടുത്തു. നേരെ അടിത്തട്ടിലേക്കാഴ്ത്തി. അവനതു കണ്ടു. രക്ഷിക്കാനായി പാഞ്ഞടുക്കാൻ തുടങ്ങി. കടൽഗർഭത്തിൽനിന്ന് അപ്പോൾ ഒരു കിനാവള്ളി പൊന്തിവന്നു. നീളൻകാലുകൾകൊണ്ട് അവന്റെ കൈകളിൽ വരിഞ്ഞു. ഒരിഞ്ചു മുന്നോട്ടു പോകാനാവാതെ അവൻ നിലവിളിച്ചു. കടലിന്റെ ഉപരിതലത്തിലേക്കുയർത്തിക്കൊണ്ട് വന്ന് അവന്റെ തുറന്ന വായിൽ തിരയിറ്റിച്ച് ശബ്ദമടച്ചു.

അവളപ്പോൾ മുങ്ങിമുങ്ങി... താൻ ഊതിവിട്ട ജീവവായുവിനെ കടൽതന്നെ തിരിച്ചെടുത്തു. അവളുടെ മരണം കണ്ടുനിൽക്കാനേ അവന് കഴിഞ്ഞുള്ളൂ. അവൾ നിശ്ചലയായപ്പോൾ കിനാവള്ളിയുടെ കുരുക്കഴിഞ്ഞ് അത് ആഴങ്ങളിലേക്ക് ഊളിയിട്ടു. അവൾ തിരയ്ക്കുള്ളിൽ അലിഞ്ഞലിഞ്ഞ് പോയി.

ഹതാശനായി അവൻ കടലിൽനിന്ന് കേറിവന്നു. കടലിന്റെ സുവിശേഷകനായി അവനെ ജനം അന്നുമുതൽ കണ്ടുതുടങ്ങി. അവൻ പരാജിതനായ ആദ്യത്തെ വിപ്ലവകാരിയും, ഒരു പെണ്ണിനെയും പ്രണയത്തെയും ഒറ്റുകൊടുക്കുകയും ചെയ്ത ആദ്യ കാമുകനുമായി. കടലിനെ തിരെ യുദ്ധം നയിച്ച മനസ്സ് അതേ മനസ്സ് നിലനിർത്തി കടൽ അവനെ കീഴ്പെടുത്തി. തനിക്കുവേണ്ടി ഉപയോഗിച്ചു. പാവം അവൻ! പിന്നെങ്ങനെ ജീവിച്ചോ ആവോ? നീറി നീറി നീറി നീറി...

പാവം നിനക്കു സ്വസ്തി.”

തുറമൂപ്പൻ സ്വന്തം കണ്ണു തുടച്ചു. അയാൾ കുനിഞ്ഞിരുന്ന് രണ്ടിറ്റ് കണ്ണുനീർ കടൽപ്പുറത്തിറ്റിച്ചു. തണുപ്പുകൊണ്ട് പൂർവാധികം മൂപ്പൻ വിറയ്ക്കുന്നുണ്ടായിരുന്നു. മൂപ്പനെ തൊട്ടിരുന്ന കുട്ടിയിലേക്കും തണുപ്പ് കേറി. അതും താടിവിറപ്പിച്ചു.

മൂപ്പൻ പെട്ടെന്ന് ഞെട്ടി. അയാൾ മെല്ലെ എഴുന്നേൽക്കാൻ ശ്രമിച്ചു. കുട്ടികൾ താങ്ങി.

“എനിക്ക് കടലിനെയൊന്ന് കാണണം.”

മൂപ്പൻ മെല്ലെ വീട്ടിനു പുറത്തിറങ്ങി.

“മൂപ്പാ... കഥ...”

ഒരു കൊച്ചുപെൺകുട്ടി സംശയിച്ചു സംശയിച്ചു ചോദിച്ചു.

“കഥ ഇതോടെ തീർന്നു മോളേ.”

പെൺകുട്ടി തീർത്ത മുഖംമൂടി തിരയിൽ കടഞ്ഞതാണ് കുഴപ്പത്തിനൊക്കെ കാരണം. തിരകൾ യഥാർഥത്തിൽ മുഖംമൂടികളാണ്. പതുങ്ങിനിൽക്കും മുഖംമൂടികൾ. അവസരം കിട്ടുമ്പോൾ..”

കുട്ടികൾ പരസ്പരം പറഞ്ഞ് പല്ല് ഞെറുങ്ങി.

മൂപ്പൻ കടലിനെ നോക്കിനിന്നു. അയാൾക്കു മുന്നിൽ തിരയുടെ നുര നേർത്ത് നിറം കുറഞ്ഞുവന്നു. മെല്ലെ കണ്ണിനു മുന്നിൽ എല്ലാം ഇരുട്ടായി മാറി. മുന്നിലൊന്നും കാണാനില്ലാത്തപ്പോൾ മൂപ്പൻ പേടിച്ചു. കടൽ തന്നെത്തേടി കേറിവരുന്നതായി അയാൾക്കുതോന്നി. ഇല്ലാത്ത കണ്ണുകളിൽ കടൽ ചുവന്നുതുടുക്കുന്നു. അത് ദേഷ്യംകൊണ്ട് തലയിട്ടടിക്കുന്നു. തിരത്തണുപ്പ് കാലടിയിൽനിന്ന് മേലേക്ക് പടരുന്നു. തിര തന്നെയാണോ? തണുപ്പ് മസ്തിഷ്കത്തിലേക്ക് പടർന്നത് മൂപ്പന് ഓർമയില്ലായിരുന്നു. അയാൾ മൺമെത്തയിലേക്ക് മലർന്നടിച്ചുവീണു.

കുട്ടികൾക്കിടയിൽനിന്ന് കടൽ വിളിച്ച് മൂപ്പൻ നടന്നുപോയിരുന്നു.

കൃഷ്ണകുമാരി വായിച്ചുതീർന്നു

പന്ത്രണ്ട്

തുറമൂപ്പന്റെ ചത്തശരീരം ഒരു കട്ടമരത്തിൽനിന്ന് വയറിൽ പെരുംകല്ലും ചാക്കാലക്കെട്ടുമായി കടലിലേക്കെടുത്തു ചാടി. മൂന്നാംപക്കത്തിന് ബാക്കി വയ്ക്കാതെ, കുട്ടികൾക്ക് വേണ്ടാത്ത കഥകൾ ഓതിക്കൊടുത്ത് പട നയിച്ച മൂപ്പനെ കൂർത്തപല്ലുള്ള മീനുകളെ വിട്ട് കടൽ അസ്ഥികൂടമാക്കി മാറ്റി. അപ്പോൾ ശരീരത്തിൽ വലിഞ്ഞു മുറുക്കിയിരുന്ന ചാക്കാലക്കെട്ട് അയഞ്ഞുഞാന്നു. പിന്നെ ചരടൂർന്നുപോയി. കടലിനടിയിലെ ത്താതെ തുറമൂപ്പന്റെ അസ്ഥികൂടമിളകി ഛിന്നഭിന്നമായി. തുറമൂപ്പൻ കടൽശിക്ഷ ഏറ്റുവാങ്ങി അപ്പോഴേ മരിച്ചുള്ളൂവെന്ന് കടൽ പറഞ്ഞു.

സംസ്കാരത്തിന്റെ പുതിയ നീരുറവകൾ പൊട്ടി പട്ടണവും പട്ടണവാസികളുമുണ്ടായി. അവർ മാറി വന്നപ്പോഴും തുറയ്ക്കു പ്രത്യേകകടൽ നിയമങ്ങൾ. അതുകൊണ്ട് അവിടെ എന്നും പ്രാകൃതാവസ്ഥ. എതിർക്കാൻ പിന്നൊരു മൂപ്പനുണ്ടായി വന്നില്ല.

മറ്റ് ദിക്കുകളിലേക്ക് കണ്ണെറിഞ്ഞ് ബോധവാന്മാരാകാൻ കടൽ ഒരിക്കലും തുറയെ അനുവദിച്ചില്ല. ഉള്ള സംസ്കാരത്തിൽ തൃപ്തരാകാൻ കടൽ തന്നിലേക്ക് ക്ഷണിച്ചു. കൂട്ടുകാരൻ ചമഞ്ഞു. കടലിന്റെ സാമീപ്യം അവരെ ആഹ്ലാദിപ്പിച്ചു. അവരുടെ ഒറ്റപ്പെടലുകൾ കടലിൽ അലിഞ്ഞു. ഭയന്നു നിന്നവരെ തിരയാക്കം കുറിച്ച് വലിച്ചടുപ്പിച്ചു. തിരയിൽ ചവിട്ടി നിന്നപ്പോൾ തിരയിളക്കംകൊണ്ട് അവന്റെ ഹൃദയത്തിൽ താളം കൊട്ടിക്കൊടുത്തു. കടൽനരകത്തെ ഒളിപ്പിച്ച് കടൽസ്വർഗത്തെ ഉയർത്തിക്കാട്ടി. ഇങ്ങനെ നിർത്തി സ്ഥിരപ്പെടുത്തിയിട്ട് കടലൊരു ചുഴിയായി. കാലടി തെറ്റിച്ച് കള്ളത്തിരകളെറിഞ്ഞു. കടലിന്റെ മായാപ്രകടനങ്ങൾ കണ്ട്

വിസ്മയചിത്തരായി നിൽക്കുമ്പോൾ തുറയ്ക്കു ചുറ്റും ഒരാവർത്തികൂടി ലോകം പരിണമിച്ചു കഴിഞ്ഞിരുന്നു.

തുറയിലെ സ്ത്രീകളും വൃദ്ധരും മനസുകൊണ്ട് ചത്തവരായിരുന്നു. സ്ത്രീകൾ കടലുകേറിയും കിഴവൻമാർ വയസുകേറിയും. ബാക്കി വന്ന കുട്ടകൾ മാത്രം കടലിനൊപ്പം പിടിച്ചുനിന്നു.

ദ്രുതചലനവും ചഞ്ചലഹൃദയവും നിഷ്കളങ്കരുമാണ് കുട്ടികൾ. അവർ കടലിനു മുന്നിൽ അജയ്യരായി നിന്നു. അവരുടെ മനസിൽ തൊടാൻ ആർക്കുമാവില്ല, കടലിനുപോലും. വരാലുപോലെ അത് ഒന്നിൽ നിന്ന് മറ്റൊന്നിലേക്ക് ഒരു അതീതശക്തിക്കും പിടികൊടുക്കാതെ തെന്നി മറിഞ്ഞു. കടൽ പിന്നാലെ ചങ്ങലകളുമായി പുളഞ്ഞുവന്നു. അവരുടെ മനസിൽ പക്ഷേ, കടൽ വെറും കടൽ മാത്രമായിരുന്നു. പ്രത്യക്ഷത്തിൽനിന്ന് അതീതമായി കുട്ടികൾക്കും കാഴ്ചകളുണ്ടായിരുന്നില്ല. അവർ കടലിനെ ബഹുമാനിച്ചില്ല. അതിന്റെ ജാതിയെയും ലിംഗസ്വഭാവത്തെയും നശീകരണശക്തിയെയും യുദ്ധനീതിയെയും അനീതിയെയും കുറിച്ച് വ്യാകുലപ്പെട്ടില്ല.

അവർക്ക് നിറഞ്ഞുകിടക്കുന്ന ആഴി കൗതുകം മാത്രം. കടലിലേക്കിറങ്ങി അവർ മുങ്ങാംകുഴിയിട്ടു, കളിച്ചു കുളിച്ചു കേറിവന്നു. കിനാവള്ളികൾക്കു പിടിമുറുകിയില്ല. പെരുന്തിരകൾ അവരുടെ കാലടികളെ തുരങ്കംവച്ചു. കുട്ടികൾ മറിഞ്ഞുവീണു. അവർ പക്ഷേ, പൊട്ടിച്ചിരിച്ചു. അനായാസം നീന്തിക്കയറി. കടൽ തന്റെ തിരകളൊതുക്കി അത്ഭുതത്തോടും അമർഷത്തോടും അവരെ നോക്കിനിന്നു. അവർക്ക് പ്രായപൂർത്തിയാകുന്നതും കാത്ത് കടൽ അടങ്ങിക്കിടന്നു. അത് ആശ്വസിക്കുകയായിരുന്നു. നിങ്ങൾ മൂർത്തരൂപം കെട്ടിപ്പൊക്കി കടലിനെ ഭയപ്പെടും. ആ ഭയത്തിൽനിന്ന് ഞാൻ തുടങ്ങും; ഒടുക്കാൻ ഞാൻ തുടങ്ങും.

(അവസാനിച്ചു)

വായിച്ചു തീർന്നപ്പോൾ സന്ധ്യയാകാൻ തുടങ്ങിയിരുന്നു. നീലിമ അക്ഷമയോടെ നഖംകടിച്ചുകൊണ്ട് കാത്തിരിക്കുകയായിരുന്നു.

കൃഷ്ണകുമാരി എഴുന്നേറ്റപ്പോൾ നീലി ഓടിവന്നു.

"എങ്ങനെയുണ്ട്?"

"എനിക്ക് കോൺസെൻട്രേറ്റ് ചെയ്യാൻ കഴിഞ്ഞില്ല."

"ശ്ശെ."

"എങ്കിലും വായനാക്ഷമമാണ്. പക്ഷേ, എന്റെ തുറ ഇതിൽ എവിടെ?"

"നീ ഇങ്ങനെയൊക്കെ പറഞ്ഞാലെങ്ങനാ?"

"രസമുണ്ടെടീ. കൂടുതൽ അറിയാൻ നീ നല്ല വല്ലവരേയും ഏൽപ്പിക്ക്. എനിക്ക് സാഹിത്യം കാണാതെ പഠിച്ച് ശീലമേയുള്ളൂ."

"ഇതിന്റെ അന്തർധാരകൾ പിടികിട്ടിയോ?"

"ഞാനതിൽ എനിക്കു പറ്റിയ ഒരു കഥാപാത്രത്തെ കണ്ടു."

"ആര്?"

"അത് പറയില്ല. എന്നെ സ്വാധീനിച്ച ക്യാരക്ടർ. അതിലേക്ക് ഞാനെന്നെ സന്നിവേശിപ്പിച്ചു നോക്കി. നിന്റെ കഥാപാത്രത്തിന് പൂർണ തയില്ല. ഉണ്ടായിരുന്നുവെങ്കിൽ ഞാനതിൻപ്രകാരം ചെയ്യേണ്ടത് ചെയ്തേനെ."

"പറയ് ഏത് കഥാപാത്രം?"

"പിന്നീട് നിനക്ക് മനസിലാകും. ചെലപ്പോൾ..."

"നീ അബദ്ധമൊന്നും ചിന്തിക്കാതെ. നീയത് വായിച്ചുകുളമാക്കി കാണും. ഞാനുദ്ദേശിച്ചത് ഒരുപാട് ഉള്ളറകളും..."

"നീ വായനക്കാരെ പഠിപ്പിക്കാതെ. അവർ പഠിച്ചതുപോലിരിക്കട്ടെ. ഭാവിയിൽ എന്റെ മാനസികനില നേരെയാകുമ്പോൾ അതിലെ ഉന്നങ്ങളെ ഞാൻ മനസിലാക്കിക്കൊള്ളാം. നീ നിരാശപ്പെടേണ്ട."

"പെണ്ണേ നീയാ കഥാപാത്രത്തിൽ എന്തുകണ്ടു?"

"പാവം നിന്റെ നോവൽ വായിച്ചിട്ടും എന്റെ പ്രതിവിധി തുടരുന്നു. ചെകുത്താനും കടലിനുമിടയിൽ എനിക്ക് ഒരു വഴിയും തുറന്നില്ല നിന്റെ നോവൽ... ഞാൻ എന്തുചെയ്യണം?"

നീലിമ നിരാശയോടെ നോവൽ വാങ്ങി അകത്തേക്കു നടന്നു.

"നീലീ.."

കുമാരി വിളിച്ചു.

"അഗ്നിയെ നീയൊഴിഞ്ഞതല്ലേ. ബന്ധം വിട്ടിട്ടും നിന്റെ പേരിനൊപ്പം."

"അയാളിൽ അൽപ്പമെങ്കിലും അഗ്നി അവശേഷിക്കുന്നത് ആ പേരിലാണ്. കുറച്ചുനാൾ കൂടെ പൊറുത്തതിന്റെ കൂലിയായി ഞാൻ അയാളുടെ അഗ്നി കടമെടുത്തു. ആ പേരിനിപ്പോൾ ഒരു വെയിറ്റില്ലേ."

നീലിമ വിഷാദത്തോടെ പുഞ്ചിരിച്ചു.

"മൂന്നുകൊല്ലം പോയതിനു പകരംചോദിക്കണം എനിക്ക്. തീസിസ് സമർപ്പിക്കാൻ സൗകര്യമുണ്ടാക്കി കഴിഞ്ഞാൽ കൊല്ലും ഞാനയാളെ. ചിലപ്പോൾ ഈ കടപ്പുറത്തിട്ടുതന്നെ. ചിലപ്പോൾ അയാളുടെ വർത്തമാനം അങ്ങനെയാണ്. അറിഞ്ഞുകൂടാ, അവനെന്നെ."

"സത്യം അഗ്നി നീ അടിച്ചുമാറ്റി. നിന്നിൽ ആവേശിച്ചുകഴിഞ്ഞു."

കുമാരി പറഞ്ഞു. നീലിമ മെല്ലെ ചിരിച്ചു. പിറ്റേന്ന് അഗ്നിവേശിനെ കണ്ടപ്പോൾ നീലിമ പറഞ്ഞു:

"പഠനം എന്നു തീരും?"

"കഴിഞ്ഞ പരിപാടികളൊക്കെ കഴിയുന്നു. ചില സംശയങ്ങൾ.. എന്തെന്നു വച്ചാൽ..."

നീലിമയ്ക്കു പെട്ടെന്നു ദേഷ്യം വന്നു.

"എനിക്കു കേൾക്കണ്ട. എത്രകൊല്ലം പിടിക്കും, ഇനി സംശയങ്ങൾ തീർക്കാൻ."

അയാൾ അവളുടെ മുഖത്തു നോക്കി വല്ലാതെ ചിരിച്ചു.

"ഞാൻ നിങ്ങളെ അസിസ്റ്റു ചെയ്യാൻ വന്നതല്ല. എന്റെ ഗൈഡാണ് നിങ്ങൾ. പകരം നിങ്ങളുടെ പഠനത്തിനു ഡേറ്റ കളക്ടു ചെയ്യാനും."

"പറഞ്ഞതൊന്നും ആവർത്തിക്കേണ്ട."

അഗ്നിവേശ് എഴുന്നേറ്റു.

"നിങ്ങളൊരു മാസം വിചാരിച്ചാൽ മതിയായിരുന്നു."

"സമയമുണ്ട്."

"സമയമില്ല എനിക്ക്."

"എനിക്കുമില്ല."

"തമാശ പറയരുത്. നിങ്ങൾക്ക് താൽപ്പര്യമില്ലെങ്കിൽ ഇപ്പം പറയണം."

"ഈ പഠനം ക്ലോസ് ചെയ്താൽ നമ്മളൊരുമിച്ച് ജീവിക്കും."

"അത് നടക്കില്ലെന്ന് പറഞ്ഞതല്ലേ നേരത്തേ."

"ഈ ബന്ധം മുറിച്ചത് താൽക്കാലികമായിട്ടാണ്."

"അല്ല."

"ആണ്" അയാൾ വിസ്കി ബോട്ടിൽ എടുത്തു.

"ഈ പഠനം കഴിഞ്ഞാൽ എന്റെ ടെൻഷൻ തീരും. ജീവിതത്തിലേക്ക് മടങ്ങിവരും. അതുവരെ നിന്നെ സ്വതന്ത്രയാക്കിയതാണ് ഞാൻ."

"അതു നടക്കുമെന്ന് തോന്നുന്നില്ല."

"ഇല്ലേ?"

"ഇല്ല."

അയാൾ ഉടൻ ശബ്ദമുയർത്തി.

"എങ്കിൽ നീ നോക്കിക്കോ. ഇവിടെ നടത്തിയ പഠനമെല്ലാം ഞാൻ തകിടം മറിക്കും. റിസൾട്ടെല്ലാം നേരെ എതിരായി എഴുതും."

"എഴുതണം."

"എന്നിട്ട് ഞാൻ ആത്മഹത്യ ചെയ്യും."

"എനിക്കൊന്നുമില്ല."

"നിനക്കൊന്നുമില്ലേടീ."

അയാളവളുടെ മുടിയിൽ കേറിപ്പിടിച്ചു. അവൾ അക്ഷോഭ്യയായി കൈ തട്ടിമാറ്റി. അയാൾ പെട്ടെന്നു ശാന്തനായി.

"തൽക്കാലം നമുക്ക് പഴയ അവസ്ഥയിലേക്ക് മടങ്ങാം. ഇതു തീരും വരെ സഹകരിക്ക്. ശേഷം നോക്കാം. വെറും ഒരുമാസം കൂടി. പ്ലീസ്."

"ങും" അവൾ രൂക്ഷമായി മൂളി.

ഡിസൂസയ്ക്ക് കമ്പനി ചൂണ്ടയിട്ടപ്പോൾ

രണ്ടാഴ്ചയ്ക്കുശേഷം ഇത്തവണ വന്നപ്പോൾ ഡിസൂസ ആകെ മാറിയിരുന്നു. തോളിലെ തുണിസഞ്ചി പിഞ്ചിപ്പറിഞ്ഞു തുടങ്ങിയിരുന്നു. മുഖത്ത് കുറ്റിയായ താടിരോമങ്ങൾ. മുണ്ടും ഉടുപ്പും മുഷിഞ്ഞിട്ട് നാളുകളായി.

"നീയിനി പഠിക്കുന്നില്ലേ?"

നീലകണ്ഠൻ ചേട്ടൻ ചോദിച്ചു.

"ഹാജർ കാണത്തില്ല."

"ഹാജർ ശരിയാക്കിയാൽ..."

"പ്രാക്ടിക്കലുണ്ട്. ഇക്കൊല്ലം നടക്കില്ല. വിധിയുണ്ടെങ്കിൽ അടുത്ത കൊല്ലം നോക്കാം. ഇക്കൊല്ലം എഴുതിയാ ജയിക്കത്തില്ല. എനിക്കൊന്നും അറിഞ്ഞുകൂടാ.. കുറച്ചു പണിയും കൂടിയുണ്ട്."

"കടലിൽ പോക്കുമില്ല. എങ്ങനെ ജീവിക്കുന്നു നീ..."

"ഇപ്പം ജീവിതം ഒരു സമരമാണ്. ചൂഷണത്തിനെതിരെ ജനങ്ങളെ ബോധവൽക്കരിക്കുക..." അവൻ മുദ്രാവാക്യംപോലെ ഊണത്തിൽ പറഞ്ഞ് ചിരിച്ചു.

"ബോധവൽക്കരണം തീരുമോ അടുത്തെങ്ങാനും."

അവൻ ഗൗരവക്കാരനായി.

"... സത്യത്തിൽ പ്രതികരിക്കാതെ ചേട്ടനെങ്ങനെ ഇതിനിടയിൽ കണ്ടും കേട്ടും ജീവിക്കുന്നു. കാൽച്ചുവട്ടിൽനിന്ന് മണ്ണ് കുത്തിപ്പോകുന്നു, നാടില്ലാതാകുന്നു. കമ്പനി ജനങ്ങൾക്കുവേണ്ടി എന്തു ചെയ്യുന്നു? കമ്പനിക്കു വേണ്ടിയും മൈനിങ്ങിനുവേണ്ടിയും സ്ഥലം പോയവരിൽ പലരും കടലിനെ ആശ്രയിച്ചു ജീവിക്കുന്നവരാണ്. അവരൊക്കെ എവിടെയാകും പോയിരിക്കുക?"

“ചേട്ടനെന്താണിങ്ങനെ? ഒന്ന് മുന്നിൽനിന്ന് തരാമോ? അല്ലെങ്കിൽ വെറുതെ ഒന്നിറങ്ങിയാൽ...”

“ഒന്നും സംഭവിക്കില്ല. ഞാൻ നാണംകെടും.”

“അപ്പം ഇമേജ് നോക്കിയിരിപ്പാണ്.”

“മാറിയ ലോകത്തെക്കുറിച്ച് നിനക്കെന്തറിയാം. എന്റൊപ്പം എന്തിനും തയാറായിവന്ന സഖാക്കളല്ല ഇന്നുള്ളത്. എല്ലാവരും രഹസ്യമായി ഒരു ഇരുമ്പു പടച്ചട്ട സൂക്ഷിക്കുന്നു. അപകടം വരുമ്പോൾ അതിനുള്ളിൽ കയറി സ്വയം രക്ഷിക്കുന്നു. ഇന്നതൊരു ഒറ്റാണെന്ന് വരുന്നില്ല.

ഉദാഹരണത്തിന് ഇടതുപക്ഷ തൊഴിലാളി പ്രസ്ഥാനങ്ങളുടെ അപചയം അതിന്റെ പ്രത്യയശാസ്ത്രംകൊണ്ടല്ല. അതിനെ മറന്ന് ലോകക്രമത്തിനനുസരിച്ച് പുതിയപ്രവർത്തകർ വഴങ്ങിക്കൊടുത്തതുകൊണ്ടുണ്ടായത്. ഇതൊക്കെകൊണ്ടാണ് വേറിട്ടു നീങ്ങുന്ന നിന്നെകാണുമ്പോൾ പേടി തോന്നുന്നത്” ചേട്ടൻ പറഞ്ഞു.

“അപകടകരമായി ജീവിക്കുന്നത് അന്തസ്സാണ്. ചാലിത്തുറയിൽ വരുന്ന 12-ാം തീയതി വലിയൊരു സമരപരിപാടി തയാറാകുന്നു. മണൽ ലോറികൾ തടയും. മണലിൽ കൊടി കുത്തും. മൈനിങ് യന്ത്രങ്ങൾക്കു മുന്നിൽ മണ്ണിനുപകരം മനുഷ്യൻ കിടക്കും.””

“ആവശ്യം?”

“പാടിപ്പഴകിയ കാര്യങ്ങൾ തന്നെ. ഓസ്ട്രേലിയയിൽനിന്നു വരുന്ന പുതിയ യന്ത്രങ്ങൾ തടഞ്ഞിടും. കമ്പനിയിലെ തൊഴിലിന്റെ നിശ്ചിതശതമാനം മണ്ണില്ലാതായി തീരുന്ന ഇവിടത്തെ നാട്ടുകാർക്കു നൽകണം.

സത്യത്തിൽ ഈയൊരാവശ്യത്തിനാണ് ജനം മുന്നോട്ടിറങ്ങുന്നത്. ആത്യന്തികമായി ഒരു തൊഴിൽ നേടാനുള്ള സമരമായിരിക്കുന്നു ജീവിതം. അത് നേടിയാലോ കൂടുതൽ വേതനം, വേതനം.”

“വലിയൊരു മനുഷ്യനായിപ്പോയി നീ..”

“കളിയാക്കാതെ” ഡിസൂസ ചിരിച്ചു.

“നമ്മുടെ സമരങ്ങളുടെ ഭാവി, നാടിന്റെ ഭാവി.. ഒന്ന് സ്വപ്നത്തിലൂടെ ചിട്ടപ്പെടുത്തി തരാമോ?”

“ഭാവിയിലേക്ക് എന്റെ സ്വപ്നത്തിന് വാതിലുകളില്ലെന്ന് പറഞ്ഞിട്ടില്ലേ. സ്വപ്നങ്ങൾ പഴയതുപോലെതന്നെ ഉരുത്തിരിഞ്ഞുവരുന്നില്ല. ഓർമകളെ മുനകൂർപ്പിച്ചു നിർത്തി സ്വപ്നങ്ങളെ ബലപ്പെടുത്താൻ പാടുപെടുന്നു.”

“ഇത്രയും നാൾ സ്വപ്നങ്ങൾ പഠിച്ചിട്ട് എന്തുതോന്നുന്നു?”

“സ്വകാര്യമാണ്.” അതങ്ങനെ ഒടുങ്ങും.

“അതെന്താ?”

“പറയരുതെന്ന് ശാസനയുണ്ട്, ഉള്ളിൽനിന്ന്.”

“രസതന്ത്രം?”

“അതു നീയറിഞ്ഞില്ലേ. പൂട്ടിക്കെട്ടി. ആരോ പേടിക്കുന്നു. ഞാൻ പരീക്ഷണം നടത്തുന്നതിനെ... എന്തിന് മറ്റുള്ളവരെ വേദനിപ്പിക്കണം.”

"മനസിലായില്ല."

"കളഞ്ഞുവെന്നുമാത്രം മനസിലാക്കുക. ഇനി സ്വപ്നങ്ങളെ വിളിച്ചുവരുത്തി സ്വയം പഠിക്കാൻ പോകുന്നു. ഞാനാര്? എങ്ങനെ ഉരുത്തിരിഞ്ഞു എന്നൊക്കെ. അതിലാരും കേറി കൈകടത്തില്ലല്ലോ. വയസാംകാല വിനോദമായി അതിനെ നിലയ്ക്കുനിർത്തണം."

ഡിസൂസ ഇറങ്ങുമ്പോൾ പകുതി തമാശയും പകുതി കാര്യവുമായി പറഞ്ഞു.

"കഷ്ടം! മഹാപ്രസ്ഥാനമായിരുന്ന ഒരു മനുഷ്യൻ! പതനം.. പതനം."

നീലകണ്ഠൻ ചേട്ടൻ അടിക്കാനെന്നവിധം കൈയുയർത്തി. ഡിസൂസ കരിമണലിലേക്കിറങ്ങി. അതിൽ പുതഞ്ഞു നടന്നു.

ആകാശത്ത് അപ്പോൾ പരുന്തുകൾ താഴ്ന്നു പ്രത്യക്ഷപ്പെട്ടു. അറിയാതെ ഡിസൂസയുടെ ഹൃദയമിടിപ്പ് വർധിച്ചു. ബാഗ് തുറന്ന് ഒരു പത്രമെടുത്ത് വടിപോലെ ചുരുട്ടി. ആകാശത്തേക്കു നോക്കി. വീണ്ടും പരുന്തുകൾ. ചുറ്റും നോക്കി ആരെയും കാണുന്നില്ല.

പരുന്തുകൾ താഴ്ന്നു പറന്ന് മറ്റേന്തിലോ ലക്ഷ്യംവച്ച് അതിന്റെ പാട്ടിനുപോയി.

* * * * *

ചാലിത്തുറയിലെ അറുപതു കുടുംബങ്ങൾ റെയർ എർത്സ് കമ്പനി പുതുതായി അക്വയർ ചെയ്ത ഖനനഭൂമിയിൽ പെട്ടെന്നു പതിനായിരം രൂപ സെന്റിന് സർക്കാർ ഇടപെട്ട് വാങ്ങിക്കൊടുത്തു. പക്ഷേ, പോകാൻ വേറെ സ്ഥലമില്ല. കടലാണ് അന്നം. ആപ്പാടത്ത് ഖനനഭൂമിക്കു പുറത്ത് കടൽപ്പുറത്ത് സൂചികുത്താനിടമില്ല. കടൽപ്പുറത്തെ മണ്ണിൽ കുടിലുകുത്താനും ചങ്കുറപ്പില്ല. മണൽ കോരിക്കോരി ലക്ഷ്യവും തിട്ടവും നഷ്ടപ്പെട്ട തിരകളാണ് തുറ ഭരിക്കുന്നത്. എപ്പോഴും വന്നുകൊണ്ടുപോകും.

ഖനനത്തിന് കൂടുതൽ ഭൂമി ഏറ്റെടുത്ത് ഏറ്റെടുത്ത് കമ്പനിയുടെ കൈകളും തിരകൾപോലെ നീളുന്നു. കമ്പനി ആ കൈ സ്വയം അരിയണം. പുതിയ സമരത്തിന്റെ പ്രധാന ആവശ്യം ഇതായിരുന്നു. മാത്രവുമല്ല ചാലിത്തുറയിൽ പ്രകൃതിദത്തമായി കിടന്നിരുന്ന കരിമണലിന്റെ കൂനകൾക്കു പിന്നിലെ വീടുകൾ കടലിൽനിന്ന് സുരക്ഷിതവുമായിരുന്നു. പണ്ട് കരിമണൽത്തീരത്തെല്ലാം കുന്നുകുന്നായി മണ്ണിന്റെ ലോകമായിരുന്നു. അതെല്ലാം കപ്പൽകയറ്റി. ഒടുവിൽ ചാലിത്തുറയിൽ മാത്രമാകുന്നു. അവിടത്തെ മണ്ണിന്റെ തിളക്കംകണ്ട് കമ്പനിയുടെ കണ്ണ് മഞ്ഞളിച്ചിരിക്കുകയാണ്. ആ മണ്ണ് മാറ്റിയാൽ 60 വീടുകളുടെ സ്ഥാനത്ത് രണ്ടു മൂന്നു വർഷത്തിനുള്ളിൽ കടലിളകും.

ആ ആഴ്ചയിൽത്തന്നെ മണൽക്കൂനയും ഒപ്പം കടലും ഖനനം ചെയ്തുതുടങ്ങുമെന്ന പ്രചാരണം ശക്തമായി. അതിനെ ചെറുക്കുമെന്നായി സിഡൂസയുടെ നേതൃത്വത്തിലുള്ള സംഘം. കമ്പനി പിൻതിരിഞ്ഞില്ലെങ്കിൽ പ്രക്ഷോഭം രൂക്ഷമാകുമെന്ന് ഡിസൂയുടെ നേതൃത്വത്തിൽ

രൂപവൽക്കരിച്ച തീരസംരക്ഷണസേന പത്രപ്രസ്താവനകൾ ഇറക്കി. അതിൽ ചിലതു മാത്രം പൊട്ടും പൊടിയുമായി അച്ചടിച്ചു വന്നു. ബാക്കിയെല്ലാം എങ്ങനെയൊക്കെയോ മുങ്ങി.

ഖനനം തുടങ്ങാൻ സാധ്യതയുള്ള ദിവസത്തിന്റെ തലേന്ന് വൈകിട്ട് ഡിസൂസയെ കാണാൻ കമ്പനിയുടെ പ്രതിനിധി വന്നു. ഡിസൂസ അപ്പോൾ ചാലിത്തുറയിലെ ജനങ്ങളുമായി പിറ്റേന്നത്തെ സമരപരിപാടികളെക്കുറിച്ച് സംസാരിക്കുകയായിരുന്നു.

കമ്പനി ചർച്ചയ്ക്കു തയാറാണെന്നും സമരക്കാരുടെ പ്രതിനിധിയായി ഡിസൂസ ചെല്ലണമെന്നുമാണ് ദൂതന്റെ ആവശ്യം. സന്നദ്ധമെങ്കിൽ അന്നു വൈകിട്ടുതന്നെ സുദർശന ഹോട്ടലിന്റെ 202-ാം നമ്പർ റൂമിലെത്തണം. ആറുമണിക്ക്.

"വരാം, ചർച്ചയ്ക്ക് ഞങ്ങൾ തയാറാണ്."

ഡിസൂസ പറഞ്ഞു, "പക്ഷേ പരസ്യമായ ചർച്ച മതി. പലർക്കും പലതും പറയാനുണ്ട്."

ദൂതൻ ഉടൻ കമ്പനിയുടെ വക്താവായി രൂപം മാറി.

"അതു പറ്റില്ല. നിങ്ങൾ മാത്രം. അവർക്കു പറയാനുള്ളത് നിങ്ങൾക്കു പറയാം. കമ്പനി ഭാഗത്തുനിന്ന് കുറുപ്പുസാർ മാത്രമേയുള്ളൂ. രമ്യമായി പരിഹരിക്കാൻ സാധിച്ചാൽ..."

"പരിഹരിക്കാനൊന്നുമില്ല. കമ്പനി അക്വയർ ചെയ്ത ഭൂമിയിൽ താമസിക്കുന്ന പലർക്കും പട്ടയമില്ല. സെന്റിന് പതിനായിരം കിട്ടിയത് പട്ടയമുള്ള പതിനെട്ടുപേർക്കു മാത്രം. ബാക്കിയുള്ളവരെന്തു ചെയ്യും?"

"സ്ഥിരമായി ഒരു സ്ഥലത്ത് നിശ്ചിതകാലം താമസിച്ചവർക്കൊക്കെ പട്ടയമുണ്ട്."

അയാൾ വാദിക്കുകയാണ്.

"എങ്ങനെ നിശ്ചിതസ്ഥലത്ത് താമസിക്കും? എന്റെ പൂർവികർ താമസിച്ചിടം ഇപ്പോൾ കടലിനകത്താണ്. കടൽ മുന്നേറിയപ്പോൾ ഞങ്ങൾ പിൻവാങ്ങി. മൂന്നു വീടുമാറി. മൂന്നും കടലിനകത്തായി. നിങ്ങളെനിക്ക് പട്ടയം താ. എനിക്കു താമസിക്കാൻ എന്റെ ഭൂമി താ. പകരം ഭൂമി താ."

"അതിനു കടലാണ് മറുപടി പറയേണ്ടത്. കമ്പനി ഉത്തരവാദിയല്ല."

"കമ്പനിയുടെ കണ്ണും മൂക്കുമില്ലാത്ത മൈനിങ് മൂലമാണ് കരയെല്ലാം കടലായത്."

"അങ്ങനെയൊന്നുമില്ല. മണ്ണെടുത്താൽ പകരം മണ്ണ് കടലിനടിയിൽ നിന്നുവരും."

"ഇയാളിനി പ്രസംഗിച്ചാ കുറ്റിയടിച്ച് ഞാൻ തിരിക്കും. പറഞ്ഞേക്കാം."

ഒരു ചെറുപ്പക്കാരൻ കൈയും പൊക്കിയെഴുന്നേറ്റു. വക്താവ് നിശ്ശബ്ദനായി.

"എന്തായാലും താനൊന്ന് പോയിട്ടു വാ. ഒരുസാധ്യത കളയണ്ട."

കൂടെയുള്ളവർ ഡിസൂസയോട് പറഞ്ഞു.

"ശരി എന്താ നിങ്ങൾക്ക് പറയാനുള്ളതെന്ന് അറിയണമല്ലോ. വരാമെന്ന് പറയൂ."

വക്താവ് അടിക്കാൻ എഴുന്നേറ്റവനെ ചെറഞ്ഞുനോക്കി പിൻവാങ്ങി.

ഹോട്ടലിൽ കുറിപ്പുസാർ കാത്തിരിക്കുകയായിരുന്നു. ഡിസൂസ ചെല്ലുമ്പോൾ മുറിക്കുള്ളിൽ അയാൾ അക്ഷമനായി ഉലാത്തുന്നു.

"വാ."

ഡിസൂസയുടെ മുഖം ഗൗരവം വിട്ടില്ല.

"ഇരിക്കൂ."

കുറുപ്പ് ചിരിച്ചുകൊണ്ടുപറഞ്ഞു.

"ഞാൻ കമ്പനിയുടെ പ്രതിനിധി മാത്രം. അതിന് അതിന്റെ നയങ്ങൾ. നിങ്ങൾക്കു നിങ്ങളുടെ ആവശ്യങ്ങൾ. വ്യക്തിപരമായി ഒന്നും കരുതരുത്."

"പറയൂ. എന്താ നിങ്ങളുടെ ആവശ്യം."

"അത് സാറിനറിയാം.. പാവപ്പെട്ട മത്സ്യത്തൊഴിലാളികൾ.. അവരെവിടെ പോകും. കമ്പനിയിലെ തൊഴിലാളികൾക്കു ശമ്പളമുണ്ട്. പാർപ്പിടമുണ്ട്. ഇവർക്കോ."

"പണം."

"അതെക്കുറിച്ച് പറയിപ്പിക്കരുത്. സാർ എത്രപേർക്കെന്നും മറ്റും."

"അനിയന്റെ പേരു പറഞ്ഞില്ല."

"ഡിസൂസ."

"ഏതുവരെ പഠിച്ചു?"

"ഡിഗ്രി മുടങ്ങി."

"ഓ അതുശരി വിഷയം?"

"കെമിസ്ട്രിയായിരുന്നു."

"ഓ ശരി. സയൻസോ" കുറിപ്പ് അത്ഭുതം കാട്ടി.

"അതുവലിയ കാര്യമല്ല സാർ. ആയിരക്കണക്കിനു കെമിസ്ട്രി ബിരുദധാരികളുണ്ടിവിടെ."

"അതല്ല തദ്ദേശീയരായ തൊഴിലാളിനേതാക്കളിൽ പഠിപ്പുള്ളവർ കുറവാണ്."

"പഠിച്ചുകഴിഞ്ഞാൽപ്പിന്നെ ജോലി പ്രതീക്ഷിച്ച് അവിടെ വീട്ടിലിരുപ്പാണ്. സാറിന് അറിയാമല്ലോ നൂറുകണക്കിന് ചെറുപ്പക്കാരിവിടെ ഐ ടി ഐ പഠിച്ചിട്ടു നിൽപ്പുണ്ട്. എല്ലാവരുടെയും ലക്ഷ്യം ആർ ഇ സിയാണ്. ഇവിടെ പരിസരങ്ങളിൽ എത്ര ഐ ടി സി ഇൻസ്റ്റിറ്റ്യൂട്ടുകൾ കൂണുകൾപോലെ പൊന്തി! മന്ത്രി ഡാനിയേൽ സാറിനു പോലുമുണ്ട് ഒരെണ്ണം. ഇവരെയെല്ലാം നിങ്ങള് പ്രോത്സാഹിപ്പിക്കുകയാണ്, തൊഴിൽ കൊടുക്കുമെന്നുംപറഞ്ഞ്.

കമ്പനിക്കുവേണ്ടി വീടു പോയവരും മൈനിങ്ങിൽ കുടിലു പോയ വരുമൊക്കെ വിചാരിച്ചു പഠിപ്പുള്ളവർ വീട്ടിലുണ്ടെങ്കിൽ നിങ്ങൾ ജോലി കൊടുക്കുമെന്ന്. ഐ ടി ഐയാണ് നല്ലതെന്ന്, എങ്ങനെയെന്ന് അറി യില്ല പൊതുധാരണ വളർന്നു. നാടുമൊത്തം ഐ ടി ഐ ക്കാരെ കൊ ണ്ടുനിറഞ്ഞു. ചിലർക്ക് അപ്രന്റീസ്ഷിപ്പു കൊടുത്തു മൂന്നു മാസം കഴിഞ്ഞ് നിങ്ങൾ പറഞ്ഞുവിടും. പിന്നെ അവന്റെ പ്രതീക്ഷ.. ഒരിക്കലും നടക്കാത്ത...."

"ക്ഷമിക്കണം" കുറിപ്പ് ഇടപെട്ടു. "എല്ലാറ്റിനും നമ്മൾ കമ്പനിയെ കുറ്റംപറഞ്ഞ് ശീലിച്ചു പോയതാണ്. അങ്ങനെ കമ്പനിയിൽ തൊഴിൽ ലഭിക്കുന്ന കാലമുണ്ടായിരുന്നു. ഇപ്പോൾ തൊഴിലാളികൾ കുറച്ചുമതി. പാർട്ട് ടൈം ലേബേഴ്സ് ആണെങ്കിൽക്കൂടി നിയമത്തിന്റെ രീതി മാറി. മനസിലാക്കണം."

"മനസിലാക്കിയിടത്തോളം മതി. ഞാൻ പറയുമ്പോൾ അൽപ്പം ക ടുത്തു പോകുന്നെങ്കിൽ ക്ഷമിക്കണം. ഒരു ജനതയുടെ വികാരമാണ്. അതു വ്യക്തമാക്കുമ്പോൾ..."

"ഇറ്റ്സ് ഓകെ."

"പാവപ്പെട്ട ജനതയെ തെറ്റിദ്ധരിപ്പിക്കാൻ എളുപ്പമാണ്.." ഡിസൂസ എന്തോ പറഞ്ഞുതുടങ്ങി.

"തെറ്റ്" കുറുപ്പ് ഇടപെട്ടു. "ഇവിടുത്തെ ജനതയെക്കുറിച്ചു പറയു കയാണെങ്കിൽ തെറ്റ്. ഏതു നിലയ്ക്കാണ് പാവങ്ങൾ. ബുദ്ധിയിലോ.. കേരളത്തിലെ സമ്പൂർണ സാക്ഷരതനേടിയ തീരങ്ങളിൽ ആദ്യത്തേ താണ് ആപ്പാടം. അവർക്കു കൂടുതൽ അറിയാം. അതുകൊണ്ടാണ് മന സിലാക്കിക്കുവാൻ ബുദ്ധിമുട്ട്. അവർക്ക് വ്യക്തമായ ലക്ഷ്യങ്ങളുണ്ട്, കമ്പനിയുമായി ഇടയുമ്പോൾ പ്രത്യേകിച്ചും.

പല നേതാക്കളും സമരക്കാരും ലക്ഷ്യം നേടാൻ ശ്രമിക്കുന്നവരാണ്. ആശയവും ആദർശവുമല്ല പ്രചോദനം. നിങ്ങളത് അറിയുന്നില്ല സുഹൃ ത്തേ.."

കുറുപ്പ് എഴുന്നേറ്റ് ജനാലയ്ക്കരികിൽ നിന്നുകൊണ്ട് പറഞ്ഞു. ഡിസൂസ മറുപടിയെടുത്തു.

"അറിയാം. പല നേതാക്കളും ഇവിടുന്ന് ചർച്ചകഴിഞ്ഞ് പണക്കാ രായിട്ടുണ്ട്. കമ്പനിയിൽ തൊഴിൽ നേടിയിട്ടുണ്ട്. ഞാനത്തരക്കാരനല്ല."

"അത് പറഞ്ഞ് വിശദീകരിക്കേണ്ട. നിങ്ങൾ എടുത്തു ചാട്ടക്കാരനാ ണെന്ന് എനിക്കു തോന്നി. അല്ലെങ്കിൽ ഇതിനു മുമ്പേ നിങ്ങൾ കാര്യ ത്തിലേക്കു കടക്കുമായിരുന്നു..."

"ചാലിത്തുറയിലെ പ്രശ്നത്തിൽ കമ്പനിയുടെ നിലപാടാണ് ഞങ്ങൾക്കറിയേണ്ടത്."

"അത് മൈനിങ്ങുമായി മുന്നോട്ടുപോകും."

"ജനങ്ങളുമായി."

"അർഹതപ്പെട്ടവർക്കു നൽകേണ്ടത് നൽകി ഇനി ഒന്നുമില്ല."

"പിന്നെ ചർച്ചയ്ക്കു വിളിച്ചത്...."

"സമരത്തിനുള്ള തീരുമാനം പുനഃപരിശോധിക്കാൻ ആവശ്യപ്പെടാൻ."

"ഒരു ഭാഗത്തു നിന്നുമാത്രം വിട്ടുവീഴ്ചയോ?"

"നാളെ ശക്തമായ പൊലീസ് സന്നാഹം രംഗത്തുണ്ടാകും. അതൊന്ന് ഓർമിപ്പിക്കുകയാണ്."

"സമാധാനപരമായി സമരം നടത്താൻ ഞങ്ങൾക്കറിയാം."

കുറുപ്പ് ചിരിച്ചു.

"സമാധാനം നിന്റെ കൈയിലാണോ കുഞ്ഞേ. വെറും പയ്യനാണ് നീ. പോയി പഠിത്തം പൂർത്തിയാക്കാൻ നോക്ക്. അല്ലെങ്കിൽ മറ്റെന്തു വേണം നിനക്ക്. കമ്പനിയിൽ ഒരു ചെറിയ ജോലി."

"ഞാനിതു പ്രതീക്ഷിച്ചിരുന്നു. വലവീശുന്നതിനേക്കാൾ ചൂണ്ടയിടുന്നതിലാണ് നിങ്ങൾക്ക് താൽപ്പര്യമെന്ന്" ഡിസൂസ എഴുന്നേറ്റു.

"നീ വഴങ്ങില്ലെന്നറിയാം. പക്ഷേ, എന്റെയൊരു മനസ്സമാധാനത്തിനു പറഞ്ഞുവെന്നേയുള്ളൂ. ഒരു ചെറുപ്പക്കാരൻ ഇല്ലായ്മയായി പോകുമ്പോൾ കുണ്ഠിതം തോന്നരുതല്ലോ. ആട്ടെ എന്താണ് സമരപരിപാടി?"

"അത് നിങ്ങളോട് പറയാനുള്ളതല്ല. പക്ഷേ, ഒന്നുണ്ട്. മണൽലോറികൾ ഞങ്ങൾ തടഞ്ഞുകൊണ്ടേയിരിക്കും. ഫ്രണ്ട് ലോഡറുകൾ ഞങ്ങളുടെ നെഞ്ചത്തൂടെ കേറ്റേണ്ടിവരും."

"അങ്ങനെ സംഭവിക്കരുതേയെന്ന് ഞാൻ പ്രാർഥിക്കുന്നു" കുറുപ്പ് പറഞ്ഞു.

ഡിസൂസ വാതിൽ തുറന്ന് പുറത്തേക്കുപോയി.

ചെങ്ങന്നൂർ പരമശിവൻ രാഘവന്റെ ബന്ധക്കാരൻ

കൃഷ്ണകുമാരിയുടെ അങ്കലാപ്പിനൊപ്പം അവളുടെ വയറും വളർന്നുവന്നു. അതിനേക്കാൾ സമ്മർദം രാഘവനായിരുന്നു. ടെൻഷൻ സഹിക്കവയ്യാതെ അയാൾ ഒരിക്കൽ കവലയിൽ കുഴഞ്ഞുവീണു. പനിയും ശ്വാസംമുട്ടും പേടിസ്വപ്നങ്ങളുമൊക്കെയായി രാഘവന്റെ ജീവിതം കുഴഞ്ഞു മറിഞ്ഞു. മകളുടെ ഗർഭം എന്തുചെയ്യണമെന്ന കാര്യത്തിൽ അയാൾക്കു ഒരെത്തും പിടിയും കിട്ടിയില്ല. കൃഷ്ണകുമാരിയുടെ അവസ്ഥയും ഇതുതന്നെയായിരുന്നു. തങ്ങളെപ്രതി തുറ കത്തരുതെന്നും ആരും ഇല്ലാതാകരുതെന്നും രണ്ടുപേർക്കുമുണ്ടായിരുന്നു. ഇങ്ങനെ ചിന്തിച്ച് ചിന്തിച്ച് ഗർഭം നാലാം മാസത്തിലെത്തി.

ഇനിയും കാത്തുനിൽക്കാൻ സമയമില്ല. രാഘവൻ കരുതി. ഇത്തവണത്തെ ചെങ്ങന്നൂർ ശിവരാത്രിക്ക് പോകണം. അവിടെ ശിവന്റെ മുന്നിൽചെന്ന് ഉള്ളുരുകി പ്രാർഥിക്കും. ഭഗവാൻ തോന്നിക്കുന്നത് നടപ്പാക്കും. തുറയെക്കുറിച്ചും വരുംവരായ്കയെക്കുറിച്ചും ചിന്തിക്കുന്ന പ്രശ്നമില്ല. ചെങ്ങന്നൂർ ശിവനാണിനി ഏക ആശ്രയം. രാഘവൻ വ്രതം നോറ്റുതുടങ്ങി. ആപ്പാടത്തുകാരുമായി അത്ര അടുപ്പത്തിലാണ് ചെങ്ങന്നൂർ ശിവൻ.

ചിലപ്പോൾ ശിവന് ആളെയറിഞ്ഞേക്കും. ഐതിഹ്യമനുസരിച്ച് ചെങ്ങന്നൂർ ശിവൻ രാഘവന്റെ ബന്ധക്കാരൻ കൂടിയാണ്.

ആയിരത്താണ്ടു മുമ്പ് രാഘവന്റെ പൂർവികന്മാരായ തുറമൂപ്പന്മാർക്ക് രാജാധികാരമുണ്ടായിരുന്നു. അരയന്മാരുടെ രാജ്യം അന്ന് ഇതിലും നൂറിരട്ടി വലിപ്പമുള്ളതായിരുന്നു. അത്രയും അധികാരവും കൊല്ലിനും കൊലയ്ക്കും കടലിനും തക്ക അധികാരം.

ആദിശമുത്തരയനായിരുന്നു അന്നത്തെ വലിയ നാടുവാഴി. കടൽ അരയരാജാവിന്റെ പരിധിയിലായതിനാൽ ചക്രവർത്തി വലിയ സ്ഥാന മാണ് അവർക്കു നൽകുന്നത്.

ആപ്പാടത്തെ കരിമണലിന്റെ കുന്നുകൾ ഹിമാലയകൊടുമുടികൾ പോലെ കരയെ സംരക്ഷിച്ചു പോരുന്നു. കടലിനും കായലിനുമിടയിലുള്ള വിസ്തൃതരാജ്യത്ത് പാടങ്ങൾ ഏറെയുണ്ടായിരുന്നു. കായലിന്റെ നനവും കടൽക്കാറ്റും നല്ല കാലാവസ്ഥയും. കതിർമണികൾ എടുത്താൽ പൊങ്ങാത്ത വലിപ്പമുള്ളതായിരുന്നു. ആരെങ്കിലുമാണ് കൃഷിയിറക്കുന്ന ത്. നാട്ടുകാർക്കാർക്കും അന്നത്തിനുവേണ്ടി കതിർമുറിക്കാൻ പൊന്നു തമ്പുരാൻ അധികാരം നൽകിയിരുന്നു. നാട്ടിൽ പട്ടിണിയില്ല. പരിവട്ടമി ല്ല. അത്യാവശ്യം വിൽക്കാനും കൂട്ടാനും ജനം കടലിൽനിന്ന് മീൻപിടി ച്ചെടുത്തു. കരയിലും കടലിലും സമ്പത്ത്. രണ്ടിടത്തും പ്രജകൾ അമിത ചൂഷണവും ആർത്തിയും കാട്ടിയില്ല. പാടങ്ങളുടെ ഇടയിൽ തെളിനീ രുള്ള താമരപ്പൊയ്കകളുണ്ടായിരുന്നു. കടൽനാക്കമ്പലത്തിൽ താമര കൊണ്ട് ശിവനെ മൂടിയാണ് രാവിലത്തെ പൂജ കഴിക്കുന്നത്.

ഇങ്ങനെയിരിക്കുമ്പോഴാണ് ഭയങ്കരനായൊരു മത്സ്യം, കടലോളം വലിപ്പമുള്ളത് തീരത്തോടടുത്ത് വിളയാട്ടം തുടങ്ങിയത്. തിമിർത്ത് അന്ത രീക്ഷത്തിലേക്ക് ഊതിവിടുന്ന ജലത്തിന് ആകാശത്തോളം ഉയരമുണ്ടാ യിരുന്നു. വള്ളങ്ങളും കട്ടമരങ്ങളും കടലിലേക്കിറക്കാൻ പേടിയായി. അതിന്റെ വാലിളക്കത്തിന്റെ ഓളങ്ങൾ മുത്തരയന്റെ സാമ്രാജ്യ പരിധി യിലെ വെള്ളത്തെയാകെ ഉലച്ചു. വള്ളങ്ങൾ അതിന്റെ ചുഴിചുറ്റി കുത്തി മറിഞ്ഞു. കട്ടമരങ്ങൾ ഒടിഞ്ഞു മടങ്ങി തിരിച്ചു കയറി. മീൻ കളിച്ചു കൊണ്ടിരുന്നു.

കൊട്ടിപ്പാട്ടും പൂജയും മീൻപ്രാർഥനകളും തുടങ്ങി. പ്രജാക്ഷേമ തൽപ്പരനായ ആദിശമുത്തരയൻ ചെയ്യാത്ത പണിയില്ല. മീൻ കുലുങ്ങി യില്ല. മുത്തരയൻ തളർന്നു. രാജ്യത്തിന്റെ സമ്പദ്‌വ്യവസ്ഥ കടലിനെ ആശ്രയിച്ചാണ്. അത് തകരുന്നു. സ്ഥിരമായി ഊണിന് മീനില്ലെങ്കിൽ ജനത്തിന് ഇല്ലാത്തവിഭ്രാന്തി ഉണ്ടായി വരുന്നു.

സങ്കടം കണ്ട് രാജ്യത്തെ കൊല്ലന്മാർ മുത്തരയനെ കാണാനെത്തി. ഇരുപതാനയ്ക്കുവേണ്ട തോട്ടിയുടെ വലിപ്പത്തിൽ ഉരുക്കുകൊണ്ട് ചൂണ്ട കളുണ്ടാക്കാമെന്ന് അവർപറഞ്ഞു. കരയിലെ തെങ്ങുകളിൽ കൂറ്റൻ വട ങ്ങളിട്ട് ഒരറ്റം കെട്ടി ചാവേറുകൾ ചെന്ന് മീനിന്റെമേൽ എറിഞ്ഞു പറ്റി ക്കണം. ഒരു കൊളുത്ത് ഏറ്റാൽ മതി. കുറേ ചാവേറുകൾ ചാകുമായിരി ക്കും. അഞ്ചാറ് തെങ്ങ് പുഴുത് വീണേക്കും. അതിനെ തളയ്ക്കാനാവില്ല. അത് മുതുകിന്റെ പരപ്പ് കണ്ടാലറിയാം. പക്ഷേ, ചൂണ്ടയും മുറിവുമായി ഉൾക്കടലിന്റെ ആഴങ്ങളിൽ പോയേക്കും. നാട്ടുകൂട്ടത്തിലെ ചിലർ ഗതി കെട്ട് അതിനെ അനുകൂലിച്ചു.

മുത്തരയന്റെ കണ്ണുകൾ ചുവന്നു. മീനുകളെ നോവിച്ചുവിടുകയോ? അങ്ങനെയൊരു ദ്രോഹം ഇതുവരെയുണ്ടായിട്ടുണ്ടോ? കടൽ ചട്ടങ്ങളിൽ

പെരുത്തതെറ്റാണത്. മുത്തരയൻ തിരണ്ടിവാലെടുത്ത് പറഞ്ഞവരെ ഓടിച്ചുവിട്ടു.

"ഞാനിറങ്ങിച്ചെല്ലും. അതിന്റെ അടിയേറ്റ് ചാകും..." മുത്തരയന്റെ കണ്ണുനിറഞ്ഞു. "പ്രജകളുടെ സങ്കടം കണ്ടിരിക്കാൻ വയ്യ."

മുത്തരയൻ ശിവനെ ഉള്ളുരുകി പ്രാർഥിച്ചു. അവസാനവഴിയായി ഒരറ്റകൈ പ്രയോഗത്തിന് തോന്നലുണ്ടായി. ആർക്കെങ്കിലും മത്സ്യത്തെ കടൽച്ചട്ടമനുസരിച്ച് ഓടിച്ചുവിടാനായാൽ അവർക്ക് എന്റെ മകൾ..

ചില ചെറുപ്പക്കാർ വന്നു. വമ്പൻ വലയുമായി കടലിലിറങ്ങി സ്രാവിനെ കോരുന്ന പെരുത്ത വല പെരുമീൻവാലിന്റെ തുമ്പുകൊണ്ട് പതിനായിരമായി ചിതറി. ജീവനോടെയും ഇല്ലാതെയും ചെറുപ്പക്കാർ തീരത്തടിഞ്ഞു.

അങ്ങനെയിരിക്കെ ഒരു ദിവസം ഒരു താടിക്കാരൻ അരയൻ വന്നു. അയാൾ വന്ന് കടൽത്തീരത്ത് പടർന്നുകിടക്കുന്ന അടുമ്പിച്ചെടിയുടെ വള്ളികളൊന്നായി പറിച്ചുകൊണ്ടുവന്നു. ഉരുക്കിന്റെ ശക്തിയുള്ള പച്ച വള്ളികൾകൊണ്ട് പെരുത്തൊരു വലയുണ്ടാക്കി. വമ്പൻ തിരകൾക്കിടയിലൂടെ തുഴഞ്ഞ് വല വീശി. കുറേനേരം മീൻ വാശിപിടിച്ചു. വല മുറിച്ചെറിയാൻ ആവതും നോക്കി. ഒടുവിൽ നിൽക്കക്കള്ളിയില്ലാതെ വള്ളിയുടെ പച്ചപ്പിൽ കുരുങ്ങി. താടിക്കാരൻ അരയന്റെ വിളിയിലും വലയിലും മടങ്ങി പെരുംമത്സ്യം ഉൾക്കടലിലേക്ക് തിരിച്ചിറങ്ങി.

ജനം ആർത്തുവിളിച്ചു. മുത്തരയൻ ദൈവത്തിന് നന്ദി പറഞ്ഞു. പക്ഷേ, നാഴികകൾ കഴിഞ്ഞിട്ടും കടലിലേക്കുപോയ ചെറുപ്പക്കാരൻ മടങ്ങിവന്നില്ല. നാളുകൾ കഴിഞ്ഞിട്ടും കരയിൽ കാത്തിരിപ്പുതുടർന്നു. ഫലമുണ്ടായില്ല. മുത്തരയന് ആധിയായി. മകളെ അവനു കൊടുക്കാമെന്നാണ് വാഗ്ദാനം. കടലിന്റെ നീതിപ്രകാരം ഉൾക്കടലിലേക്ക് പോയൊരുത്തൻ ചത്തിരിക്കുമെന്ന് ഒരുറപ്പുമില്ല. അവൻ മടങ്ങിവന്നില്ലെങ്കിൽ മറ്റൊരാൾക്കു കൊടുക്കാൻ ചട്ടവുമില്ല. അവൾ മൂത്തു നരച്ച് ചാകും. ആണും പെണ്ണുമായി ഒറ്റസന്തതിയാണ്. തുറമൂപ്പന്റെ പരമ്പരയറ്റാൽ കടലുവറ്റും. കടലുവറ്റിയാൽ തുറയിലും ലോകത്തും ഉള്ളവർ വരണ്ട് മരിക്കും.

മുത്തരയന് ഉറക്കമില്ലാതായി. ഏതുനിമിഷവും ചിന്തയും പ്രാർഥനയും മാത്രം. ഒടുവിൽ മുത്തരയന്റെ മനോനില തെറ്റുംവരെ പരീക്ഷണം തുടർന്നു. അങ്ങനെ സംഭവിക്കുന്നതിന് തൊട്ടുതലേന്ന് താടിക്കാരൻ മരുമകനാകേണ്ടവൻ സ്വപ്നത്തിൽ ദൃശ്യമായി.

"അയ്യോ ഇയാളെവിടെ പോയിരിക്കുവാരുന്നു" മുത്തരയൻ ചോദിച്ചു.

"ഞാനിപ്പോഴങ്ങ് ദൂരെയിടത്തു നിന്നാ. അവൻ ആളു ഭീകരനായിരുന്നു. കൊണ്ടു വിട്ടപ്പോൾ എനിക്കുപോലും ദിക്കുതെറ്റി. ഇവിടെ വന്നടിഞ്ഞു. കുറെ നടന്ന് ഇവിടങ്ങ് ഉറപ്പിച്ചു."

"അയ്യോ ഇയാളിങ്ങുവാ. എന്റെ മകള് കാത്തിരിക്കുകയാ."

"ഇനിയിപ്പോ തിരിച്ചുവരാനൊന്നും പറ്റത്തില്ല. വഴി അറിഞ്ഞുകൂടാ."

"അയ്യോടാ അങ്ങനെ പറഞ്ഞാലെങ്ങനാ."

"മുത്തരയൻ ഇങ്ങുപോരേ."

"അയ്യോടാ മരുമകനേ, ഞാനെങ്ങനെ തെരക്കിപ്പിടിക്കും."

"ഞാൻ ചെന്നെത്തിയ ഊരിന് അങ്ങനെ തന്നായിരിക്കും പേര്."

"അപ്പം ഞാള് പെണ്ണിനേയും കൊണ്ടങ്ങ് വരും. കൂടിങ്ങ്പോന്നേക്കണം."

"അയ്യോ മുത്തരയാ അത് പറ്റത്തില്ല."

"അയ്യോടേ അങ്ങനെപറഞ്ഞാലെങ്ങനാ. ഞാൻ നാടൊട്ടുക്ക് പെരമ്പറ കൊട്ടയതല്ലിയോ."

"എങ്കിൽ മുത്തരയൻ സ്ത്രീധനമായി എന്തെങ്കിലും പ്രതീകമൊക്കെയായിട്ട് കൂട്ടായിട്ട് പോരുന്നാ മതി. പെണ്ണ് വേണ്ട. ഉറപ്പു പാലിക്കാം."

"ഇയാള് ആളു കൊള്ളാമല്ലോടേ. നല്ല ചെറുക്കനല്ലേ. ഇയാള് തന്നെയിങ്ങ് പോരെ."

"അയ്യോ പറ്റത്തില്ല. മുത്തരയാ. എന്റെ അമ്മായിയച്ചോ.. ഞാനവിടങ്ങ് ഉറച്ചുപോയി."

"അയ്യോടേ ഉറച്ചുപോയോ? അതെന്താ പറ്റിയേ."

"ഇവരുടെ അമ്പലത്തിൽ പ്രതിഷ്ഠയായി. ചെന്നെത്തിയ ഊരിൽ വന്ന് ശിവക്ഷേത്രം ചോദിച്ചാൽ മതി വരുമ്പോൾ."

"അയ്യോ ശിവനേ."

കൈയും കൂപ്പി ആദിശമുത്തരയൻ ചാടിയെഴുന്നേറ്റു. മനോനില നിലപ്പെട്ട് "ശംഭോ മഹാദേവ" വിളിച്ചു. പിന്നെ ആയിരത്താണ്ടായിട്ട് ആപ്പാടത്തുകാര് തങ്ങളുടെരാജാവിന്റെ മരുമോനെ കാണാനുള്ള പോക്ക് മുടക്കീട്ടില്ല. ആഘോഷമായിട്ട് വർഷംതോറും സ്ത്രീധവുമായി നൂറോ നൂറ്റമ്പതോ ആൾ ചെങ്ങന്നൂർ ശിവരാത്രിക്ക് പങ്കെടുത്ത് മടങ്ങുകയാണ് പതിവ്.

അയ്യോ ശിവനേ, സമ്പദ്സമൃദ്ധമായിരുന്ന എന്റെ രാജ്യത്തിന്റെ ഇന്നത്തെ ഗതി കണ്ടില്ലേ? രാഘവൻ ചെങ്ങന്നൂർക്കുള്ള ടൂറിസ്റ്റ് ബസിലിരുന്ന് പരിതപിച്ചു.

മണ്ണുതീനികൾ വന്നെന്റെ രാജ്യം തീറെടുത്തു. മണ്ണ് പോയി. കടലുകേറി. ഉപ്പിന്റെ കൊത്ത് കൊണ്ടാൽ താമര പിഴയ്ക്കില്ല. വെള്ളത്തിൽ ഉപ്പുകേറി താമരയും പൊയ്കയുമെല്ലാം മൂടോടെ പട്ടുപോയി. കതിർക്കുല ചാഞ്ഞ പാടങ്ങളൊക്കെ ഇക്കാരണംകൊണ്ടുതന്നെ വരണ്ടില്ലാതായി. ഇപ്പോൽ കമ്പനി നിൽക്കുന്നിടം വയലായിരുന്നു.

കടലിനടിയിൽനിന്ന് വിഷത്തരികളുള്ള മണ്ണു പൊന്തി. നൂറ്റാണ്ടുകളോളം വെയിലടിച്ചു വിറങ്ങലിച്ചു മരവിച്ചുകിടന്ന മണ്ണെല്ലാം പോയി. പകരം പുതിയ മണ്ണിന്റെ വിഷാംശം ഭൂമിയുടെ ഞരമ്പുകളിലൂടെ കേറി. കായലിലൊരു ചെറുചൂണ്ടയെറിയാൻ, ഒരു പരലിനെ പ്രലോഭിപ്പിക്കാൻ, ചൂണ്ട മറച്ച് കൊരുക്കാൻ.. ഒറ്റ മണ്ണിരകളില്ല. അവ ഈ മണ്ണിൽ വാഴുന്നില്ല. കറുത്ത പൊടിയുറുമ്പ് സാധാരണഗതിയിൽ കടിക്കില്ല. ഇവിടെ ആളിനെ ഓടിച്ചിട്ട് കടിക്കുന്നു. അതിനൊക്കെ ഭ്രാന്തു കേറിയിട്ടുണ്ടാക

ണം. ഈ മണ്ണ് കുഴച്ച് അതിൽ പൊറുത്ത് എന്റെ നാട്ടിലുള്ള പിള്ളേരെ മറ്റിടത്തെത്തുമ്പോൾ പരുന്തുകൾ കൊത്തിയോടിക്കുന്നു. എന്റെ നാട് പൊയ്പ്പോകുന്നു. ആളൊഴിയുന്നു. ഒഴിപ്പിക്കുന്നു. ഒരിക്കൽ മരുമകനേ നമ്മുടെ ബന്ധം അറ്റുപോയേക്കും. ഇവിടുന്ന് വരാൻ ആളില്ലാതായേക്കും. ഞങ്ങളെയെല്ലാം പെരുമീനുകളിറങ്ങി കൊണ്ടുപോകുന്നു.

രാഘവൻ കണ്ണടച്ചിരുന്ന് വെളിയിൽ നിന്നുള്ള ചുടുകാറ്റിലിരുന്ന് വേദനിച്ചു.

എന്റെ മോളിപ്പോൾ എന്തുചെയ്യുകയായിരിക്കും? മഹാദേവ.... ഈ വരവിൽ ഒരുവഴി തുറന്നു തരണേ! എന്റെ മകളുടെ ഗർഭംകൊണ്ട് അവളുടെ ജീവിതത്തിനും തുറയ്ക്കും കേടുവരുത്തരുതേ.

ഞാനങ്ങോട്ട് വരുന്നു!

നീയേ ആശ്രയം!

ശംഭോ മഹാദേവ!

തലയ്ക്കടിയേറ്റ ഡിസൂസയ്ക്ക് രാഷ്ട്രീയചികിത്സ

കൊല്ലം ജില്ലാ ആശുപത്രി ജനറൽ വാർഡിൽ ഡിസൂസയുടെ കട്ടിലിന്റെ ഓരത്ത് നീലകണ്ഠൻ ചേട്ടനിരുന്നു. ഡിസൂസയുടെ തലയ്ക്കു പിന്നിലെ മുറിവിൽനിന്ന് ചോരയും നീരുമിറങ്ങി വച്ചുകെട്ട് നനഞ്ഞിരുന്നു.

അവന്റെ ബോധം വന്നും പോയുമിരുന്നു. പത്തിരുപതു മിനിട്ട് സുബോധത്തിൽ കിടന്നിട്ട് അവൻ ഓർമകളുടെ കെട്ടുവിട്ട് പകച്ചുവീഴും. അപ്പോൾ കൃഷ്ണമണികൾ തെരുതെരെ ഇരുവശത്തേക്കും പാറിക്കൊണ്ടിരിക്കും.

അവൻ എഴുന്നേറ്റിരുന്നപ്പോൾ നീലകണ്ഠൻ ചേട്ടൻ ദേഷ്യപ്പെട്ടു.

"പറഞ്ഞില്ലേ. പലപ്പോഴും നീ ആരാണെന്നു കരുതി?"

"ഞാനൊന്നും കരുതിയില്ല" അവൻ മെല്ലെ പറഞ്ഞു.

"പഴയ സമരക്കാരുടെ ചരിത്രം കേട്ടിട്ടോ പിന്നെ?"

അയാൾ വിരോധിച്ച് തിരിഞ്ഞിരുന്നു.

"ഇനിയീ ഒറ്റുഭൂമിയിൽ ഞാനില്ല. സത്യം. ഞാനൊരു ദുഷ്ടലാക്കും പ്രതീക്ഷിച്ചതല്ല. ഒറ്റുകാർ ചതിച്ചു. അവന്മാരെ ഞാൻ തട്ടും."

"നീ മിണ്ടാതെ കിടന്നോ" നീലകണ്ഠൻ ചേട്ടന്റെ ശബ്ദമുയർന്നു.

ഡിസൂസ അപ്പോൾ തലയ്ക്കു പിന്നിലെ കൊടിയ വേദനയിൽ കൈപൊത്തി. ബോധത്തിന്റെ കണ്ണടഞ്ഞ് പിന്നോക്കം മലച്ചു. മെത്തയിൽ മുറിവ് ചെന്നമരാതിരിക്കാൻ ചേട്ടൻ താങ്ങി. വശം ചരിച്ച് കിടത്തി. ഡിസൂസയുടെ കണ്ണുകളിലപ്പോൾ പാതി തുറന്നു വന്നു. കൃഷ്ണമണി ചിലപ്പോൾ മാത്രം വട്ടംകറങ്ങി താഴേക്കു വന്നു. അപ്പോഴൊക്കെ അവൻ പിച്ചും പേയും പുലമ്പി.

ചാലത്തുറയിൽ ഡിസൂസയും കൂട്ടരും മണൽവാരൽ യന്ത്രങ്ങൾ

തടഞ്ഞപ്പോഴാണ് നാഷണൽ ഹൈവേയിൽ കമ്പനി ഓസ്ട്രേലിയൻ മെഷീനുകൾ ഇറക്കുന്ന വിവരം ലഭിച്ചത്. കുറച്ചാളുകളെ അവിടെ നിർത്തി ഡിസൂസയും ചെറിയൊരു സംഘവും ദേശീയപാതയിലേക്കു നീങ്ങി. കമ്പനിയാകട്ടെ വിദഗ്ധമായി യന്ത്രഭാഗങ്ങൾ പതിനാറ് ഇടത്താ യാണ് ഇറക്കിവച്ചത്. ഓരോ ഭാഗത്തിന്റെ മുന്നിൽ സമരം നടക്കുമ്പോൾ മറ്റു ഭാഗങ്ങൾ കമ്പനിയിലേക്കു പോയി. ഇത് മനസിലാക്കി ഡിസൂസയും കൂട്ടരും കമ്പനിക്കു മുന്നിൽ യന്ത്രഭാഗങ്ങളും കേറിവന്ന ലോറി തടഞ്ഞു.

കമ്പനി പൊലീസിനെ വിളിച്ചു. സമരക്കാർ ഒഴിഞ്ഞുപോകാൻ കൂട്ടാക്കിയില്ല. ഇതിനിടയിൽ ആരോ പൊലീസിനുനേരെ കൈബോംബെറിഞ്ഞു.

ആരെന്നോ എവിടുന്നെന്നോ ഡിസൂസയ്ക്കു മനസിലായില്ല. അതിനുമുമ്പ് അടിപൊട്ടി. പൊലീസുകാർ വളഞ്ഞുനിന്ന് കണ്ണുംമൂക്കും തലയും നോക്കാതെ തല്ലി. ഒരടി തലയ്ക്കു പിന്നിൽ കൊണ്ടു. വല്ലാത്ത സ്ഥാന മായിപ്പോയി. ചോരകക്കി, ബോധം പോയി. എന്നിട്ടും പൊലീസ് അടിതുടർന്നുവത്രേ.

ഈ സമയംതന്നെ ചാലിത്തുറയിലെ ബാക്കി വന്ന ആൾക്കാരെ വിരട്ടി ഓടിച്ച് പൊലീസ് ഖനനം തുടരാനുള്ള സംവിധാനമുണ്ടാക്കി.

ഡിസൂസയുടെ ശരീരം പൂക്കുലപോലെ വിറച്ചു. ഇടയ്ക്ക് ഞരങ്ങുകയും മൂളുകയും ചെയ്തു. ബോധത്തിനും അബോധത്തിനുമിടയിൽ എന്തൊക്കെയോ ഗോഷ്ടികാട്ടി. പിന്നെ മെല്ലെ കണ്ണുതുറന്നു. കൃഷ്ണമണി ഓടിപ്പിടഞ്ഞ് കണ്ണിലേക്കു വന്നു. ചുറ്റും പകച്ചുനോക്കി ബോധത്തിലേക്കു മടങ്ങി.

"കുറച്ചുവെള്ളംവേണം."

ചേട്ടൻ എടുത്തുകൊടുത്ത ഒരുകുപ്പി വെള്ളം ആർത്തിയോടെ കുടിച്ചു തീർത്തു.

"ഇപ്പോഴെങ്ങനെയുണ്ട്?"

"തലയ്ക്കു പിന്നിൽ ഭയങ്കരവേദന. ഓർമ മറഞ്ഞു മറഞ്ഞുപോകുന്നു. കണ്ണുകളെ ബലമായിപിടിച്ചു നിർത്തണം. ഓർമ പോകാതിരിക്കാൻ തലമലച്ചു പോകുന്നു."

ഡോക്ടർ പിന്നെയും എന്തൊക്കെയോ ചോദിച്ചു കുറിച്ചെടുത്തു. കുറച്ചുകഴിഞ്ഞപ്പോൾ ഡിസൂസ പരസ്പരവിരുദ്ധമായി എന്തൊക്കെയോ പറഞ്ഞുതുടങ്ങിയതുകേട്ടു നീലൻ ചേട്ടൻ ഞെട്ടി.

"എന്തായിത് ഡോക്ടർ?"

"നിങ്ങളാരാ? അപ്പൂപ്പനാ.."

അയാൾ തലയാട്ടി.

""എന്തായിരുന്നുപണി?"

"പ്രത്യേകിച്ചൊന്നുമില്ലായിരുന്നു."

"പറഞ്ഞാലൊക്കെ മനസിലാകുമോ?"

"ഓ."

"കിടന്ന് ബഹളമുണ്ടാക്കരുത്."

"പറയണം."

"ഇതാ പയ്യന്റെ സി ടി സ്കാൻ റിപ്പോർട്ടാണ്. മുറിവ് വലിയ ആഴമുള്ളതല്ല. പക്ഷേ, തലച്ചോറിനെ ബാധിച്ചിട്ടുണ്ട്. ഇനി സ്ഥിരമായി സുബോധം കിട്ടണമെങ്കിൽ..."

"ഡോക്ടർ" നീലകണ്ഠൻ ചേട്ടൻ എഴുന്നേറ്റു.

ഇടയ്ക്ക് ബോധംവരും. പത്തുപതിനഞ്ചു മിനിറ്റ് നിൽക്കും. ചിലപ്പോൾ അരമണിക്കൂർവരെ. സമയം കൃത്യമായി പറയാനൊക്കില്ല. ഇതുപോലെയുള്ള ചിലകേസുകൾ ഞാൻ അറ്റൻഡ് ചെയ്തിട്ടുണ്ട്. ലക്ഷണങ്ങളെല്ലാം കറക്ടാണ്.

"ഡോക്ടർ ഇനി എന്തെങ്കിലും ചികിത്സ നമുക്ക് നോക്കാം."

"നിങ്ങൾക്ക് പറ്റുമെങ്കിൽ നോക്ക്. പ്രയോജനമുണ്ടെന്ന് തോന്നുന്നില്ല. കോമയായിപ്പോയില്ലല്ലോ. അതുതന്നെ ഭാഗ്യമെന്ന് കരുതണം."

നീലകണ്ഠൻ ചേട്ടൻ ഫാനിന്റെ കീഴിലിരുന്നു വിയർത്തു. ഷാളെടുത്ത് കഴുത്തൊപ്പി.

"എങ്കിലും മാനസികനില തെറ്റുമ്പോഴും അൽപ്പസ്വൽപ്പം ഉൾബോധം ഉണ്ടായിരിക്കും. നമ്മുടെ സംസ്കാരം പ്രകടിപ്പിക്കുമെന്നർഥം. മണ്ണിന്റെ സ്വഭാവം കാണിക്കും. തീരപ്രദേശത്തുകാരനായതുകൊണ്ടാണൊരുപേടി. വിവരവും വിദ്യാഭ്യാസവുമുണ്ടെങ്കിൽ വലിയ കുഴപ്പമില്ല.

ഡോക്ടർ കേസ് ഡയറി മറിച്ചു നോക്കി പോകുന്ന പോക്കിൽ പറഞ്ഞു.

രണ്ടാഴ്ചയ്ക്കുശേഷം ഡിസൂസയെ ഡിസ്ചാർജ് ചെയ്തു. നീലകണ്ഠൻ ചേട്ടന്റെ വീട്ടിലായിരുന്നു കിടത്തിയിരുന്നത്. പക്ഷേ, ഇടയ്ക്ക് അവൻ ഇറങ്ങിപ്പോയി ദിവസങ്ങൾ കഴിഞ്ഞാണ് കേറിവന്നത്. സുബോധത്തിലിരിക്കുമ്പോൾ പറയും: "ബോധമുണ്ടാകുമ്പോൾ ഇങ്ങോട്ടുവരണമെന്നു തോന്നും. എത്തില്ല. പാതിവഴിയിൽ."

ഡോക്ടർ പറഞ്ഞതു ശരിയായിരുന്നു. അവനെ ഒന്നിനും കൊള്ളാതായി തുടങ്ങിയിരുന്നു.

പൊഴിയിലൂടെ താങ്ങുവള്ളം വന്ന് തീരത്തോടടുത്ത് ആളെകേറ്റുമ്പോൾ അവനും നീന്തി വള്ളത്തിൽ കയറും. തലേന്നു സുബോധത്തിന്റെ മധ്യത്തിൽ അവൻ പറഞ്ഞുവച്ചിട്ടുണ്ടാകും.

"ഗംഗാധരേട്ടാ നാളെ എന്നെയും കൂടി കൊണ്ടുപോകണം."

"വേണ്ട, എപ്പോഴാ നീ ഭ്രാന്തും കൈയും കലാശവും കാണിക്കുന്നതെന്ന് അറിഞ്ഞൂടാ."

"ഇല്ല, പ്രശ്നമില്ല."

"നിന്റെ കോളും കൊമ്പാസും ഭാഷയും പടുതിയും എപ്പോഴാ മാറുന്നതെന്നറിയാൻ വയ്യ ചെറുക്കാ. പ്രശ്നമാ."

"ഞാനൊരു കുഴപ്പവുമില്ലാതെ വരാം."

അപ്പോൾ തലയിലേക്കൊരു ഇരമ്പൽ തുടങ്ങും. തലയുടെ കാറ്റ് മാറിത്തുടങ്ങുകയാണ്. അവൻ വേഗത്തിൽ നടന്നുകളയും. ഇല്ലെങ്കിൽ ഒന്നുകിൽ ബോധംകെട്ടുവീഴും. ഭ്രാന്തിന്റെ ലക്ഷണങ്ങൾ തുടങ്ങും.

ഓർമയുള്ള സമയങ്ങളെക്കുറിച്ചും പിന്നീട് ഓർമയുണ്ടാകും. അതു കൊണ്ട് പിറ്റേന്ന് വള്ളമടുക്കുന്ന സമയത്ത് തീരത്ത് ചെന്നുനിൽക്കും.

കടലിൽ മൂന്നാലുതവണ പോയപ്പോഴൊക്കെ തലച്ചുറ്റും കടൽച്ചൊരുക്കും വന്നു. തലവേദന കൂടി വള്ളത്തിൽ കമിഴ്ന്നു കിടക്കും. അടുത്തു നിൽക്കുന്നവന്റെ ശരീരത്ത് അമർത്തിപ്പിടിക്കും. പിടിവിടുവിക്കാൻ ബുദ്ധിമുട്ടാണ്.

ഒരുതവണ തലയുടെ കെട്ടുപൊട്ടി ഡിസൂസ ഉൾക്കടലിലേക്കെടുത്തുചാടി വീണ്ടും ഉള്ളിലേക്ക് നീന്തി. ഏറെ പണിപ്പെട്ടാണ് തിരിച്ച് വള്ളത്തിലേക്ക് എടുത്തിട്ടത്. വെപ്രാളവും ബഹളവും മൂത്തപ്പോൾ ഗംഗാധരേട്ടൻ പങ്കായപ്പിടികൊണ്ടൊരു കുത്തുകൊടുത്തു.

ബോധം തിരിച്ചെത്തിയപ്പോൾ എല്ലാവരും വല വലിക്കുകയാണ്. അവൻ പറഞ്ഞു:

"വലയുടെ തുമ്പ് താ. ഗംഗാധരേട്ടാ."

"മിണ്ടാതെ കിടന്നോ അവിടെ. ഇല്ലെങ്കിൽ വെള്ളത്തിലെടുത്തിടും. നിന്നുംകൊണ്ട് കേറിയപ്പോഴൊക്കെ ശനിദിവസങ്ങളായിരുന്നു. വലയൊന്നും നിറഞ്ഞില്ല. ഇത്തവണകൊണ്ട് നിർത്തിയേക്കണം."

പരുന്തുകളെ കാണുമ്പോൾ ഡിസൂസയ്ക്ക് ഭ്രാന്തു മൂക്കും. മണ്ണു വാരിയെടുത്ത് അലറിക്കൊണ്ട് പിറകേയോടും. ആകാശത്തേക്ക് മണ്ണെറിയും. കണ്ണിലും മൂക്കിലുമെല്ലാം പിന്നെ കരിമണ്ണ് കൊണ്ടഭിഷേകം.

"സംഭവിക്കുന്നതിതാണ്" അവൻ നീലകണ്ഠൻ ചേട്ടനോട് പറയും.

"തലയിലേക്കു ഒരു ഓളം വെട്ടും കൂറ്റനൊരു തിര തല്ലിയമരും പോലെ. ഇരുട്ടിൽ ചീവീടുകൾ അലറുകയാണ്. തലയിലേക്ക് ചോര ഇരമ്പിക്കയറുന്നതിന്റെ ശബ്ദമാണ്. അവിടുന്ന് ചോര കണ്ണിലേക്കിറങ്ങും. വ്യക്തമായറിയാം. പിന്നെ തലവേദന- നിലവിളിക്കാൻ വാ തുറക്കും. പിന്നെ എന്താണ് സംഭവിക്കുന്നതെന്നറിയില്ല.

നോക്കിക്കോ.. ഒരിക്കൽ ഞാനിത് തീർക്കും. ബോധത്തിലിരിക്കുന്ന ഒരുസമയത്ത്. പോയി ഈ ജന്മം."

ബോധമുള്ളപ്പോഴും ജനം ഭ്രാന്തനെപ്പോലെ കരുതുന്നതിലാണ് ഡിസൂസയ്ക്ക് ഏറെ വിഷമം. ബോധത്തോടെ പറയുമ്പോവും ജനം പരിഹസിക്കുന്നു. ഒരു വീട്ടിൽനിന്ന് "അക്കാ ദാഹിക്കുന്നു" എന്നു പറഞ്ഞാൽ കൂട്ടച്ചിരിയാണ്. അപ്പോഴാണ് ജനങ്ങൾക്കെല്ലാം ഭ്രാന്താണെന്നു തോന്നുന്നത്. താൻ മാത്രമാണ് ബോധമുള്ള മസ്തിഷ്കമെന്നും തോന്നും. അതു ഭ്രാന്തു വരുന്നതിന്റെ തുടക്കമാണ്. പിന്നെ ചോര പതഞ്ഞു കയറിവരും തലയിലേക്ക്.

നീലകണ്ഠൻ ചേട്ടന്റെ വീട്ടിൽ എത്തിപ്പെട്ടാൽ വലിയൊരാശ്വാസമാണ്.

"ഞാൻ കുറെ കൂടുതൽ നേരം ഇവിടിരുന്നു പോയേക്കും. ഭ്രാന്തു കാണിച്ച് ഇറങ്ങിയോടിയാലും വിടരുത്. ചേട്ടന് ശല്യമാണ്. എങ്കിലും ഞാൻ വരും."

ഡിസൂസ കരയും.

ഇടയ്ക്കു സംസാരിച്ചുകൊണ്ടിരിക്കുന്നത് കാണാം. പെട്ടെന്നാണ് ഭ്രാന്തെടുത്ത് വെളിയിലേക്കോടുന്നത്.

അവന് താൽപ്പര്യമുള്ള വിഷയം തുടർച്ചയായി സംസാരിക്കുമ്പോൾ ഏറെനേരം ബോധം മറയാതെ നിൽക്കുന്ന കാര്യം നീലകണ്ഠൻ ചേട്ടൻ ശ്രദ്ധിച്ചു. അവന് താൽപ്പര്യമുള്ള കാര്യങ്ങൾ എന്തൊക്കെയെന്ന് മനസിലാക്കാൻ ശ്രമിച്ചു. താൽപ്പര്യമില്ലായ്മ വരുമ്പോഴാണ് ബോധക്കേടും പേടിയും ഭ്രാന്തും...."

എവിടെയാണത്? ബോധത്തിൽത്തന്നെ അവൻ പിടിച്ചു നിർത്തുന്ന കണ്ണി...

പലപ്പോഴും ഉപദേശങ്ങളിലേക്ക് സംഭാഷണം വരുമ്പോൾ അവന്റെ ബുദ്ധി തകരുന്നു. രാഷ്ട്രീയം പറയുമ്പോൾ തെളിഞ്ഞു നിൽക്കുന്നു. കുറേ നാൾ ശ്രദ്ധിച്ചപ്പോൾ അത് ശരിയെന്ന് ബോധ്യമായി. അവന്റെ മണ്ണിന്റെ ഗുണം. ഡോക്ടർ പറഞ്ഞത് ഓർമവന്നു. അയാൾ വേറൊരർഥത്തിലാണ് പറഞ്ഞതെങ്കിലും...

പിന്നീട് അവൻ വരുമ്പോൾ അയാൾ പറയും.

"ആ മൂലയിലെ പ്ലാസ്റ്റിക് ചാക്കിങ്ങെട്."

അതിൽ നിറയെ കത്തുകളായിരുന്നു. അമ്പലപ്പുഴയിലെ കുടുംബ വീട്ടിൽ ചേട്ടൻ സൂക്ഷിച്ചത് വരുത്തിയതാണ്. ഒരുപാട് സംവാദങ്ങൾ, ചർച്ചകൾ, സ്നേഹബന്ധങ്ങൾ ഡിസൂസയ്ക്കു മുന്നിൽ കുടഞ്ഞിട്ടു കൊടുത്തു.

ഇത് രണദീപ് ചൗധരി അടുത്ത കാലത്തെഴുതിയതാണ്. റവല്യൂഷണറി പാർട്ടിയുടെ ദേശീയ സെക്രട്ടറി, ചേട്ടൻ പറഞ്ഞു.

ഡിസൂസ വായിച്ചു.

"ഇപ്പോൾ റവല്യൂഷൻ സാമ്രാജ്യത്തിനെതിരെയോ മുതലാളിത്തത്തിനെതിരെയോ അല്ല. പാർട്ടിയുടെ ശക്തി വിനിയോഗിക്കുന്നത് നിലനിൽപ്പിനുവേണ്ടിയാണ്. സത്യം ആശങ്കകളാണ്... കൂട്ടിനുള്ളിൽ തന്നെയാണ് എതിരാളി. എതിരാളിയെന്നു പറയാമോ? കൂട്ടാളിയെന്നു പറയാമോ? ഇടതുപക്ഷക്യാംപിൽ ചിലർ മാംസഭുക്കുകളാകുന്നു. നമ്മളൊക്കെ ചെറിയ സസ്യഭുക്കുകൾ. ചിലപ്പോഴവർ വെള്ളം പോലെയാണ്. വഴിയിലെ തുള്ളികളെ തങ്ങളിൽ അലിയിക്കും. ഒരേ രാസഘടനയുള്ളതിന്റെ ചില കുഴപ്പങ്ങൾ.

എത്ര നാളെന്നറിയില്ല ഈ സമരം പിടിച്ചുനിൽക്കാനാവുമോ? എന്തു തോന്നുന്നു. അറിയാം നാൽപ്പതുകളിലും അമ്പതുകളിലും കമ്യൂണിസ്റ്റു

കാർ പഠിച്ചപണി പതിനെട്ടും നോക്കിയിട്ടും കൊല്ലത്തെ തൊഴിൽ പ്രസ്ഥാനങ്ങൾക്കുമുന്നിൽ ചേട്ടൻ ഉരുക്കായി തുള വീഴാതെ നിന്നത്. നമ്മുടെ പിന്നിൽ വരുന്നവരൊക്കെ ഇപ്പോൾ ഐസുകൊണ്ടു നിർമിതം."

ഡിസൂസ പൊട്ടിച്ചിരിച്ചു. ഭ്രാന്തിന്റേതല്ല. നേർബോധത്തിൽ നിന്നുള്ള ചിരി.

"കൊല്ലത്തെ ഉരുക്കുമനുഷ്യൻ."

ഡിസൂസ ചേട്ടന്റെ മീശയിൽ പിടിച്ച് തിരുകി മേലേക്കുയർത്തി. കഴുത്തിലെ തൂങ്ങിക്കിടക്കുന്ന താടിയിൽ പിടിച്ച് ഇക്കിളിയാക്കി. പഞ്ഞിപോലെ വലിഞ്ഞുവരുന്ന കൈയിലെ തൊലി പിടിച്ചുയർത്തി. അവൻ പറഞ്ഞു:

"എട് അടുത്ത കത്ത്. ഇല്ലെങ്കിൽ ഭ്രാന്ത്" ഡിസൂസയ്ക്ക് ആവേശം കേറി.

ധാതുമണ്ണിനെ പഠിക്കാൻ കുറെ ജപ്പാൻകാർ

അച്ഛൻ ചെങ്ങന്നൂർക്ക് പോയിരിക്കുമ്പോൾ കൃഷ്ണകുമാരി ആപ്പാടത്ത് തീ തിന്നുകയായിരുന്നു. അച്ഛൻ മടങ്ങിവരുമ്പോൾ എന്താവും തീരുമാനം? വയറ്റിൽ കിടക്കുന്ന കുഞ്ഞിനോട് സ്നേഹം തോന്നിത്തുടങ്ങിയിരിക്കുന്നു. പക്ഷേ, അതിനി പുറത്തു പറയാൻ വയ്യ. എല്ലാം താനായി വരുത്തിത്തീർത്തു. വളരുംമുമ്പ് അന്നുതന്നെ നാടറിയാതെ.. ഇത് അമ്മായിയമ്മയോട് വാശിതീർക്കാൻ.... ഇനി അച്ഛൻ പറയുന്നത് അനുസരിക്കുക തന്നെ! അല്ലാതെ മാർഗമില്ല.

അറിയാതെ ഇപ്പോൾ ആഗ്രഹിച്ചുപോകുന്നു, പ്രസവിക്കാൻ, കുഞ്ഞിനെ വളർത്താൻ. ഉണ്ണിയേട്ടന്റെ ഓർമകൾ.. അതിനെ അനാഥമാക്കി മരിക്കാൻ വിടണോ? അവൾക്കും കരച്ചിലും ദേഷ്യവും സങ്കടവുമെല്ലാം ഒരുമിച്ച് വന്നു. കുഞ്ഞിനെ നശിപ്പിക്കാൻ പറഞ്ഞാൽ നാടിന്റെ ഗതിയെന്ത്? കടപ്പുറത്തുകാർ കടുംപിടുത്തം പിടിച്ചാൽ സ്രാവ് കടിക്കുന്നതുപോലെയാണ്. കടിച്ചിടം കൊണ്ടേ പോകൂ. വഴിയിൽ വെള്ളിമൺത്തുരുത്തുകാർ ചെങ്ങന്നൂർക്കുള്ള വണ്ടിവരെ പരിശോധിച്ചുവത്രേ. അച്ഛനെ കണ്ട് മകൾ വീട്ടിൽ തന്നെയില്ലേയെന്ന് പരിഹസിക്കുകയും ചെയ്തുവത്രേ. തുരുത്തിലെ കവലയിൽ ഇപ്പോഴും നാലുപേർ ഷിഫ്ട് പ്രകാരം തുടരുന്നുണ്ട്.

പോയപ്പോൾ അച്ഛൻ പറഞ്ഞു:

"എന്റെ പൊന്നുമോള് അച്ഛൻ പറയുന്നതുപോലെ കേൾക്കണം. നിനക്ക് പഠിപ്പും വിവരവുമുണ്ട്. അച്ഛനില്ല അത്രയും. എങ്കിലും അച്ഛനൊന്നങ്ങ് നിശ്ചയിക്കും. ചെങ്ങന്നൂർ ശിവൻ പറയും. ബാക്കിവരുന്നത് നമ്മക്കൊരുമിച്ച് അനുഭവിക്കാം. വരുന്നത് വരട്ടെ."

ഇറങ്ങാൻ നേരം അച്ഛൻ കരഞ്ഞു.

"നാലു മക്കളുണ്ടായിട്ട് ദൈവം നിലനിർത്തിയത് നിന്നെ മാത്രമാ.." അമ്മയും ഒപ്പം കരഞ്ഞു.

"പ്രസവിച്ചു വളർത്താമെന്നു അച്ഛനോടു പറയാമെന്ന് കരുതി. വേണ്ടെന്നു വച്ചു. ദൈവത്തിനു വിട്ടുകൊടുത്തു. ഇരിക്കാനും നിൽക്കാനും വയ്യാതെ ആധി പെരുത്ത് ശ്വാസംമുട്ടി ഇരിക്കുമ്പോഴാണ് നീലിമ വന്നു വിളിച്ചത്. വലിയൊരാശ്വാസമായി തോന്നി. അവളിപ്പോൾ എവിടാണ് താമസിക്കുന്നതെന്ന് തിട്ടമില്ല. ചോദിക്കുമ്പോൾ ഉരുണ്ടുകളിക്കുന്നു. ഒരുദിവസം പെട്ടിയും കിടക്കയുമെടുത്ത് പോയതാണ്. ആ ഡോക്ടറുടെ കൂടെയാകുമെന്നത് ഉറപ്പ്.

നാളെ നമ്മുടെ പഞ്ചായത്ത് സന്ദർശിക്കാൻ ജപ്പാനിൽ നിന്നൊരു സംഘം പത്രപ്രവർത്തകർ വരുന്നു. നീ കൂടെ വരണം. നമുക്കൊന്ന് കറങ്ങാം.

മനസൊന്ന് മാറാൻ നല്ലതാണെന്നു തോന്നി. എങ്കിലും നീരസം നടിച്ചു.

"ഞങ്ങൾക്കിതൊന്നും അത്ഭുതമല്ല. ആരെല്ലാം വരുന്നു, പോകുന്നു, പഠിക്കുന്നു. ഒന്നുമറിയാതിരിക്കുന്നതാണ് ഭേദം."

"നീ വാ മനസിനൊരു മാറ്റം. മാത്രവുമല്ല ഇതൊരു എക്സ്പീരിയൻസാണ്."

"നിനക്ക്. ഞങ്ങൾക്കങ്ങനൊന്നുമില്ല. കടലിൽ മീൻ കിട്ടുമോ ഇല്ലയോ കാലാവസ്ഥ ചതിക്കുമോ മുതലായ വേവലാതികളേയുള്ളൂ ഇവിടെ. റേഡിയേഷൻ ഇവർക്കാർക്കും പ്രശ്നമല്ല. പക്ഷേ, ഈയിടെ ഇങ്ങനെ ഓരോരുത്തർ വന്ന് വന്ന്... ചെറുപ്പക്കാർക്ക്.. പനിവന്നാൽ.. അൽപ്പമൊന്നു വിളർച്ച വന്നാൽ.. ഒരു തടിപ്പ് കണ്ടാൽ... പേടി.. കൊടിയ പേടി. തടിപ്പ് കുരുപ്പായി പൊട്ടിയാൽ.. തീർന്നു. പേടിയുടെ അഭിഷേകം. ജനം മാനസികമായി വിഭ്രാന്തിയിൽപ്പെട്ട് നശിക്കുന്നു. ഓരോന്ന് പഠിപ്പിച്ച് നിങ്ങളൊക്കെ."

"നശിപ്പിക്കുന്നു.. ആയിക്കോട്ടെ പക്ഷേ, സത്യത്തിൽ ചില അവസ്ഥകൾക്കു നേരെ കണ്ണുപൂട്ടിയിരിക്കരുത്. നേരിട്ടറിയാം. ഊഹാപോഹങ്ങൾക്കപ്പുറത്തേക്ക്."

"ഇനിയിപ്പോൾ മണ്ണിൽനിന്ന് റേഡിയേഷന്റെ തോത് കൂടുതലാണെന്ന് കരുതൂ. ഞങ്ങളെന്തു ചെയ്യണം? ജനിച്ച് വളർന്ന മണ്ണും കടലും ഇട്ടെറിഞ്ഞ് എങ്ങോട്ട് പോകണം? ഇനി അങ്ങനെ ആണെങ്കിൽത്തന്നെ ഇഞ്ചിഞ്ചായി ഞങ്ങളങ്ങ് ചത്തോളാം. പറഞ്ഞ് പേടിപ്പിച്ച് കൊല്ലാതിരുന്നാൽമതി. ഞാനൊരാണായിരുന്നുവെങ്കിൽ ഇവിടുത്തെ പരീക്ഷണങ്ങൾക്കറുതി വരുത്തിയേനെ. കടൽപ്പുറത്ത് കയറിനിരങ്ങാൻ ഒരുത്തരേയും അനുവദിക്കില്ലായിരുന്നു..."

ഉള്ളിലെ വിഷമങ്ങളൊക്കെ കുമാരി ഒരു കാരണത്തിനുമേൽ അഴിച്ചുവിട്ടു.

"നീയതിന് ബഹളം വച്ചാലോ. വല്ലതും അറിഞ്ഞിരുന്നാൽ ഭാവി തലമുറയ്ക്ക് ഗുണം ചെയ്യും."

"ആപ്പാടം പഞ്ചായത്ത് കടല് കൊണ്ടുപോകാറായി. പിന്നെ ഏത് ഭാവിതലമുറ?"

"നീയൊന്നും പറയണ്ട. നാളെ രാവിലെ ഞാൻ വരും. വൈകുന്നേരം തിരിച്ച് വീട്ടിലാക്കും. അമ്മയോട് പറയണോ?"

"വേണ്ട."

"എന്താടീ ഗൗരവം?"

"നിനക്കൊന്നും ജീവിതപ്രശ്നങ്ങളില്ലല്ലോ? തോന്നുന്നത് തോന്നുന്നതുപോലെ. കല്യാണം. ഒഴിയുന്നു. ഒരുമിച്ചു കഴിയുന്നു."

"ഓ അതാണോ.. അതിലൊക്കെ ഒരുപാട് ചതിയും കടങ്കഥകളുമൊണ്ട് മോളേ. നിന്നെപ്പോലെ വിഷമം പ്രദർശിപ്പിച്ചിരിക്കാൻ എനിക്കു വയ്യ. എന്തായി തീരുമാനം?"

"അച്ഛൻ നാളെ രാത്രി വരും. വിധി പറയും."

"എന്താവും?"

"അറിയില്ല."

"എന്താവണം?"

"അറിയില്ല."

"അല്ല? എന്താ മനസിൽ?"

"എനിക്കു ഉണ്ണിയേട്ടനെ ഓർമ വരുന്നു ഈയിടെയായി. അതോർക്കുമ്പോൾ സങ്കടമാണ്."

"കുഞ്ഞിനെ കളയാനാണ് സങ്കടം. പ്രസവിച്ച് വളർത്തണം. അക്കാരണംകൊണ്ട് നിന്റെ ജീവിതം പട്ടു പോകുമെന്നത് നിന്റെ മണ്ടത്തരവും മൂഢ വിചാരവുമാണ്."

"അച്ഛൻ പറയട്ടെ."

"നീയാണ് പറയേണ്ടത്."

"നാളെയാകട്ടെ."

"നീ വരുമോ?"

"അല്ലാതെ ഇവിടിരുന്നാൽ ചിലപ്പോൾ ഞാൻ പൊട്ടിത്തകർന്നേക്കും."

"രാവിലെ കാണാം."

"രാവിലെ നീലിമയുമൊത്ത് നടന്നു. വെളുത്ത് പൊക്കം കുറഞ്ഞ നാലു ജപ്പാൻകാർ. ഡോ. അഗ്നിവേശും പത്തു പന്ത്രണ്ടു നാട്ടുപിള്ളേരും ഒപ്പമുണ്ടായിരുന്നു. അതിൽ ഡിസൂസ പെട്ടിരുന്നു. അവൻ ഒച്ചത്തിൽ ബഹളംവച്ചുകൊണ്ടിരുന്നു.

ജപ്പാനിലെ ഹിരോഷിമയിലെ ഏറ്റവും വലിയ പത്രമായ *ചുഗോക്കു*വിലെ മൂന്നു പത്ര റിപ്പോർട്ടർമാരും ഒരു ഡോക്ടറുമാണ് സംഘത്തിലുള്ളതെന്ന് അഗ്നിവേശ് പരിചയപ്പെടുത്തിക്കൊടുത്തു. രണ്ടാം മഹായുദ്ധത്തിൽ ബോംബ് വീണ് കെടുതി അനുഭവിക്കുന്നവരുടെ നാട്ടിലെ പത്ര

മെന്ന നിലയിൽ *ചുഗോക്കു*വിന് ലോകത്തെ ആണവപ്രശ്നങ്ങളിൽ താൽപ്പര്യമുണ്ട്. അത് പഠിക്കാൻ രാജ്യവും മാനേജ്മെന്റും പണം മുടക്കുന്നു. അതിന്റെ ഭാഗമായാണ് സംഘമെത്തിയത്. ലോകത്തിൽ മറ്റു പലയിടത്തും സംഘത്തിന് പോകേണ്ടതുണ്ട്.

"ഇതാണ് ലോകഭൂപടത്തിൽ സ്ഥാനംപിടിച്ച കുപ്രസിദ്ധമായ വികിരണതീരം." അഗ്നിവേശ് പറഞ്ഞു.

അയാൾ കാര്യങ്ങൾ വിശദീകരിച്ചു കൊടുക്കുകയും ഒരാൾ ആവശ്യമുള്ളത് കുറിച്ചെടുക്കുകയും ചെയ്തു.

"ഇത് കേരളത്തിന്റെ ദക്ഷിണഭാഗമാണ്. നീണ്ടകര മുതൽ കായംകുളം ചെറയഴീക്കൽ വരെ 22 കിലോമീറ്ററിൽ പ്രകൃതി ദത്തമായ ലോഹമണൽ ശേഖരം."

"ഇന്റർനാഷണൽ റേഡിയോളജിക്കൽ പ്രൊട്ടക്ഷൻ ബോർഡ് നിജപ്പെടുത്തിയിട്ടുള്ള വികിരണ തോതുണ്ടല്ലോ. ദോഷകരമല്ലാത്ത അളവ്, അത് കവിഞ്ഞ് അഞ്ചുമുതൽ അമ്പതുവരെ ഇരട്ടി അളവിൽ റേഡിയേഷൻ ഇവിടുന്ന് ഉണ്ടാകുന്നു."

ഫ്രണ്ട് ലോഡർകൊണ്ട് നനവിലേക്കിറങ്ങി മണൽ വാരിക്കൂട്ടിക്കൊണ്ടിരുന്ന യന്ത്രങ്ങൾ വിദേശികളെ കണ്ട് കറണ്ടടിച്ചാലെന്നവിധം പിറകോട്ട് മാറി. പെട്ടെന്ന് യന്ത്രങ്ങളുടെ പ്രവർത്തനം നിലച്ചു. ചിലത് കരയിലേക്ക് ഉരുണ്ടു ചില്ലറ കസർത്തുകൾ കാണിച്ചുതുടങ്ങി.

"എന്താ നിർത്തിയത്?" വിദേശികൾ ചോദിച്ചു.

അഗ്നിവേശ് ചിരിച്ചു.

"വിദേശികളെയോ വരുത്തന്മാരെയോ കണ്ടാൽ തിരക്കുഴിയിലേക്ക് ചെന്ന് മണ്ണെടുക്കരുതെന്ന് റെയർ എർത്ത് കമ്പനി ഡ്രൈവർമാർക്കു നിർദേശം നൽകിയിട്ടുണ്ട്."

ചിലർ ചിരിച്ചു. ഒരാൾ വീണ്ടും ചോദിച്ചു.

"പക്ഷേ എന്തിന്?"

"ചട്ടങ്ങൾ പാലിച്ചല്ല മൈനിങ്. പരിസ്ഥിതി പ്രവർത്തകർ കൊടുത്ത കേസിൽ തീരംസംരക്ഷിച്ചുള്ള മൈനിങ്ങേ നടക്കുന്നുള്ളൂവെന്ന് കമ്പനി കോടതിയിൽ സത്യവാങ്മൂലം നൽകിയിട്ടുണ്ട്. നിങ്ങൾ ആരെന്ന് അവർക്കറിയില്ല. പ്രത്യേകിച്ച് കൈയിൽ ക്യാമറയുമുണ്ട്." കരിമണ്ണ് ഒരു പിടി വാരിയെടുത്ത് അഗ്നിവേശ് പറഞ്ഞു.

"ഒരുപാട് ലോഹങ്ങളുടെ സങ്കേതമാണീ മണ്ണ്. ലോകാത്ഭുതങ്ങളിലൊന്ന്. ഇതിൽ ഇടയ്ക്കു മാത്രം തിളങ്ങുന്ന ചാരനിറം കാണാം. ഇതിൽ തോറിയം അടങ്ങിയിട്ടുണ്ട്. ഇന്ത്യയുടെ അണുശക്തി വികസനവും ഈ മണ്ണുമായി അഭേദ്യബന്ധമുണ്ട്. ഈ മണ്ണിൽ സിർക്കോണുണ്ട്. അറ്റോമിക് റിയാക്ടറിന് പ്രധാനമാണിത്. ഇൽമനൈറ്റ്, റൂട്ടൈൽ മുതലായവയാണ് മറ്റ് പ്രധാന മൂലകങ്ങൾ. ന്യൂക്ലിയർ ഇന്ധനമായ തോറിയം 232 ഈ മണ്ണിന്റെ ഉപ ഉൽപ്പന്നമാണ്. ഇത്തരം തന്ത്രപ്രധാനമായ മൂലക

ങ്ങൾ വേർതിരിച്ച് ആർ ഇ സി സർക്കാരിന്റെ ആണവോർജവിഭാഗത്തിന് കൈമാറുന്നു.

"അപ്പോൾ നിങ്ങളുടെ ന്യൂക്ലിയർ ബോംബുകളാണീ കിടക്കുന്നത്. അല്ലേ."

"ഒരളവുവരെ ശരിയാണ്."

"ഇവിടത്തെ ജനങ്ങളിൽ ഈ മണൽ സാധാരണ ബോംബായെങ്കിലും പ്രവർത്തിക്കുന്നുണ്ടെന്നത് സത്യമാകും."

സംഘത്തിനൊപ്പമുള്ള ഡോക്ടർ അഭിപ്രായപ്പെട്ടു. കുമാരിക്ക് അകാരണമായി എന്തോ ഉൾഭയം കൂടിവന്നു.

സംഘം നിന്നു. ഡോക്ടർ ബാഗ് തുറന്ന് ഒരു ഉപകരണമെടുത്ത് മണ്ണിൽ കുത്തി പ്രവർത്തിപ്പിച്ചു.

വർഷം 1.8റെം ബീപ് ബീപ് എന്ന് ശബ്ദമുണ്ടാക്കിക്കൊണ്ടിരുന്ന യന്ത്രത്തിലെ അളവ് തിട്ടപ്പെടുത്തി ഡോക്ടറത് ഓഫാക്കി.

"സുരക്ഷിത തോതിൽനിന്ന് പത്തിരട്ടി കൂടുതലാണിത്"

സംഘത്തിലെ പ്രധാനിയെന്നു തോന്നുന്നയാൾ പറഞ്ഞു.

"റേഡിയേഷൻ അളക്കുന്ന യന്ത്രമാണ്. ഗെയ്ജർ കൗണ്ടേഴ്സ്. അഗ്നിവേശ് കുമാരിക്കും മറ്റുള്ളവർക്കും വിശദീകരിച്ചുകൊടുത്തു.

നീലിമ കൃഷ്ണകുമാരിയുടെ മുഖത്തേക്ക് ഇപ്പോൾ കണ്ടില്ലേയെന്ന മട്ടിൽ നോക്കി. അവൾക്കു ദേഷ്യം വന്നു.

ഇടയ്ക്ക് അഗ്നിവേശ് കരിമണൽ വാരിയെടുത്ത് എന്തൊക്കെയോ സാങ്കേതികവശങ്ങൾ പറഞ്ഞുകൊടുത്തുകൊണ്ടിരുന്നു.

അഗ്നിവേശ് വഴിതെളിച്ചപ്രകാരം അവരൊരു കുടിലിൽ ചെന്നുകയറി. നേരത്തേ അറിയിച്ചതുകൊണ്ട് കുടിലിന്റെ ഉൾവശം ബദ്ധപ്പെട്ട് വൃത്തിയാക്കാൻ ശ്രമിച്ചിരുന്നു. മുറിക്കുള്ളിൽ ചന്ദനത്തിരി കത്തിച്ചു വച്ചിരുന്നു. കുടിലിനു പുറത്ത് ഉണക്കാനിട്ടിരിക്കുന്ന മീനിന്റെ മണമടിക്കാതിരിക്കാനാകുമെന്നാണ് കുമാരി കരുതിയത്.

അല്ലെന്ന് അൽപ്പം കഴിഞ്ഞ് മനസിലായി. തിരക്കിനിടയിൽനിന്ന് ആൾനിരയുടെ മുന്നിലെത്തിയപ്പോൾ വശത്തെ കട്ടിലു കണ്ടു. കയറുവരിഞ്ഞ കട്ടിൽ കരയുന്നു. അതിൽ ഒരു പെൺകുട്ടി എല്ലും തോലുമായ അവസ്ഥയിൽ പകച്ചുകിടക്കുന്നു. ആൾക്കൂട്ടത്തിനിടയിലൂടെ അവൾ തെരഞ്ഞുപിടിച്ചെന്നവിധം കൃഷ്ണകുമാരിയെ നോക്കി പുഞ്ചിരിച്ചു. കവിളുന്തി കണ്ണുകൾ കുഴിഞ്ഞ മുഖത്തുനിന്നുള്ള ചിരി വികൃതമായി തോന്നി. അവളുടെ കാലുകൾ മെല്ലിച്ച് വാഴപ്പിണ്ടിപോലെയിരുന്നു.

അഞ്ച് വയസ്സ് പ്രായം തോന്നിക്കും.

"രണ്ടു വയസുവരെ അവൾക്കു ഒരു കുഴപ്പവുമില്ലായിരുന്നു. പക്ഷേങ്കില്, രാത്രിയിൽ എപ്പോഴും ഞെരിപിരികൊള്ളുമായിരുന്നു. ഞങ്ങളത്ര കാര്യമാക്കിയില്ല. മൂന്നു വയസുമുതൽ വളർച്ച മുരടിച്ചു. കാലുകൾ തേമ്പി. ദേഹം ചടച്ചു.

തള്ള നിർവികാരയായി താഴേക്കു നോക്കി പറഞ്ഞു.

"ഇപ്പോഴെത്ര വയസുണ്ട്."

"വരുന്ന കന്നിയിൽ പതിനൊന്ന് തികയും."

കുമാരിക്ക് വയറു പെരുത്തു കയറുന്നതുപോലെ തോന്നി. ശ്വാസം മുട്ടുന്നതുപോലെയും. ഇറങ്ങിപ്പോയാൽ മതി.

പെൺകുട്ടി പക്ഷേ, കണ്ണെടുക്കാതെ കുമാരിയെത്തന്നെ നോക്കി. ഇടവിട്ട് പുഞ്ചിരിച്ചു. തിരികെ ചിരിച്ചപ്പോൾ അവളുടെ ചിരി കൂടുതൽ പ്രസന്നമായി. പുറമേ അതൊരു പല്ലിളിച്ചിലായി തോന്നുമെങ്കിലും കുമാരിക്കു കുട്ടി പ്രതികരിക്കുന്നുണ്ടെന്ന് മനസിലായി. കുറച്ചുനേരം നോക്കിയപ്പോൾ വേദന തോന്നി. കണ്ണു പിൻവലിച്ചു.

പിന്നീട് നോക്കിയപ്പോൾ കുട്ടി കിടക്കയിൽ കിടന്ന് കൈയുയർത്താൻ ശ്രമിക്കുന്നു. കട്ടിലിൽനിന്ന് അൽപ്പമുയർത്തുമ്പോഴേക്കും അത് താഴേക്ക് പതിക്കുന്നു. മൂന്നാലു തവണയായപ്പോൾ കുമാരി മുന്നോട്ടു ചെന്ന് അവളുടെ കൈപിടിച്ചു. കുമാരിക്ക് കരച്ചിൽ വന്നു.

"പേരെന്താ?" ചോദിച്ചപ്പോൾ തൊണ്ടയിടറി.

അവളെന്തോ പറയാൻ വായനക്കി.

ശബ്ദം പുറത്തേക്കുവന്നില്ല.

"ജാനുവെന്നാ..." അവളുടെ അമ്മ പറഞ്ഞു.

"ഇപ്പം ശബ്ദമൊന്നും തെളിയത്തില്ല."

ഉണക്കക്കമ്പിൽ പിടിക്കുംപോലെ കുട്ടിയുടെ കൈ പരുപരുത്ത് മരവിച്ചിരുന്നു. വിയർപ്പ് കെട്ടഴുകി മൂത്രവുമായി കുഴഞ്ഞ രൂക്ഷഗന്ധം. കൃഷ്ണകമാരിയുടെ മനസിൽ കണ്ണീർഗ്രന്ഥികൾ പൊട്ടി. അതു പുറത്തേക്കു വരാതിരിക്കാൻ അവൾ പണിപ്പെട്ടു.

"ഡോക്ടർമാർ എന്തു പറഞ്ഞു."

"എന്തുപറയാനാ. പരമ്പരാഗതമെന്നാ പറയുന്നത്. ഇവടെ ഇളയതും ഇങ്ങനെ തന്നാ ചത്തത്. അതു പിന്നെ ഒരുവയസാകും മുമ്പ് തീർത്തു. കിടത്തിയില്ല."

അവർ മാറുമറച്ചിരുന്ന തോർത്തിന്റെ തുമ്പുകൊണ്ട് കണ്ണിന്റെ തുടക്കം പൊത്തി രണ്ടുതുള്ളി ഞെക്കിക്കളഞ്ഞു.

അവരുടെ ഭർത്താവ് അപ്പോൾ കേറിവന്നു. അയാൾ പഴമോ മറ്റോ വാങ്ങിയിരുന്നു. കൂടുതൽ ആളുകളെ കണ്ടപ്പോൾ വല്ലാതായി.

"ചായയെടുക്കട്ടെ."

"വേണ്ട" അഗ്നിവേശ് പറഞ്ഞു.

"പഴമുണ്ട്. ഓരോന്നെടുക്കാൻ."

"വേണ്ട കഴിച്ചതാ."

"എന്തുകൊണ്ടാണിങ്ങനെ സംഭവിക്കുന്നതെന്ന് ഇവർക്കറിയുമോ?" അഗ്നിവേശിനോട് ആ സായിപ്പ് ചോദിച്ചു. അയാൾ ചോദ്യം തർജമ ചെയ്തു.

"താർക്കാ സാറേ അറിയാത്തത്. നിങ്ങളൊക്കെ അത് തിട്ടപ്പെടുത്താനാ വന്നതെന്ന് ഇവിടെല്ലാവർക്കും അറിയാം. വരും പോകും.

ഞങ്ങൾക്കെന്താ ഗുണം. കണ്ടില്ലേ. കടലിൽപ്പോയി കിട്ടുന്നത് മരുന്നിന് തികയത്തില്ല. പ്രയോജനമില്ലെന്നറിയാം. എന്നാലും."

"ഞങ്ങളിറങ്ങട്ടെ. പോകാം നമുക്ക്."

അഗ്നിവേശ് പോകാൻ തുനിഞ്ഞു. ജാനുവിന്റെ അച്ഛൻ ഇടയിൽകയറി.

"ഞങ്ങളെന്തു ചെയ്യണം സാറേ, ഇവടത്തെ മണ്ണിൽനിന്നുള്ള വിഷമാന്നാ പറയുന്നേ. ഇവടെ സർക്കാരിനിതൊന്നും അറിയേണ്ടേ. എത്രതവണ ആരൊക്കെ വന്ന് ഇവടെ ചോര കുത്തിയെടുത്ത് പോയി. പഠിത്തം മാത്രം. പിന്നെ തിരിഞ്ഞുനോക്കത്തില്ല."

"ഇവിടെ എവിടെയോ അല്ലേ മഞ്ഞ ബാധിച്ച ആ ചെറുക്കനുള്ളത്... തല നരച്ച്."

"ചെമ്പൻ.. അത് കഴിഞ്ഞമാസം ചത്തു. തെക്കേക്കരയിലെ കുമാരന്റെ മോനും ഇതുതന്നാ. ഒരു മാസമായതേയുള്ളൂ ഉണ്ടായിട്ട്. അതും നോക്കണ്ട. വേറെ ആർക്കുമില്ല,"

"ഡൗൺ സിൻഡ്രമാണ്. എന്റെ കണക്കുപ്രകാരം മറ്റ് ജില്ലകളേക്കാൾ ഇവിടെ തോത് കൂടുതലാണ്."

അഗ്നിവേശ് വീണ്ടും കണക്കുകളിലേക്ക് മടങ്ങി.

കുമാരിയുടെ കൈകളിൽ ജാനു മുറുകെപ്പിടിക്കാൻ ശ്രമിച്ചു. കുമാരി മെല്ലെ കൈ അടർത്തി കട്ടിലിൽ വച്ചു. അവളുടെ മുഖം കോടി വിതുമ്പി. കുമാരിയുടെ ചങ്കിൽ ഒരു കട്ട തീ വീണു.

"ഈ ലോഹമണൽ ബെൽറ്റിൽ എത്രപേർ താമസിക്കുന്നുണ്ടാവും."

"അമ്പതിനായിരത്തിലേറെ. മണ്ണുമായി നേരിട്ട് ബന്ധപ്പെട്ട് അതിൽ കഴിയുന്നവർ."

കണക്കിലെ കളികൾ വീണ്ടും...

"ജാനു പോകട്ടെ..." കുമാരി പറഞ്ഞു.

"അവളെയിപ്പോ ദേവീന്നാ ഞങ്ങള് വിളിക്കുന്നത്. ദൈവം പറ്റുമെങ്കി രക്ഷിക്കട്ടെ."

അവളുടെ തള്ള കരഞ്ഞു.

"...കാരണങ്ങളില്ലാത്ത രോഗങ്ങൾ; യെസ്, ക്യാൻസർ തീർച്ചയായും. ഇവയൊക്കെ കൂടുതലായി കാണുന്നു. ഏതു ഗ്രാമത്തിലും ഒരു ഭ്രാന്തനെങ്കിലുമുണ്ടാകും. ശരിതന്നെ. പക്ഷേ, ഇവിടെ തോത് അൽപ്പം കൂടുതലാണ്."

കുമാരി മുഖം പൊത്തി. അവൾക്ക് ഓക്കാനം വന്നു.

"പ്രകൃതിപരമായി ഒരു പ്രതിരോധം ഇവരുടെ രക്തത്തിലില്ലേ ഡോക്ടർ" നീലിമ സംഘത്തിലെ ഡോക്ടറോട് ചോദിച്ചു.

"അതുകൊണ്ടല്ലേ ഇത്രയും ഇരട്ടി വികിരണമുണ്ടായിട്ടും വളരെ തീവ്രവും വ്യാപകവുമായി ജനിതകരോഗങ്ങളുണ്ടാകാത്തത്." ഡോക്ടർ പറഞ്ഞു.

"ഇതിനൊന്നും വ്യക്തമായ മറുപടി ഇല്ല. ഉണ്ടാകാം, ഇല്ലായിരിക്കാം." അഗ്നിവേശ് ഇടയ്ക്കുകയറി.

"ഇത് വിശ്വാസം മാത്രമാണ്. നിന്റെ ശാസ്ത്രത്തിന്റെ അടിത്തറയില്ല."

"കോമൺസെൻസിന്റെ ബോധമാണത്. കണക്കുകൂട്ടി വരുന്നതിൽ അത് കാണണമെന്നില്ല" നീലിമ തിരിച്ചടിച്ചു. അഗ്നിവേശ് അവളെ രൂക്ഷമായി നോക്കി.

"മണ്ണിലെ തോറിയമാണ് വികിരണത്തിനു കാരണമാകുന്ന പ്രധാന വില്ലൻ" അഗ്നിവേശ് വിഷയം മാറ്റി.

നടപ്പു നീണ്ട് നീലകണ്ഠൻചേട്ടന്റെ വീട്ടിനടുത്തെത്തി. അപ്പോൾ രാവിലെ മുതൽ തെളിഞ്ഞുനിന്ന മാനം പെട്ടെന്നിരുണ്ടു. പൊടുന്നനവെ മഴ പൊട്ടി.

"പണ്ടും ഇങ്ങനെ തന്നെ അത്ഭുതം! നീലകണ്ഠൻ ചേട്ടന്റെ വീടിനു മുന്നിലെത്തുമ്പോൾ മഴ."

നീലകണ്ഠൻ ചേട്ടന്റെ വീടിന്റെ ഓടിൽ പറ്റിപ്പിടിച്ച കാട്ടുപായലിന് ഒരു പകൽ മഴ മാറി വെയിലടിച്ചിട്ടും നനവ്. നനവിൽ കടുംപച്ചനിറം. ഈ വീടിനു മുകളിൽ മാത്രം മഴ പെയ്യാറുണ്ടോ?

ഞെട്ടിപ്പിക്കുന്ന ചില കരിമണൽ കണക്കുകൾ

വിദേശസംഘം ബാഗിൽനിന്ന് കുടയെടുത്ത് വിടർത്തി. വിശദമായ വർണക്കുട.

"ബ്യൂട്ടിഫുൾ റെയിൻ.." ഒരാൾ ആസ്വദിച്ചു.

സംഘത്തിൽനിന്ന് എവിടെയോ വച്ച് വഴിപിരിഞ്ഞുപോയ ഡിസൂസ മഴയുംകൊണ്ട് കൂക്കിവിളിച്ച് ഓടിവന്നു. വെളിയിലെ ബഹളംകേട്ട് നീലകണ്ഠൻ ചേട്ടൻ വാതിൽ തുറന്നു.

അഗ്നിവേശ് പറഞ്ഞു:

"ജപ്പാനിൽനിന്ന് ഇവിടുത്തെ ബാക്ക് ഗ്രൗണ്ട് റേഡിയേഷനെക്കുറിച്ചു പഠിക്കാനെത്തിയ സംഘമാണ്."

അയാൾ സംഘാംഗങ്ങൾക്ക് പരിചയപ്പെടുത്തി.

"വലിയ സ്വാതന്ത്ര്യസമരസേനാനി. വിപ്ലവകാരി. എൻ നീലകണ്ഠൻ നായർ. ദക്ഷിണകേരളത്തിൽ ഇവിടുത്തെ മിനറൽ മേഖലയിലുൾപ്പെടെ തൊഴിലാളിപ്രസ്ഥാനങ്ങളെ സംഘടിപ്പിച്ച് വളർത്തി. ഏറെനാൾ പാർലമെന്റംഗമായിരുന്നു. ഇപ്പോൾ ജീവിച്ചിരിപ്പുണ്ടോയെന്ന് പലരും മറന്നു" ചേട്ടൻ കൈയിലെ മുഴയിൽ വിരലോടിച്ചുനിന്നു.

സംഘാംഗങ്ങൾ ഓരോരുത്തരായി കൈകൊടുത്തു. അവർ മഴയിലൂടെ കുടചൂടി നടക്കാൻ താൽപ്പര്യം കാണിച്ചു.

കടലിലേക്കു നോക്കി നിൽക്കുകയായിരുന്നു കൃഷ്ണകുമാരി. കടൽ വലിയ വായിൽ അലറുന്നു. ഘോരശബ്ദത്തിൽ ചിനച്ചുകൊണ്ട് തിരകൾ കയറിവരുന്നു.

"എന്തൊരു വലിയൊരു കടൽ" അവൾ പിറുപിറുത്തു.

"ലോകത്തിലെ പകുതിയോളം മോണോസൈറ്റ് ഇവിടത്തെ തീരത്താണ്" അഗ്നിവേശ് പറഞ്ഞുകൊടുത്തു. ഒരാൾ കുറിച്ചെടുത്തുകൊണ്ടിരുന്നു.

"ആർ ഇ സി കമ്പനി വർഷം മൂവായിരത്തിലേറെ ടൺ മോണോസൈറ്റ് ഈ മണ്ണിൽനിന്ന് വേർതിരിച്ചെടുക്കുന്നു. മോണോസൈറ്റ് ഞങ്ങൾ കയറ്റുമതി ചെയ്യാറില്ല. മോണോസൈറ്റിൽ ഏഴുശതമാനത്തോളം തോറിയമുണ്ടല്ലോ. തോറിയം 232 ഇന്ധനമാക്കിയുള്ള ഫാസ്റ്റ് ബ്രീസർ റിയാക്ടറുകൾ അണുശക്തി കമീഷന്റെ സജീവപരിഗണനയിലും ചിലതൊക്കെ പാതിവഴിയിലുമാണ്. മുപ്പത്തയ്യായിരം ടണ്ണോളം തോറിയം ഇന്ത്യ ശേഖരിച്ചു വച്ചിട്ടുണ്ട്!"

സംഘത്തിന് അത്ഭുതം തോന്നി.

"എങ്ങനെയാണീ മണ്ണിന്റെ പ്രാധാന്യം ആദ്യം മനസിലാക്കിയത്?"

"അതു പഴയ കഥ. ഇവിടത്തെ തീരങ്ങളിലെ വീടുകളിൽ തൊണ്ടു തല്ലി കയർപിരിക്കുന്ന പണിയുണ്ടായിരുന്നു. തൂക്കിയാണ് വിൽപ്പന. കരിമണലിന് സാധാരണമണലിന്റെ നാലിരട്ടി ഭാരമാണ്. കരിമണൽ ചേർത്താണ് കയർ പിരിച്ചുകൊണ്ടിരിക്കുന്നത്. ഇത് വിദേശത്തു ചെന്നു ആരോ മനസിലാക്കി."

"വല്ലാത്തപ്രതിഭാസം തന്നെ.. എവിടുന്നു വന്നു ഈ മണൽ?" സംശയങ്ങൾ അവർക്കു തീരുന്നില്ല.

"കേരളത്തിന്റെ കിഴക്കേ മലകളിലെ പാറ പൊടിഞ്ഞ്, കല്ലടയാറ്റിലൂടെ ഇവിടെ വന്നടിഞ്ഞതാകണം. എന്തെങ്കിലും ഭൂമിശാസ്ത്രപരമായ പ്രത്യേകത ഇവിടെ ഉണ്ടാകും. കടലിന്റെ അടിയിലെ ഒഴുക്കോ മറ്റോ ഇവിടെ കേന്ദ്രീകരിക്കുകയായിരിക്കും. എന്തോ എനിക്കറിയില്ല. കടലിന്റെ അടിയിലെ പാറകളിൽനിന്ന് പൊട്ടിവന്നതാകാം. ഭൂഖണ്ഡങ്ങൾ അകന്നുമാറിയപ്പോഴാകാം. എന്തായാലും കോടിക്കണക്കിനു വർഷങ്ങളുടെ പഴക്കം കാണും. ഇന്ത്യാ ഉപഭൂഖണ്ഡം ഭൂമിയുടെ ഏറ്റവും പഴക്കമേറിയ കരഭാഗമാണ്. ആദ്യകാലത്ത് മണ്ണൊലിച്ച് ഇങ്ങോട്ട് കേന്ദ്രീകരിച്ചിരിക്കാം. കടലൊഴുക്കുവഴി. ഇരുപത് കോടിയിലേറെ ടൺ ഇൽമനൈറ്റ് മാത്രം ഈ തീരത്തുണ്ടെന്നാണ് കണക്ക്. ഭൂമിയും പ്രകൃതിയും അതിനെ പാറ്റിപ്പെറുക്കുന്നു, എന്തൊക്കെയോ ആക്കി മാറ്റിക്കൊണ്ടിരിക്കുന്നു. രാസപരിണാമം. ഈ മണ്ണ് തന്നെ മറ്റെന്തോ ആയിക്കൊണ്ടിരിക്കുന്നു."

കണക്കുകൾ പറഞ്ഞ് കുട നിവർത്തി അവർ മഴയിലേക്കിറങ്ങി. കൃഷ്ണകുമാരിക്ക് തലചുറ്റു തോന്നി.

"മഴയിലൂടെ നടക്കാം പെണ്ണേ" നീലിമ പറഞ്ഞു.

കുമാരിക്ക് പെട്ടെന്ന് ദേഷ്യം പതച്ചുവന്നു.

"പൊയ്ക്കോ നീ... നിന്റെ... നിന്റെ നോവലിലെ ഒരു കഥാപാത്രത്തിന്റെ പ്രതീകം എനിക്ക് പിടികിട്ടി...."

നീലി കുമാരിയുടെ കൈയിൽ പിടിച്ചു.

"എന്താ കുമാരി?"

"തൊടരുതെന്നെ. മേലാൽ എന്റെ വീട്ടിൽ വരരുത്. തീർന്നു ബന്ധം."

നീലിമ ഒന്നും മനസിലാകാതെ കുമാരിയെയും നീലകണ്ഠൻ ചേട്ടനെയും ഡിസൂസയെയും മാറിമാറി നോക്കി. ഡിസൂസ നീലകണ്ഠൻ ചേട്ടന്റെ വീട്ടിലെ ചുമരു ചാരിയിരുന്നു മയക്കം തുടങ്ങിയിരുന്നു.

നീലിമ കുറച്ചുനിമിഷംകൂടി നിന്നിട്ടു പെരുമഴയിലേക്കിറങ്ങി നനഞ്ഞുകൊണ്ട് ഓടിപ്പോയി.

"എന്തുപറ്റിമോളേ. നീയെന്തിനാ വഴക്കിട്ടത്?"

"നമുക്ക് ശരിയാവില്ല ചേട്ടാ. ഇത്തരം കണക്കിലെ അഭ്യാസങ്ങൾ.. നമുക്കിത് ജീവിതമാണ്." സാരിത്തലപ്പുകൊണ്ട് കണ്ണുതുടച്ചു.

"നിനക്കെന്തുപറ്റി?"

"ഒന്നുമില്ല, ഒരു തലവേദന."

"കിടക്കണോ?"

"വേണ്ട."

"അകത്തുകയറിയിരിക്ക്."

മഴ അനുനിമിഷം കനത്തുവന്നു. കാറ്റിൽ മഴ വിരണ്ട് ചൂളംവിളിച്ച് ചാഞ്ഞുചരിഞ്ഞു.

"നമ്മൾ ജീവിക്കുകയോ മരിക്കുകയോ ചെയ്യട്ടെ. ഇവരൊക്കെ എന്തിനാ...? വരാൻ അനുവദിക്കരുത്. എന്തിന്?"

കുമാരി എന്തൊക്കെയോ പറഞ്ഞു. ചേട്ടൻ അവളുടെ നെറ്റിയിൽ കൈവച്ചു.

"ചെറിയ ചൂടുണ്ടല്ലോ, മഴ നനഞ്ഞോ? ഇപ്പോൾ പനിവരുന്നത് ദോഷമാണ്."

അവളതൊന്നും ശ്രദ്ധിക്കുന്നുണ്ടായിരുന്നില്ല.

"ചില കാര്യങ്ങൾ ചോദിക്കട്ടെ. പത്തുപന്ത്രണ്ടുകൊല്ലം മുമ്പ് പല പെണ്ണുങ്ങളുടെയും കഴുത്തിൽ ഒരു പ്രത്യേകതരം മാലയുണ്ടായിരുന്നല്ലോ. എന്റമ്മയും ഇട്ടിരുന്നു."

"എന്തുമാല?"

പലരും ഗർഭകാലത്ത് ഇട്ടിരുന്നത്.

"ഓ.. നീയെന്തിനാ അതേക്കുറിച്ചൊക്കെ ചിന്തിക്കുന്നത്?"

"അറിയാവുന്നത് പറയണം. നമ്മളൊക്കെ പരസ്പരം മറച്ചിട്ട് എന്താകാനാ...."

"ഓ മറച്ചുവയ്ക്കാനൊന്നുമില്ല. അത് ഇവിടുത്തെ പെണ്ണുങ്ങളുടെ ഗർഭപാത്രത്തിൽ വളരുന്ന കുഞ്ഞിന് റേഡിയേഷനുണ്ടോ, ജനിതകവൈകല്യം വരാൻ സാധ്യതയുണ്ടോയെന്നൊക്കെ പഠിക്കാൻ തിരുവനന്തപുരത്തെ ക്യാൻസർ സെന്ററുകാർ നിർമിച്ച പ്രത്യേക മാലയാണത്. അതിന്റെ നിർമാണം... സാങ്കേതികവിദ്യ അതൊന്നും എനിക്കറിയില്ല."

"അതൊക്കെ നമ്മളറിയേണ്ടതല്ലേ. എന്തായിരുന്നു ഫലം? കുഞ്ഞുങ്ങൾക്ക്."

"അറിയില്ല മോളേ.. 1977 ൽ ഡൽഹിയിലെ ഓൾ ഇന്ത്യാ മെഡിക്കൽ ഇൻസ്റ്റിറ്റ്യൂട്ടുകാർ പഠനം നടത്താൻ വന്നു. സമഗ്രമായ പഠനം. ഞാനന്ന് എം പി യായി ഡൽഹിയിലുണ്ട്. കരിമണൽ മേഖലയിൽനിന്ന് പത്തു പതിമൂവായിരംപേരെയും സാധാരണതീരത്തുനിന്ന് പത്താറായിരം പേരെയും താരതമ്യപഠനത്തിന് വിധേയരാക്കിയതായിട്ടറിയാം. അന്ന് 12

കുട്ടികളെ ഡൗൺ സിൻഡ്രോം രോഗവുമായി ഇവിടന്ന് കണ്ടെത്തിയെന്ന് പത്രത്തിൽ വന്നു. വേറെ ഒന്നും അറിയില്ല. ഇതൊന്നും ശരിയെന്നു ഞാൻ കരുതുന്നില്ല. ചവിട്ടുന്ന ഭൂമി ഒലിച്ചുപോകുന്നതാണ് പ്രശ്നം. അതു മറയ്ക്കാനാണ് ഈ പഠനങ്ങൾ.

പിന്നീട് അണുശക്തിവിഭാഗം ആശുപത്രി കേന്ദ്രീകരിച്ച് പ്രത്യേക ചികിത്സാകേന്ദ്രം തുടങ്ങി. ഈ പ്രദേശത്തു നിന്നുള്ള എല്ലാ കേസുകളും പരിശോധിച്ചു. പ്രസവസമയത്ത് കുഞ്ഞുങ്ങളുടെ പൊക്കിൾക്കൊടിയിലെ രക്തം തുടർച്ചയായ പരിശോധനകൾ.''

"എന്നിട്ട്."

"എല്ലാം വെറുതെ! എത്ര നൂറ്റാണ്ടുകൾ ഇവിടെ ജീവിതമുണ്ടായിരുന്നു. നീ ആശ്വസിക്ക്." നീലകണ്ഠൻ ചേട്ടൻ പറഞ്ഞു.

"തിരുവനന്തപുരത്തെ ക്യാൻസർ കേന്ദ്രവും പഠിക്കുന്നു. പൂർത്തിയായെന്നും ഇല്ലെന്നും പറയുന്നു.. അതും ഇരുട്ടിലേക്ക് പോയേക്കും. ഇവർക്കൊക്കെ പഠനത്തിന് ചോദിക്കുമ്പോൾ കുത്തിയെടുത്തു കൊള്ളാൻ ചോരകൊടുക്കാനും ചോദ്യങ്ങൾ ചോദിച്ച് ഉത്തരം ശേഖരിക്കാനും വളർത്തിയിട്ടിരിക്കുന്ന ഗിനിപ്പന്നികളാ ഇവിടുത്തുകാർ."

ഇടയ്ക്ക് ഡിസൂസ മയക്കത്തിൽനിന്ന് ബോധത്തിലേക്ക് മടങ്ങിവന്നു. അവർ പറഞ്ഞതൊന്നും അവൻ കേൾക്കുന്നുണ്ടായിരുന്നില്ല.

"ഇപ്പോൾ ആളുകൾ കാണുമ്പോഴൊക്കെ സമരമില്ലേ സമരമില്ലേ എന്ന് ചോദിക്കുകയാണ്. സമരമുണ്ടായാൽ പങ്കെടുക്കാൻ ചർച്ച വരുമ്പോൾ ആർക്കെങ്കിലും കമ്പനിയിൽ പണികിട്ടുമോ. ഇപ്പോ ഓരോ കേന്ദ്രത്തിലും തുറയിലും ഒരുപാട് നേതാക്കളെ കമ്പനി വളർത്തുകയാണ്. പുതിയതരം മാനേജ്മെന്റ് സിദ്ധാന്തം."

നീലകണ്ഠൻ ചേട്ടൻ അത് ശ്രദ്ധിക്കാതെ വിട്ടു. കുമാരി ശ്വാസമെടുക്കാൻ ബുദ്ധിമുട്ടി. അവൾ ചുമച്ചുകൊണ്ട് പിറുപിറുത്തു.

"നിനക്കെന്താ ശബ്ദത്തിന്?"

"വല്ലാത്ത ശ്വാസംമുട്ട്."

"ഈ മഴ സമയത്ത് ഇറങ്ങി നടക്കേണ്ട വല്ല കാര്യവുമുണ്ടോ. നീ നിന്റെ അവസ്ഥ നേക്കേണ്ടേ."

"എന്തവസ്ഥ! ഞാൻ പെറണോ?"

"നീ എന്തൊക്കെയാ ഈ പറയുന്നത്."

"പോട്ടെ അച്ഛനിന്ന് രാത്രി വരും എനിക്കൊന്നുമറിയില്ല."

കടലിലേക്കുള്ള കാർമേഘത്തെ വകഞ്ഞ് ചോപ്പുണ്ടായി. സന്ധ്യ.

"എന്റെ മോള് വീട്ടിപ്പോ. ചേട്ടൻ കൊണ്ടാക്കാം. മഴ ഒന്ന് നിന്നിട്ടുണ്ട്, അടുത്ത മഴയ്ക്കു മുമ്പ്."

ഇടിയും മിന്നലുമുണ്ടായി. ദൂരെയെങ്ങോ കുടുങ്ങി നിൽക്കുകയായിരുന്നു മാനം. ഇപ്പോൾ ഇടി അടുത്തുവന്നു.

"ഒരു കുടയേയുള്ളൂ" നീലകണ്ഠൻ ചേട്ടൻ പറഞ്ഞു.

"ചാറ്റലേയുള്ളൂ... കുഴപ്പമില്ല. കുട ചേട്ടൻ ചൂട്... മഴയത്തു പനി പിടിക്കേണ്ട."

അവൾ എന്തൊക്കെയോ സമ്മർദങ്ങൾക്കടിപ്പെട്ട് നിർത്തിനിർത്തി പറഞ്ഞു.

"എന്താ ചേച്ചീ.. വയ്യേ.." ഡിസൂസ സുബോധത്തിൽ ചോദിച്ചു.

"ഇല്ല. വാ പോകാം. രാത്രി അച്ഛൻ വരും. ദൈവമേ എന്തായിരിക്കും എന്റെ കുഞ്ഞ്."

വാതിൽ പൂട്ടി ചാറ്റമഴയിലൂടെ മൂന്നുപേരും നടന്നു. കുമാരി ഉള്ളിലെ സങ്കടങ്ങൾ പെരുകി പിടിച്ചുനിൽക്കാനെന്ന വിധം ഡിസൂസയുടെ കൈപിടിച്ചു നടന്നു. മഴ മൂളിക്കൊണ്ട് തിരിച്ചുവന്നു. അപ്പോഴേക്കും അവൻ പാതി വഴി പിന്നിട്ടിരുന്നു.

തിരകൾ കൂടം കൊണ്ടടിക്കുംവിധം തലതല്ലി. ഭീകരമായി കയറിവന്നു. മണ്ണിടിഞ്ഞ് ചുവരായി. ഭയങ്കരമായൊരു ഇടിവെട്ടി. അതിന്റെ ശബ്ദത്തിൽ ഞെട്ടി ഡിസൂസ മുന്നോട്ടോടി. കുമാരി അവന്റെ കൈവിടാതെ കൂടെയോടി.

"എവിടെയെങ്കിലും കേറിനിൽക്കാം, ഓടാതെ."

നീലകണ്ഠൻ ചേട്ടൻ വിളിച്ചുപറഞ്ഞതു കേൾക്കാതെ അവർ മുന്നോട്ടു പാഞ്ഞു. ഡിസൂസ ഉച്ചത്തിൽ നിലവിളിച്ച് എന്തൊക്കെയോ പറഞ്ഞു. അവന്റെ വേഗത്തിനൊപ്പം ഭ്രാന്തമായി കുമാരിയും ഒപ്പം കൂടി. ഇടയ്ക്ക് അവന്റെ കൈ പിടിച്ചുവലിച്ച് ദിശ കടലിന്റെ നേർക്കുവിട്ടു. തിരകളിലേക്ക് പതിച്ചു.

നീലകണ്ഠൻ ചേട്ടൻ അലറിവിളിച്ചു.

കൃഷ്ണകുമാരി ഉൾത്തിരകളിലേക്ക് നീന്തി. ഇടയ്ക്ക് ഡിസൂസയ്ക്ക് സുബോധം വന്നു. കണ്ണു കറങ്ങിയുറച്ചപ്പോൾ കുമാരി തിരയുടെ മുകളിലൂടെ ഉൾക്കടലിലേക്ക് നീന്തിപ്പോകുന്നു. ഡിസൂസ പിറകേ നീന്തി. അവളുടെ കൈയിൽ കടന്നുപിടിച്ചു. അവളാ കൈ കുടഞ്ഞെറിഞ്ഞ് പകരം അവന്റെ കൈയിൽ പിടിച്ചുവലിച്ച് അകത്തേക്കു തന്നെ നീന്തി.... ബഹളത്തിലും വെപ്രാളത്തിലും ഡിസൂസയിൽ ഭ്രാന്ത് പെട്ടെന്ന് മടങ്ങിവന്നു. ഇപ്പോഴവൻ കുമാരി നയിച്ച പാതയിൽ തിരച്ചുഴികളിലേക്ക് നീന്തി. എവിടെയോ വച്ച് തിരകൾ അവരെ അടിച്ചു വിടർത്തി. അവർക്കു മുകളിലേക്കു കൂമ്പാരം കുത്തി എടുത്തടിച്ചു. നിലയില്ലാത്ത ലക്ഷ്യത്തിലേക്ക് അവർ പിടഞ്ഞു.

നീലകണ്ഠൻ ചേട്ടൻ കരയിൽനിന്ന് അലറി വിളിച്ചു. മഴ കൂടിക്കൂടി വന്നു. കണ്ണെത്താദൂരത്ത് ആരെയും കാണാനുണ്ടായില്ല.

മെല്ലെ മഴ കുറഞ്ഞു.... പിന്നെ ഇരട്ടശക്തിയിൽ വീണ്ടുമെത്തി.... ഭീകരമായി ഇടിവെട്ടി. കരയിൽ ആൾക്കൂട്ടമായി. രാഘവൻ ചെങ്ങന്നൂരു നിന്ന് മടങ്ങിവന്നപ്പോൾ അറിഞ്ഞ വാർത്ത. അയാൾ കടപ്പുറത്തേക്ക് ഓടി.

“എന്റെ മോളേ അച്ഛനൊരു തീരുമാനമെടുത്ത് വന്നപ്പോ വിട്ടുപോയോടീ അച്ഛനെ. എന്റെ മകളെ നീയിത്ര വേദനിക്കുന്നുണ്ടായിരുന്നെന്ന് അച്ഛന് അറിഞ്ഞുകൂടാരുന്നല്ലോടീ.”

തീരത്തുകൂടെ വള്ളമിറക്കാൻ പറ്റില്ല. അതുകൊണ്ട് നീണ്ടകരയിൽ നിന്നോ അഴീക്കൽ പൊഴിവഴിയോ ബോട്ടിറക്കി തിരയാൻ ആളുപോയി.

രാത്രി ഏറെ വൈകിയപ്പോൾ പ്രതീക്ഷ നശിച്ച് ഹൃദയഭാരത്തോടെ നീലകണ്ഠൻ ചേട്ടൻ വീട്ടിലേക്കു മടങ്ങി. നടക്കുമ്പോൾ അയാളെ തേടി മുകളിലേക്ക് വമ്പൻ തിരകൾ നനഞ്ഞു വന്നു. പേമഴയിൽ ശരീരം മുഴുവൻ നനഞ്ഞുകുഴഞ്ഞിരുന്നു.

അയാൾ കട്ടിലിൽ കയറിക്കിടന്നു. എന്തുചെയ്യണമെന്ന് ഒരെത്തും പിടിയും കിട്ടുന്നുണ്ടായിരുന്നില്ല. ഉറക്കം വന്നില്ല. മനസിൽ തിരകൾ ഒന്നൊന്നായി.... വെളിയിൽ മഴ തിമർത്തു. കടലിന്റെ അലർച്ചപോലും മഴയിൽ കുതിർന്നു.

ഉറക്കം വന്നില്ല. തിരിഞ്ഞും മറിഞ്ഞും കിടന്നു. കണ്ണടയ്ക്കുമ്പോൾ ഉൾക്കടലിലെവിടെയോ നീന്തിത്തുടിക്കുന്ന കുമാരിയുടെയും ഡിസൂസയുടെയും രൂപമാണ്. എന്താണവർക്കു പറ്റിയത്? മരിച്ചോ. അയാൾ സ്വപ്നത്തിനുവേണ്ടി പരതി. കഴിയുന്നില്ല.

ദൈവമേ വല്ലാത്തൊരവസാനം

"...**കൊ**ടുംരാത്രി കടപ്പുറം ശാന്തമായിരുന്നു. മഴയൊന്നു കുറഞ്ഞെന്നു തോന്നിയപ്പോഴാണ് വെളിക്കിറങ്ങാൻ ഞാൻ പുറത്തേക്കിറങ്ങിയത്" കുഞ്ഞൂഞ്ഞ് പണിക്കൻ നീലകണ്ഠനോട് തുടർന്നു.

ഒരു മനുഷ്യക്കുഞ്ഞുപോലുമില്ല. വലത്തുനിന്ന് ദൂരെ ഒരാൾ അപ്പോൾ കണ്ണിൽപ്പെട്ടു. കൈയിലൊരു സഞ്ചി. എന്തോ പ്രത്യേകത തോന്നി. ഈ സമയത്ത് ആരിത്?"

ചന്തി കഴുകി തിരിഞ്ഞപ്പോൾ പെട്ടെന്ന് വളരെ പെട്ടെന്ന് അത്ഭുതം പോലെ അടുത്തെത്തി; പ്രാഞ്ചി പ്രാഞ്ചി ഒരു പടുകിഴവൻ.. സഞ്ചിയിൽ ഏതോ പക്ഷി ചിലയ്ക്കുന്ന ശബ്ദം പോലെ...

"എന്തെങ്കിലും ചോദിക്കണമെന്ന് കരുതിയപ്പോഴേക്ക് അയാൾ എനിക്കു മുന്നിലൂടെ നടന്നുപൊയ്ക്കഴിഞ്ഞു. എവിടെയോ കണ്ടു മറന്ന രൂപം. എനിക്ക് അങ്ങനെ കണ്ടുമറന്ന ഏതു രൂപത്തെക്കണ്ടാലും പണ്ട് കോട്ടൺ മില്ല് സമരത്തിൽ എന്റെ നേരെ ലാത്തിയോങ്ങിയ പൊലീസുകാരനാണെന്ന് തോന്നും. അപ്പോഴൊരു ഉൾക്കിടിലമാണ്. ഓങ്ങിയ ലാത്തി വാങ്ങിച്ച് ഞാൻ തിരിച്ച് അയാടെ തലയ്ക്കടിച്ചില്ലായിരുന്നോ? തല പൊട്ടിപ്പോയി. ഞാൻ ഓടിക്കളഞ്ഞു.

പിന്നെ എപ്പോഴും പൊലീസുകാരെ പേടിയാ. ഇനിയാ പൊലീസുകാരൻ എന്റെ മുഖമെങ്ങാനും ഓർത്തു വച്ചിട്ടുണ്ടെങ്കിൽ.. അതാ കണ്ടു മറന്ന മുഖത്തിനെല്ലാം ആ പൊലീസുകാരന്റെ മോന്ത. പെട്ടെന്നാമിന്നായം പോലെ.. അതാരാണെന്ന്.. സത്യം അതയാളു തന്നാരുന്നു."

ഡിസൂസയെയും കൃഷ്ണകുമാരിയെയും പിറ്റേന്നും കണ്ടുകിട്ടിയില്ല. വാശിപോലെ മഴ തുടരുന്നു. രാവിലെ നീലൻചേട്ടൻ കടപ്പുറത്തൂടെ നടന്നു. അവിടെങ്ങാനും അവർ വന്നടിഞ്ഞിട്ടുണ്ടെങ്കിലോ? തിരയിട്ടുലച്ച്

ഡിസൂസയുടെ തലയുടെ സൂക്കേട് കടൽ പതപ്പിച്ചു നശിപ്പിച്ചിരിക്കും. സുബോധത്തോടെ ഒരിക്കലും വിട്ടുപോകാത്ത, സുബോധത്തോടെ അവൻ അവളുടെ കൈയും പിടിച്ച് കേറിവരും, അയാൾ സ്വപ്നം കണ്ടു.

“ദാ കുമാരിച്ചേച്ചി.. ചേച്ചി വല്ലാത്ത പണിയാ കാണിച്ചത്. ചത്തു പോകേണ്ടതായിരുന്നു” അവൻ തന്നോടു പറയും.

തീരത്ത് അങ്ങുമിങ്ങും ആൾക്കൂട്ടമുണ്ട്.

“വിശേഷങ്ങൾ വല്ലതും.”

മൂന്നാലു ചെറുപ്പക്കാർ കൂടിനിന്നിരുന്നു.

“ഓ എന്തുവിശേഷം.”

അവർ താൽപ്പര്യമില്ലാത്തതുപോലെ പുറംതിരിഞ്ഞു നിന്നു. നീല കണ്ഠൻ ചേട്ടൻ കടലിലേക്ക് നോക്കി.

“ഓ ഇത് അതു തന്നായിരുന്നെന്നേ സംഗതി. അവളും അവനുമാ യിട്ട് പ്രേമമായിരുന്നു.”

“പ്രേമിക്കാൻ അവനു വട്ടല്ലായിരുന്നോ.”

“പ്രേമത്തിന് അങ്ങനെയൊന്നുമില്ല. ഇനിയിപ്പോ..”

“യിപ്പോ..?”

“എന്തോന്ന്. നീ *ചെമ്മീൻ* സിനിമ കണ്ടിട്ടില്ലേ.”

“ഓ.”

“അതിന്റെ അവസാനംപോലെ കെട്ടിപ്പിടിച്ച് കരയ്ക്കടിയും. ഷീലേം മധുവിനെയും പോലെ..”

നീലകണ്ഠൻ ചേട്ടന്റെ മുഖത്തേക്കു രോഷമിരച്ചുകയറി. തോളിലെ ഷാൾ ഊരിക്കുടഞ്ഞുകൊണ്ട് അയാളലറി.

“പോയീനെടാ എല്ലാവനും.”

കൂടെ നിന്നവർ പെട്ടെന്നുള്ള അയാളുടെ ഭാവമാറ്റത്തിൽ ഒന്നു പ കച്ചു. അന്തരീക്ഷവും ശരിയല്ലെന്ന് കണ്ട് അവന്മാർ മെല്ലെ മുകളിലേക്കു നടന്നു കയറി.

“അന്വേഷിക്കുന്നുണ്ട്. നേവിയുടെ ബോട്ട് ഇറക്കണം. മന്ത്രി ഡാനി യേൽ സാറും സുഖമില്ലാതെ ആശുപത്രിയിലായിപ്പോയി. അല്ലെങ്കിൽ എളുപ്പമായിരുന്നു. ഒന്നു വിളിച്ചാൽ മതിയായിരുന്നു.” പരിചയമുള്ള ഒരാൾ വന്നുപറഞ്ഞു.

നീലകണ്ഠൻചേട്ടൻ തിരിഞ്ഞു നടന്നു. രാവിലെ ഒന്നും കഴിച്ചിട്ടില്ല. വിശപ്പു തോന്നുന്നുമില്ല. തിരികെ വീട്ടിലെത്തിയപ്പോൾ ചായ്പ്പിനു മുന്നിൽ കുഞ്ഞൂഞ്ഞ് പണിക്കൻ നിൽക്കുന്നു.

“ഓ എന്താ പണിക്കാ..”

“ഓ ഒന്നുമില്ല. എന്തെല്ലാം കാണണം. കണ്ടേച്ച് മരിക്കണം.. കണ്ടി ല്ലേ.”

കതകു ചാരിയിട്ടേയുണ്ടായിരുന്നുള്ളൂ.

“പണിക്കൻ നിൽക്കുന്നോ?”

“ഓ, ഒന്ന് കാണാനായിട്ടാ വന്നത്.”

"എന്തുവാ കാര്യം, വാ."

"ഒന്നുമില്ല. ഒരു സംശയം. അതുകൊണ്ടാ. അതങ്ങ് തീർത്തേക്കാമെന്ന് വച്ചു."

"കാര്യം പറ."

"മിനഞ്ഞാന്ന് രാത്രിയിലൊരു സംഭവം." പണിക്കൻ പറഞ്ഞുതുടങ്ങി.

".. ആരായിരുന്നു എന്നറിയാവോ?"

"ആര്?"

"നിലാവിന്റെ ഒരു പാളി അയാടെ മുഖത്തടിച്ചിരുന്നു. ഉറപ്പ്. കുറച്ചു ദൂരം ചെന്നപ്പോൾ ബീഡിയെടുത്ത് കത്തിച്ചു. ഒന്നു നിൽക്കുകപോലും ചെയ്യാതെ കത്തിച്ചു."

"ആരെന്നു പറ?"

"നമ്മടെ നോട്ടിരട്ടിപ്പ് രാമൻപിള്ള."

"ആര്?"

"അയ്യോ. ഓർമയില്ലേ. പണ്ട് കസ്ബയിൽ അകത്തുകിടക്കുമ്പോ ചേട്ടന്റെ കൂടെയുണ്ടായിരുന്നു. കള്ളനോട്ടടികേസിൽ..."

"ങും അറിയും."

"ങാ അയാള് തന്നെ."

"അയാള് ഇപ്പോഴുമുണ്ടോ?"

"അതല്ലേ അത്ഭുതം. ഇപ്പോൾ എന്തൊക്കെ പറഞ്ഞാലും ജീവിച്ചിരിപ്പുണ്ടെങ്കിൽ നൂറിൽ പുറത്തു വയസായിട്ടുണ്ടാകും. എനിക്കു തന്നെ എന്തോ പറയുന്നു, വയസ് ചിങ്ങത്തിൽ എഴുപത്തഞ്ചാകും."

"എന്തിനാ അയാൾ വന്നത്?"

"അതല്ലേ രസം. പിറകേ ഓടിച്ചെല്ലാമെന്നു കരുതിയതാ. പക്ഷേ, എന്തൊ അപ്പോഴൊരു ഭയം. ഭയം തോന്നിയാ, മനുഷ്യൻ പിന്നെ സാഹസത്തിനിറങ്ങരുത്. പണ്ട് ഭയം നോക്കാതെ പിറകേ പോയി ഞാനൊരു പ്രേതത്തെ കണ്ട് പേടിച്ചതാ. പണ്ടത്തെപ്പോലെയല്ലല്ലോ ശരീരം. അന്ന് എത്ര പ്രേതം വന്നാലും.."

"അയാള്"

"ങാ, ദൂരെ കാറ്റിൽ വാഴക്കൈപോലെ ആടിയാടി.. ഞാൻ നോക്കിക്കൊണ്ടു നിൽക്കുവാരുന്നു. ഇങ്ങോട്ടേക്കാ വന്നത്. ഈ വീട് ലക്ഷ്യമാക്കി."

"ഇങ്ങോട്ടോ? എന്തിന്?"

"അതെനിക്കറിഞ്ഞൂടാ.."

"മിനഞ്ഞാന്ന് രാത്രി.."

"ങാ എന്നുവച്ചാൽ ഇന്നലെ നട്ടപ്പുലർച്ചെ."

"ഇല്ല ഇവിടാരും വന്നില്ല."

"ഞാൻ നോക്കിക്കൊണ്ടു നിന്നതാ. ഇവിടെ കുറേ ദൂരത്തേക്ക് ചേട്ടന്റെ ഒറ്റവീടല്ലേ ഉള്ളൂ. വെളിയില് ലൈറ്റ് കത്തിക്കിടപ്പുണ്ടായിരുന്നു.

അതിലേക്ക്... അതിലേക്കാ അയാള് പ്രാഞ്ചി നടന്നുകൊണ്ടിരുന്നത്. ഈ വീടിനു തൊട്ടടുത്തു വന്നു. തന്നെയെന്നേ, ഇങ്ങോട്ടു തന്നാ കയറിയത്. വെളിച്ചത്തിന്റെ ചോട്ടിലെത്തിയിട്ട് പിന്നെ മായപോലെ മറഞ്ഞു. പിന്നെ കണ്ടില്ല. ഞാനൊന്നു രണ്ടു മിനിട്ടുകൂടി നിന്നു. ചാഞ്ഞും ചരിഞ്ഞും നോക്കി. കണ്ടില്ല. പിന്നെ നിന്നില്ല. ഒരു ഉൾഭയം. ഓടി. ഞാനങ്ങ് തിരിച്ചുകേറി."

"പണിക്കന് തോന്നിയതായിരിക്കും."

"എന്തവാ ഈ പറയുന്നേ? തോന്നാൻ... അയാളെത്തന്നെ തോന്നാൻ എനിക്കെന്താ വേണ്ട എന്നെ വിശ്വസിക്കണ്ട. കമലാസനന്റെ അമ്മച്ചി ആ വയസി കൊച്ചുപാർവതിയോട് ചോദിക്ക്. രാമൻപിള്ളേടെ കാശ് കൊറച്ചവള് തിന്നിട്ടുള്ളതല്ലേ. പറഞ്ഞതേ രഹസ്യമായിട്ട്. അവരും പറഞ്ഞ്, അവരും കണ്ടെന്ന്. പക്ഷേ, അവരു കാണുമ്പോൾ കൈയിൽ സഞ്ചിക്കു പകരം പൊതിക്കെട്ടാ. പക്ഷി കരയുന്നതുപോലെ ശബ്ദം അവരും കേട്ടു... അവരവിടെ തെങ്ങിന്റെ മൂട്ടിലായിരുന്നു. പക്ഷേ, വെളുപ്പാൻരാവിലെ വള്ളത്തിൽ കേറാൻ നിന്നിരുന്ന മൂന്നാലു പയ്യൻമാരോട് ചോദിച്ചു. അവന്മാര് കണ്ടില്ലെന്ന്. വായിന്നോക്കികൾ."

"ങാ എന്തോ ആവട്ടെ."

"ഞാൻ വേണമെങ്കി കൊച്ചുപാർവതിയോട്.. ഇങ്ങോട്ട്."

"വേണ്ട.. വേണ്ട."

"അപ്പോ കണ്ടില്ല ഇല്ലയോ?"

"ഇല്ല."

"ഇവിടെ വന്നിട്ടുമില്ല അല്ലിയോ."

"ഇല്ലാന്നുപറഞ്ഞില്ലേ.."

"ഓ."

"എന്നാലും എവിടെ പോയിക്കാണും."

അയാൾ തറയിൽ കുത്തിയിരുന്നു താടിക്കു കൈയും കൊടുത്ത് ആലോചിച്ചു.

നീലകണ്ഠൻ ചേട്ടന്റെ ശരീരം വല്ലാതെ വിറച്ചു. മനസ്സ് ആകെ അസ്വസ്ഥമായിരുന്നു. തണുപ്പ് കുത്തിക്കയറുന്നു. അസ്ഥികൾ തരിക്കുന്നു. തോളു കഴയ്ക്കുന്നു. ചേട്ടൻ കിടന്നു. കമ്പിളിപ്പുതപ്പെടുത്ത് പുതച്ചു.

"അവരെക്കുറിച്ച് എന്തെങ്കിലും വിവരം കിട്ടിയാൽ ഒന്നറിയിക്കണം" പണിക്കാ" ചേട്ടൻ പറഞ്ഞു.

"ഇനി നോക്കണ്ടെന്നാ നാട്ടുകാര് പറയുന്നത്. എന്തെങ്കിലും അറിഞ്ഞാ പറയാം. ഉറങ്ങാൻ പോവാന്നോ?"

"ങും."

"കിടുങ്ങുന്നല്ലോ? പനിയാന്നോ? ഉറങ്ങുവാന്നോ?"

"ങാ."

"മഴ തോർന്നാ ഞാനങ്ങ് ഇറങ്ങും."

"ഓ."

കക്ഷത്തിന്റെ ഇടുക്കിൽ വല്ലാത്ത വേദന. ഇടയ്ക്കു മയക്കവും ഉണർച്ചയുമായി സമയം പോയി. തടവിയപ്പോൾ ഇടത്തേ കക്ഷത്ത് ഒരു കുരുപ്പ് കടുകട്ടിയായി. തൊടുമ്പോൾ അരത്തിൽ തൊടുംപോലെ. വിശപ്പുമില്ല. വല്ലാത്ത തണുപ്പ്. വെളിയിൽ മഴ കയർക്കുകയാണ്.

വൈകുന്നേരമായപ്പോൾ കുറച്ചുവെള്ളം കുടിക്കണമെന്ന് തോന്നി. എഴുന്നേൽക്കാൻ കഴിയുന്നില്ല. ആരെങ്കിലും ഉണ്ടായിരുന്നെങ്കിൽ കൂജയിൽ നിന്ന്.. തൊണ്ട വരളുന്നു. അവിടെത്തന്നെ കിടന്നു. വലത്തേകക്ഷത്തിന് വേദന തുടങ്ങി. തൊട്ടപ്പോൾ അവിടെയും ഒരു കുരുപ്പ്. ഇടത്തേതിൽ തടവിയപ്പോൾ രാവിലത്തേതിന്റെ ഇരട്ടിയായിരിക്കുന്നു. അതെന്താ...

സന്ധ്യയായപ്പോൾ പണിക്കൻ തിരിച്ചെത്തി. തൊണ്ടയെടുക്കാൻ തന്നെ ബുദ്ധിമുട്ട്. എങ്കിലും തലപൊക്കി.

"ഇല്ല വിശേഷിച്ചൊന്നുമില്ല. ഇതുവരെ ഒന്നുമറിഞ്ഞില്ല. പോയെന്നു കരുതിയാ മതി. മറ്റേതറിഞ്ഞില്ലേ?"

"എന്ത്?" ശബ്ദം പതിയേ പുറത്തു വന്നുള്ളൂ. പെരുമഴയായതിനാൽ പണിക്കൻ നനഞ്ഞിരുന്നു.

"അയ്യോ അപ്പോ അറിഞ്ഞില്ലേ?"

ഇല്ലെന്നു തലയാട്ടി.

"ആർ പി എസ് പിളർന്നു."

നീലകണ്ഠൻ ചേട്ടൻ ഇരുകക്ഷത്തും കുരുപ്പുകളിൽ തടവി. വേദന ഇരട്ടിക്കുന്നു.

"എന്താ പറ്റി?"

"ഡാനിയേൽ സാർ എപ്പോ വേണമെങ്കിലും മരിക്കാവുന്ന അവസ്ഥയിലാണ്. അസുഖം ഗുരുതരമാണെന്ന് പാർട്ടിയിൽ അടുത്ത പലർക്കും അറിയാമായിരുന്നു. മിനറൽസ് വർക്കേഴ്സിന്റെ യൂണിയൻ ഭാരവാഹിത്വത്തിൽ തുടങ്ങിയ കളിയാ.. രണ്ട് എം എൽ എമാർ ഡാനിയേൽ സാറിനൊപ്പം. മറ്റുള്ളവർ ഭരണപക്ഷത്ത്."

നീലകണ്ഠൻ ചേട്ടനൊന്നും പറഞ്ഞില്ല.

"ചരിത്രം കറങ്ങിത്തിരിയുന്നു. പുതിയ വാർത്തകളുണ്ടെങ്കിൽ..."

"വേണ്ട.."

"എങ്കിൽ ഓ."

"എന്തൊരു മഴയാ" പണിക്കൻ പിറുപിറുത്തു.

"കുറച്ചു വെള്ളമെടുത്തു തരുമോ?" അയാൾ കൂജയിൽനിന്ന് വെള്ളമെടുത്തു കൊടുത്തു. മുഴുവൻ കുടിച്ചുതീർത്തു. പരദാഹമായിരുന്നു.

"എന്നാ ഞാൻ പോകുന്നു."

"ഓ" പുറത്ത് ഇരുട്ടിറങ്ങിയിരുന്നു.

മെല്ലെ എഴുന്നേൽക്കാൻ ശ്രമിച്ചു. പിടിച്ചു, പിടിച്ചെഴുന്നേറ്റു. കാലുകൾ ഉറയ്ക്കുന്നില്ല. വാതിലിന് കുറ്റിയിട്ട് വന്നുകിടന്നു.

പുറത്ത് പണിക്കൻ കുട നിവർത്തുന്ന ശബ്ദം. കുടയിൽ മഴ പതി

ക്കുന്ന കനത്ത ശബ്ദം. മഴ! എന്തൊരു മഴ. എത്ര ദിവസമായി മാറാതെ, ശരീരം മുഴുവൻ നനഞ്ഞിരിക്കുന്ന അത്ര തണുപ്പ്. ഏമ്പക്കം വിട്ടപ്പോൾ പിത്തത്തിന്റെ കയ്പ്പ്. ചെവിക്കല്ലിനടിക്കുന്നപോലെയാണ് ഇപ്പോൾ തിരയുടെ ശബ്ദം. ഇടയ്ക്കൊന്ന് മയങ്ങിയോന്ന് സംശയം. ഏതോ വലിയ ശബ്ദംകേട്ട് ഞെട്ടിയുണർന്നു. മുന്നിലെ ഷെൽഫ് അതേപടി മറിഞ്ഞുവീണു. ലൈറ്റ് കത്തിക്കിടപ്പുണ്ട്. ക്ലോക്കിൽ ഒന്നു കഴിഞ്ഞിരിക്കുന്നു. മഴ വിട്ടിട്ടില്ല.

വീണു കിടക്കുന്ന പുസ്തകങ്ങളിലേക്ക് നോക്കി. എല്ലാം ചിതറിപ്പോയി. *ഗുണനത്തിന്റെ രസം ഗണിതശാസ്ത്രത്തിലെ വിസ്മയങ്ങൾ ഭാഗം മൂന്ന്* എന്ന പുസ്തകം കണ്ടു. ഇത് ഇവിടെത്തന്നെയുണ്ടായിരുന്നോ? മനസിനുള്ളിൽ കൗതുകം തോന്നി. അതൊന്ന് എടുത്തു കിട്ടിയിരുന്നെങ്കിൽ മറിച്ചു നോക്കാമായിരുന്നു. ഗണിതശാസ്ത്രം പുതിയ വിനോദം.

ആരോ ശക്തിയായി വാതിലിൽ മുട്ടുന്നു. ആരാ ഈ നട്ടപ്പാതിരയിൽ? ഇനി ഡിസൂസ, കുമാരി? ആരെന്ന് നിരവധി തവണ ചോദിക്കേണ്ടിവന്നു. ശബ്ദമൊന്നു പുറത്തുവരാൻ. തിരയും മഴയും ആർത്തലറുന്നു. പുറത്തു നിന്ന ആൾ കേട്ടില്ലെന്നു തോന്നുന്നു.

"ഞാനാണ് കതക് തുറക്ക് ചേട്ടാ..."

അയാളുടെ കണ്ണുകൾ അടഞ്ഞു വന്നു. തുറന്നുവച്ച് ബദ്ധപ്പെട്ടു ഗൗനിച്ചു.

"ആരാ?"

ചോദിച്ചത് കേട്ടെന്ന മട്ടിൽ പുറത്തെ ശബ്ദം പറഞ്ഞു, വല്ലാത്ത നാദത്തിൽ.

"ഞാനാണ് ഉണ്ണിരാമൻ, കതകുതുറക്കൂ."

ഉണ്ണിരാമൻ! അയാളിൽ ഇന്നുവരെയില്ലാത്ത മട്ടിൽ അകാരണമായി ഭയം നിറഞ്ഞു.

"കതകു തുറക്കൂ ഞാൻ വന്നു. എന്റെ കുമാരിക്കു എന്തുപറ്റി? ചേട്ടാ കതകു തുറക്കൂ."

ഭീകരമായൊരു തിരയടിയിൽ ശബ്ദം മുങ്ങിപ്പോയി. വാതിലിൽ മുട്ടിന്റെ ശക്തി കൂടി. കടൽ ഇപ്പോൾ ചെവിയിലാണ്. അത്ര ശബ്ദം പിന്നെ അതൊരു ആനന്ദമായി. ചെവിയിലിരുന്ന് തിര. ഇപ്പോൾ വാതിലിൽ കൊട്ട് കേൾക്കാനില്ല. പെട്ടെന്ന് എന്തോ ഇടിഞ്ഞുപൊട്ടി വീണ ശബ്ദം കേട്ടു. ചുമരിന്റെ ഒരുഭാഗം കുതിർന്നു. അയാൾ കണ്ണടച്ചുകിടന്നു. വീട് ചരിഞ്ഞു. തലയിണയിൽ നനവ്. തണുപ്പ്. വീണ്ടും തിര. എന്താണ് പുറത്ത് വീഴുന്നത്. നാക്കിൽ ഉപ്പുരസത്തിന്റെ അംശം. എന്താണ് പുറത്തേക്കമരുന്നത്? ഒന്നു കറങ്ങിത്തിരിഞ്ഞോയെന്ന് സംശയം. പായലിന്റെ അംശം. ഉപ്പില്ലാത്ത ജലം. കായൽ.

നീലകണ്ഠൻ ചേട്ടന്റെ പുറത്തുവച്ച് കായലും കടലും കൂട്ടിമുട്ടി. അയാൾക്കത് അനുഭവിക്കാനായി.

പഠനം

പുതിയ മണിനാദങ്ങൾ

ജി മധുസൂദനൻ

ചരിത്രം എഴുതേണ്ടത് നോവലിസ്റ്റുകളാണെന്ന് കാർലോസ് ഫ്യൂന്റസ് പലപ്പോഴും പറയാറുണ്ട്. കേവലസങ്കൽപ്പങ്ങളുടെ അമൂർത്തതയ്ക്കെതിരെയുള്ള പ്രതിരോധമാണ് സ്മൃതികൾ. എഴുതപ്പെട്ട ചരിത്രം സ്മൃതിയുടെ സർഗസാക്ഷാൽക്കാരമാണ്. ഓർമകളെ പ്രത്യാനയിക്കുക മാത്രമല്ല, പ്രത്യാനയിച്ചവരെ പുനരേകീകരിക്കുകയും ഭൂതകാലകർമങ്ങളെ സമകാലീനവൃത്തികളുമായി സംയോജിപ്പിക്കുകയും സാകല്യപ്പെടുത്തുകയുമാണ് സമൃതിയുടെ ധർമമെന്ന് ഗ്യാംബാട്ടിസ്റ്റ വൈക്കോ പറഞ്ഞത് സാഹിത്യത്തിനും ബാധകമാണ്.[1] നല്ല സാഹിത്യകൃതികൾക്കു ചരിത്രം വിഷയമാകുമ്പോൾ ഈ മൂന്നു ധർമങ്ങളും പാലിക്കപ്പെടുന്നു.

സാമ്പ്രദായിക ചരിത്രരചനയെക്കുറിച്ച് നോവലിൽ ഒരിടത്ത് നീലകണ്ഠൻചേട്ടൻ പറയുന്നുണ്ട്. 'സത്യത്തിന്റെ ഒരു ചെറിയ ഖണ്ഡത്തെ മറ്റെല്ലാ അസത്യങ്ങളും നിറച്ചു വീർപ്പിച്ചെടുക്കുന്നതാണ് ചരിത്രം.' തിരുവിതാംകൂറിന്റെ ആധുനികചരിത്രം സൃഷ്ടിച്ചവരിൽ പ്രമുഖനായ സഖാവ് എൻ ശ്രീകണ്ഠൻനായരുടെ-ഞങ്ങളുടെ ശ്രീകണ്ഠൻചേട്ടൻ- പ്രതിരൂപമാണ് നോവലിലെ നീലകണ്ഠൻചേട്ടൻ. എന്നാൽ പിന്നീട് ചരിത്രത്തിൽ നിന്നു വിടുതിനേടി അദ്ദേഹം 'സ്വപ്നസിദ്ധി'യിലെത്തുന്നു. രാഷ്ട്രീയത്തിന്റെ പ്രക്ഷുബ്ധതയിൽനിന്ന് പ്രശാന്തതയിലേക്കു നീങ്ങിയപ്പോൾ ലഭിച്ച സിദ്ധി. സന്യാസിയായ സുഹൃത്തിൽനിന്നു പഠിച്ച യോഗാസനങ്ങളും ധ്യാനവും പ്രശാന്തതയ്ക്ക് ആഴം നൽകിയപ്പോൾ തെളിഞ്ഞുവന്ന കഴിവ്. അതിൽ ദൈവമോ മതമോ ഇല്ല. 'തണുപ്പിച്ചു കിടത്തിയിരിക്കുന്ന ലെനിന്റെ ശരീരത്തെപ്പോലെയാണ്... ജീവിച്ചിരിക്കുന്ന സംരക്ഷിതസ്മാരകമാണ് ചേട്ടൻ.' എന്നിങ്ങനെയുള്ള ഡിസൂസയുടെ പരിഹാസമൊന്നും അദ്ദേഹം വകവയ്ക്കുന്നില്ല. അദ്ദേഹത്തിന്റെ സ്വപ്നങ്ങൾ

അമൂർത്ത കൽപ്പനകളല്ല; മുൻകാഴ്ചയാണ്. ചരിത്രം സൃഷ്ടിക്കുകയല്ലാതെ കുറിച്ചിട്ടു ശീലമില്ലാത്ത നീലകണ്ഠൻ ചരിത്രം എഴുതാൻ തുടങ്ങുമ്പോൾ സ്വപ്നങ്ങൾ കുറിച്ചിടുന്ന ഡയറി തന്നെയാണ് അതിനുപയോഗിക്കുന്നത്. സ്വപ്നവും ചരിത്രവും ഭാവനയും യാഥാർഥ്യവും പരസ്പരപൂരകങ്ങളാണ്.

നീലകണ്ഠൻചേട്ടൻ കുറിക്കുന്നത് പഴയ വിപ്ലവചരിത്രമല്ല. പുതിയ ഭൂഭാഗചരിത്രമാണ്; കരിമണലിന്റെ കഥകളാണ്. ജർമനിയിലെ ലോക വ്യാപാരമേളയിൽ ഇന്ത്യയിൽനിന്നുള്ള കയറുൽപ്പന്നങ്ങളിൽ കണ്ട കറുത്തമണലിന്റെ ഉറവിടംതേടി 1908 ൽ ഹെർഷാംബർഗ് എന്ന ജർമൻശാസ്ത്രജ്ഞൻ എത്തിയതിനുശേഷമുള്ള ബദൽ ചരിത്രം. ഉൽപ്പാദനത്തിന്റെ അധിനിവേശമാതൃകകൾ അയാൾക്കൊപ്പം കടൽകടന്നെത്തി. നീണ്ടകര മുതൽ ചെറിയഴീക്കൽ വരെയുള്ള 22 കിലോമീറ്റർ കടൽത്തീരത്തെ ഖനനത്തിന്റെയും ലോഹമണലിൽ വേവുന്ന ജീവിതങ്ങളുടെയും പിന്നീടുള്ള ചരിത്രം അദ്ദേഹത്തിന്റെ സ്വപ്നത്തിന്റെ സ്വപ്നങ്ങളിലേക്കു തീയായി വന്നു പതിക്കുകയാണ്. കൃഷിയും മത്സ്യബന്ധവുംകൊണ്ട് സമ്പൽസമൃദ്ധമായിരുന്ന ഒരു ദേശം കൃഷി നശിച്ച്, ഭൂമി കടലെടുത്ത് മത്സ്യസമ്പത്ത് ഇല്ലാതായി നവസംഘർഷങ്ങളുടെ അരങ്ങായി മാറിയതിന്റെ എഴുതപ്പെടാത്ത ചരിത്രമാണത്; ചരിത്രത്തിന്റെ പുനരെഴുത്ത്.

പ്രകൃതിയും സ്മൃതിയുമായുള്ള ബന്ധം നോവലിൽ ശക്തമായി കടന്നുവരുന്നുണ്ട്. 'പ്രകൃതി സ്മൃതിയുമായി ബന്ധപ്പെടുന്നത് അതിഭൗതികകാരണങ്ങൾ കൊണ്ടല്ല. പിന്നെയോ, അപകടത്തിന്റെയോ അരക്ഷിതാവസ്ഥയുടെയോ നിമിഷങ്ങളിൽ നിങ്ങൾക്ക് അടിച്ചമർത്താനോ വിദൂര ഓർമയായി സൂക്ഷിക്കാനോ ഗൃഹാതുരതയോടെ വീണ്ടെടുക്കാനോ ഉള്ള പഴയൊരു കാർഷിക ഉൽപ്പാദനരീതിയെക്കുറിച്ചുള്ള ജീവിതഗന്ധിയായ ഭാവനാചിത്രമോ സങ്കൽപ്പമോ അത് സമ്മാനിക്കുന്നതു കൊണ്ടാണ് എന്ന് ഫ്രെഡറിക് ജെയിംസൺ പറഞ്ഞിട്ടുണ്ട്.[2] മുതലാളിത്ത-യന്ത്രവൽക്കൃത ഉൽപ്പാദനം സാമൂഹ്യസ്ഥലത്തെയും അനുഭവത്തെയും ഏകീകരിച്ച് മുതലാളിത്ത പൂർവലോകത്തെ സ്മൃതിയിൽനിന്ന് തൂത്തെറിയുന്നു. അങ്ങനെ വിസ്മൃതമായ ചരിത്രത്തിന്റെ വീണ്ടെടുക്കലാണ് കഥയ്ക്കുള്ളിലെ കഥയിലൂടെ നോവലിസ്റ്റു ചെയ്യുന്നത്. 21-ാം അധ്യായത്തിൽ രാഘവന്റെ ഓർമകളിലൂടെയും കാർഷികസമൃദ്ധിയുടെ പഴയകാലം പുനരവതരിപ്പിക്കുന്നുണ്ട്. 'മികച്ച കൃഷി' നാട്ടിൽ പട്ടിണിയും പരിവട്ടവുമില്ല. അത്യാവശ്യം വിൽക്കാനും കൂട്ടാനും മാത്രമാണ് ജനം കടലിൽനിന്ന് മീൻ പിടിച്ചിരുന്നത്. കടലും കരയും മനുഷ്യരുടെ അമിതചൂഷണത്തിനോ ആർത്തിക്കോ വിധേയമായിരുന്നില്ല.' എന്നിങ്ങനെയുള്ള സ്മൃതി കാൽപ്പനിക ഗൃഹാതുരയല്ല. സുസ്ഥിരമായൊരു ജീവിതരീതിയുടെ ഓർമയിലുണർത്തലാണ്.

1910 ൽ ഖനനം തുടങ്ങിയ ശേഷം കടൽ ഒന്നരകിലോമീറ്ററോളം കരയിലേക്കു കടന്നുകയറിയിരിക്കുന്നു. മണ്ണുതീനികൾ വന്നു ദേശം

തീറെടുത്തു. കര മറഞ്ഞു പോയി. കടലിനും കായലിനുമിടയ്ക്ക് മുമ്പുണ്ടായിരുന്ന സമൃദ്ധമായ പാടങ്ങൾ കടലെടുത്തു. പണ്ട് കരിമണലിന്റെ കുന്നുകൾ ഹിമാലയസാനുക്കൾപോലെ കരയെ സംരക്ഷിച്ചു പോന്നു. ഇപ്പോൾ തിരകളെ തൊട്ടുനിൽക്കുന്ന കടൽനാക്കമ്പലത്തിനും കടലിനുമിടയിൽ പണ്ട് വലിയൊരു കാവുണ്ടായിരുന്നു. പകൽസമയത്തും കുറ്റാക്കുറ്റിരുട്ടായിരുന്ന നിബിഡവനംപോലുള്ള കാവ്. കമ്യൂണിസ്റ്റു പ്രസ്ഥാനം വളരുന്ന കാലത്ത് ശൂരനാട്ടു കേസിൽ ഒളിവിലായിരുന്ന തോപ്പിൽ ഭാസിയും മറ്റും ആ കാവിൽ ഒളിച്ചു താമസിച്ചിട്ടുണ്ട്. ഖനനം തുടങ്ങി അരനൂറ്റാണ്ടിനകം കാവ് അപ്രത്യക്ഷമായി. ഗർവിഷ്ഠമായൊരു കാലത്തിന്റെ ഓർമകളും കാവിനൊപ്പം കടലെടുത്തുപോയി.

കേരളത്തിന്റെ ചരിത്രം തിരുത്തിക്കുറിക്കുന്നതിൽ മാർക്സിസ്റ്റു പ്രത്യയശാസ്ത്രം വഹിച്ച പങ്ക് അനിഷേധ്യമാണ്. നോവലിലെ ആർ പി എസ് (യഥാർഥജീവിതത്തിലെ ആർ എസ് പി) മാർക്സിസ്റ്റു പ്രസ്ഥാനം തന്നെയാണ്. അതിനാൽ പ്രത്യയശാസ്ത്ര സംബന്ധമായി നോവലിൽ കടന്നുവരുന്ന പരാമർശങ്ങൾ കേരളത്തിലെ ഇടതുപക്ഷ പ്രസ്ഥാനങ്ങളെക്കുറിച്ചു പൊതുവെയുള്ള നിരീക്ഷണങ്ങളാണ്. കഴുത്തിനു താഴേക്കു തളർന്നു കിടക്കുന്ന പഴയ സഖാവ് മത്തായി കുഞ്ഞച്ചന്റെ അവസ്ഥയും വാക്കുകളും പ്രസ്ഥാനത്തിന്റെ സമകാലീന പ്രതിസന്ധിയുടെ പ്രതീകങ്ങൾ തന്നെയാണ്: "റവല്യൂഷണറി പാർട്ടിയുടെ തത്വശാസ്ത്രമാ എന്റെ കഴുത്തിനു മുകളിൽ. താഴോട്ട് അതിന്റെ ചവറ് ജനാധിപത്യം. അതിങ്ങനെ ചത്തുകിടന്നാ എനിക്കെന്താ സഖാവേ?" ഇടതുപക്ഷത്തിന്റെ പതനം പ്രത്യയശാസ്ത്രത്തിന്റെ പരാജയമല്ലെന്ന് നോവലിൽ വ്യക്തമായി തിരിച്ചറിയുന്നുണ്ട്. പാർലമെന്ററി ജനാധിപത്യത്തിന്റെയും ഉപഭോഗസംസ്കൃതിയുടെയും പ്രലോഭനങ്ങളിൽ കുടുങ്ങി വഴിതെറ്റിയ മനുഷ്യരുടെ പരാജയമാണ്. മുതലാളിയായി വളർന്ന 'തൊഴിലാളിനേതാവ്' ഡാനിയേൽ ജോസഫ് ഈ പരിണതിയുടെ മികച്ച ഉദാഹരണമാണ്. ചരിത്രത്തിൽനിന്ന് വിടുതി നേടുമ്പോൾ ഡാനിയെപ്പോലുള്ളവരുടെ പുതിയ മൂല്യങ്ങളിൽനിന്നാണ് നീലകണ്ഠൻ അകലുന്നത്.

ചരിത്രമെഴുത്ത് നിർത്തിയശേഷം നീലകണ്ഠൻ ചേട്ടൻ ലളിതമായ ശാസ്ത്രപരീക്ഷണങ്ങളിലേക്കാണ് തിരിയുന്നത്. ശാസ്ത്രത്തിന്റെ യഥാർഥലക്ഷ്യം ജ്ഞാനാർജനമാണ്. കമ്പോളവൽകൃതശാസ്ത്രത്തിന്റെ വക്താക്കൾ അതിനെ ധനാർജനത്തിനുള്ള ഉപാധിയാക്കുന്നു. മുഖ്യധാരാസമൂഹത്തിൽനിന്നു നഷ്ടമാകുന്ന ശാസ്ത്രത്തിന്റെ ശരിയായ ധർമത്തെ വീണ്ടെടുക്കുകയാണ് തന്റെ പരീക്ഷണങ്ങളിലൂടെ നീലകണ്ഠൻ ചെയ്യുന്നത്. കമ്പനിയുടമകൾ ചേട്ടന്റെ ഈ നവകൗതുകത്തെ അതിലൂടെ അദ്ദേഹം നേടാനിടയുള്ള പുതിയ അറിവുകളെയും അവയുടെ വിധ്വംസക സാധ്യതകളെയും ഭയക്കുന്നു. അദ്ദേഹത്തിന്റെ ടെസ്റ്റ് റ്റ്യൂബുകളും രാസസംയുക്തങ്ങളും അവർ തല്ലിയുടച്ചു. *നൂറ്റൊന്നു ലളിതശാസ്ത്രപരീക്ഷണങ്ങൾ* എന്ന പുസ്തകം തീയിട്ടു നശിപ്പിച്ചു. അവരുടെ ചട്ടക്കൂ

ടിൽ ഒതുങ്ങാത്ത അറിവുകൾ അജ്ഞേയമായ അറിവുകൾ അവർക്കു നിഷിദ്ധമാണ്. എന്നാൽ ജ്ഞാനോദയത്തിന്റെ നിർണയങ്ങൾ തിരുത്തിയെഴുതപ്പെടുന്ന ആധുനികോത്തരകാലത്ത് അത്തരം വിലക്കുകളെ കാലം നിശ്ശബ്ദമായി പിന്നിടുകതന്നെ ചെയ്യും.

ഡിസൂസയുടെ സ്വപ്നസദൃശമായ കടൽപ്പാതയാത്ര അജ്ഞേയമായ അറിവുകൾ ഉരുത്തിരിയുന്ന സമയമാണ്. വർണനാതീതമായ ജൈവാനുഭവങ്ങളാണ് അയാളെ കാത്തിരുന്നത്. ചലിക്കുന്ന കടൽപ്പാതയും പിന്തുടരുന്ന മീൻപറ്റങ്ങളും താഴേക്കു വന്നു. തലയിൽ കൊത്തുന്ന പരുന്തിൻകൂട്ടവും പട്ടാപ്പകൽ കണ്ണുമിഴിക്കുന്ന നക്ഷത്രങ്ങളും പ്രപഞ്ചത്തിലെ ജൈവലയങ്ങളുടെ വെളിപാടുകളാണ്. പുലിമുട്ടുകൾ താഴ്ത്തിയിടാൻ കൊണ്ടിട്ടിരുന്ന ക്രെയിനിന്റെ പൊടിപിടിച്ച ചക്രങ്ങളിൽ 'ഡിസൂസ' എന്നെഴുതി വച്ചിരുന്നത് അവനറിയുന്നത് വിധിനിശ്ചയം പോലെയാണ്. നീലകണ്ഠൻചേട്ടന്റെ സ്വപ്നസിദ്ധിയുടെ നിമിഷങ്ങളിലൊന്നിൽ ആ പേരെഴുത്തിന്റെ വെളിപ്പാടുണ്ടായിരുന്നു. ബോധം തെളിയുമ്പോൾ ഡിസൂസ ഓർത്തു: 'ആ പേരെഴുത്ത് എന്റെ തലയിലെഴുത്തുപോലെ. സ്വന്തം തലയിലെഴുത്തു നേരിൽക്കണ്ട വിഭ്രാന്തയായിരുന്നു എനിക്ക്. ഉള്ളിലെ ജീവശക്തി ഒന്നാകെ ഉണർന്നു. അപ്പോഴാണ് എനിക്ക് എന്റെ ബുദ്ധി വീണ്ടുകിട്ടിയത്. ആകാശവും തീരവും പ്രപഞ്ചവുമെല്ലാം തിരിച്ചുകിട്ടി.'

ആ വെളിപാടിൽനിന്ന് ഊർജമാവാഹിച്ചിട്ടെന്നവണ്ണം പഠനമുപേക്ഷിച്ച് ഡിസൂസ 'തീരസംരക്ഷണസേന' രൂപീകരിക്കുന്നു. 'പരിസ്ഥിതി ജലജാഥ' പോലെയുള്ള നിരവധി പ്രതിരോധപ്രവർത്തനങ്ങളിൽ അയാൾ ഏർപ്പെടുന്നു. നോവലിലെ പരിസ്ഥിതിബോധം തികച്ചും ജീവൽപ്രശ്നങ്ങളുമായി ബന്ധപ്പെട്ടു വികസിക്കുന്ന ഒന്നാണ്. മരണക്കിടക്കയിലായ മത്തായി കുഞ്ഞച്ചന്റെ മത്സ്യവിഭവശോഷണത്തെക്കുറിച്ചുള്ള ഓർമകൾപോലും മത്സ്യത്തൊഴിലാളികളുടെ നിലനിൽപ്പുമായി ബന്ധപ്പെട്ടിരിക്കുന്നു. ഏഴുകൊല്ലത്തെ വറുതിയുടെ രഹസ്യം ആർക്കുമറിയില്ല. ആ വർഷങ്ങളിൽ കടൽവെള്ളത്തിന് സാമാന്യത്തിലേറെ ചൂടുണ്ടായിരുന്നുവെന്നു മാത്രമറിയാം. ഉപജീവനത്തിനായി കടലിനെ ആശ്രയിക്കുന്നുവെന്നു കരുതി 'അതിനോടു വിധേയത്വം പ്രകടിപ്പിക്കേണ്ട കാര്യമില്ല' എന്ന് നോവലിൽ പറയുന്നുണ്ട്. അഖണ്ഡതയോട് അംശത്തിനുള്ള വിധേയത്വമായും വ്യക്തിയുടെ സദാചാരമൂല്യങ്ങളുടെയും ആത്മീതയുടെയും പ്രശ്നമായും പരിസ്ഥിതിബോധത്തെ വികലമാക്കുന്നവർക്കെതിരെയുള്ള പ്രതിരോധമാണിത്. കാൽച്ചുവട്ടിൽനിന്ന് മണ്ണുകുത്തിപ്പോകുമ്പോൾ, നാടുതന്നെ ഇല്ലാതാകുമ്പോൾ പ്രതികരിക്കാതിരിക്കാൻ കഴിയില്ല. പരിസ്ഥിതി സംരക്ഷണം പുതിയ പ്രതിരോധരൂപമാണ്.

മുതലാളിത്ത സംസ്കാരത്തിൽ പ്രകൃതി ഒരു 'സഞ്ചിതവിഭവശേഖരം' (Standing Reserve) മാത്രമാണ്. ഒരു ഭൂഭാഗം 'കൽക്കരി ഖനന ജില്ല'യോ 'ധാതുനിക്ഷേപ'മോ ആണ്; ഒരു നദി ജലവൈദ്യുതിയുടെ

സ്രോതസ്സ് മാത്രമാണ്. ജോൺ അപ്ഡൈക്കിന്റെ റാബിറ്റ് നോവലുകളിൽ അവസാനത്തേതായ റാബിറ്റ് അറ്റ് റസ്റ്റ് (Rabbit At Rest) അമേരിക്കയെ ഒരു ജീർണിക്കുന്ന ദേശമായി കാണുന്നു. ഒരു വയറിന്റെ കഥയായി മാറിയ സ്വയവും സ്വന്തം ഭാവിയും ആർത്തിയോടെ ഉപഭോഗിക്കുന്ന ഒരു പ്രകൃത്യാനന്തര (Post Natural) ദേശം. 'നമ്മൾ എല്ലാം ഉപയോഗിച്ച് തീർക്കുന്നു—മുഴുവൻ ലോകത്തെയും' എന്ന് റാബിറ്റ് പറയുന്നുണ്ട്. നിലയ്ക്കാത്ത തീവ്രഖനനസംസ്കാരത്തെക്കുറിച്ച് ഇന്ദുഗോപൻ പറയുന്നത്, 'ദൂരെ നങ്കൂരമിട്ടു കിടക്കുന്ന വിദേശക്കപ്പലുകൾ എത്ര ചാക്കൊഴിഞ്ഞാലും നിറയാതെ വയറുതുറന്നു കിടപ്പുണ്ടാകും' എന്നാണ്. സമുദ്രം പോലെ ഒരു വയറ്. ആധുനികതയുടെ ആ ദശാസന്ധിയെ ഫ്രഡറിക് ജയിംസൺ വിശേഷിപ്പിക്കുന്നത് 'പ്രകൃതിയുടെ പൂർണമായ തിരോധാനത്തിന്റെ ചരിത്രസന്ധി' (The historical moment of a radical eclipse of nature itself) എന്നാണ്[3]. 'ഭൂമി ചെറുതാവുന്നു' എന്നെഴുതുമ്പോൾ ഇന്ദുഗോപൻ പറയുന്നത് മറ്റൊന്നല്ല.

മണ്ണുതീനികളുടെ ആർത്തിയിലൂടെ പ്രകടമാകുന്നത് മനുഷ്യന്റെ ദുരാഗ്രഹം തന്നെയാണ്. 'എന്നെങ്കിലും തീരാവുന്ന 64000 കോടി ഡോളറിന്റെ നിക്ഷേപത്തെ എത്രയും വേഗം സ്വന്തമാക്കാനുള്ള ദുര. മൂലധനത്തിന്റെ ഉടമകൾ ആഗോളമായി നടത്തുന്ന ചൂഷണത്തെ ഓർത്തുകൊണ്ട് ഗവേഷകനായ ശ്രീധരൻകർത്താവു പറയുന്നത്, 'നോക്കൂ.. ലോകത്തിലെ പലഭാഗത്തെ പണം ഒന്നിക്കുന്ന കാഴ്ച, നമ്മുടെ ഭൂമിയെ ലക്ഷ്യമിട്ട്' എന്നാണ്. ആഗോളീകരണത്തിന്റെ കടന്നുകയറ്റത്തിനു മുന്നിൽ 'ഇനി പരിദേവനങ്ങളുടെ കാലമില്ല. ശക്തിയുണ്ടെങ്കിൽ ആക്രമിക്കൂ അല്ലെങ്കിൽ ചതഞ്ഞരയാൻ തലകുനിക്കുക. ഓടി രക്ഷപ്പെടാൻ ലോകത്ത് ഇടമില്ല. പ്രതിരോധം മാത്രമേ പ്രതിവിധിയുള്ളൂ.'

എന്നാൽ ഡിസൂസയുടെ പ്രതിരോധയത്നം മണ്ണുതീനികൾക്കു മുന്നിൽ ചതഞ്ഞരയുന്നതാണ് നോവലിൽ ചിത്രീകരിക്കുന്നത്. നോവലിനു കുറേക്കൂടി വിപുലമായ ക്യാൻവാസ് നൽകാമായിരുന്ന സാധ്യതകളും ഇതോടെ നഷ്ടമായെന്നു തോന്നുന്നു. മത്സ്യത്തൊഴിലാളികളുടെ ഉന്നതിക്കായി ആരംഭിച്ച നീണ്ടകരയിലെ നോർവീജിയൻ പ്രോജക്ട് മത്സ്യബന്ധനരംഗത്തെ യന്ത്രവൽക്കരണത്തിനു കാരണമായെന്ന വൈരുധ്യം, സ്വതന്ത്ര മത്സ്യത്തൊഴിലാളി യൂണിയന്റെ വളർച്ച, ഇവയെല്ലാം ചേർന്നു സൃഷ്ടിച്ച സാമൂഹ്യ പ്രത്യാഘാതങ്ങൾ എന്നിങ്ങനെ നമ്മുടെ തീരദേശ ചരിത്രത്തിന്റെ വലിയൊരു ഖണ്ഡം അനായാസമായി ആഖ്യാനത്തിൽ ബന്ധിപ്പിക്കാമായിരുന്നു. 'സ്വത്വത്തിന്റെ രാഷ്ട്രീയം' എന്നു വിളിക്കാവുന്ന പുതിയ സാമൂഹ്യപ്രവണതകളുടെ ഉരുത്തിരിയലും മറ്റും കൂടുതൽ സൂക്ഷ്മമായി ഒപ്പിയെടുക്കാമായിരുന്നു.

നോവലിലെ 12 മുതൽ 19 വരെയുള്ള ഏഴധ്യായങ്ങളിൽ ഒരു അതികഥ - കഥയ്ക്കുള്ളിലെ കഥ കൂട്ടിച്ചേർത്തിരിക്കുന്നു. മിത്തിന്റെ സാധ്യതകൾ പരീക്ഷിക്കാനെന്നവണ്ണം അത് പഴയ കാലത്തേക്കു മടങ്ങുകയാ

ണ്. ആധുനികോത്തരകാലത്ത് പഴമയിൽനിന്നുള്ള നന്മയുടെ വീണ്ടെടുക്കലുകൾ അനിവാര്യമാണ്. പക്ഷേ, നീലിമയുടെ ഈ സ്വപ്നഗാഥ നോവലിന്റെ വികാസത്തിന് ഏറെ ഭാവനയൊന്നും നൽകുന്നില്ലെന്ന് മാത്രമല്ല, കെട്ടുറപ്പിനെ പ്രതികൂലമായി ബാധിച്ചില്ലേയെന്നു സംശയിക്കണം. കടലോരം പെൺമയിൽനിന്ന് പുരുഷാധിപത്യത്തിലേക്കു പരിണമിക്കുന്നതു (Patriarchal Transition) പോലുള്ള ചില അവ്യക്ത ഫെമിനിസ്റ്റുസങ്കൽപ്പങ്ങളുണ്ട്. അതികഥയെ 'ആണവവിരുദ്ധനോവൽ' എന്നു വിശേഷിപ്പിക്കുന്നുണ്ടെങ്കിലും ആണവവിരുദ്ധതയുടെ പ്രകടമായ ആവിഷ്കാരമില്ല.

ലോഹമണലിന്റെ വികിരണത്തെ പ്രാദേശിക ആരോഗ്യപ്രശ്നങ്ങളുമായി ബന്ധപ്പെടുത്തുന്നുണ്ട്. അതിൽനിന്നു വേർതിരിച്ചെടുക്കുന്ന ആണവ ഇന്ധനങ്ങളുടെ ആയുധനിർമാണബന്ധവും സാന്ദർഭികമായി കടന്നുവരുന്നുണ്ട്. എന്നാൽ നമ്മുടെ കരിമണലും ആണവായുധ നിർമാണവും ബന്ധിപ്പിച്ച് ഏറെ കലാത്മകമായി നോവലിനെ സാർവലൗകികതയിലേക്ക് ഉയർത്താമായിരുന്നു. ജപ്പാനിലെ ഹിരോഷിമയിൽ നിന്നെത്തുന്ന പഠനസംഘത്തിന്റെ സന്ദർശനം ഒരധ്യായത്തിൽ വിശദമായി വർണിക്കുന്നുണ്ടെങ്കിലും അവിടെ ഇത്തരമൊരു കലാത്മക പരിണാമം സാധ്യമാകുന്നില്ല.

ഇങ്ങനെയൊക്കെ എഴുതുമ്പോൾ എന്റെ മനസിലുള്ളത് അമേരിക്കൻ നോവലിസ്റ്റ് ലസ്ലി മോർമൺ സിൽക്കോയുടെ *അനുഷ്ഠാനം* (Ceremony) എന്ന നോവലിലെ ചില രംഗങ്ങളാണ്.[4] പ്രസിദ്ധപാരിസ്ഥിതിക വിമർശകനായ ലോറൻസ് ബുവെൽ ഈ നോവലിനെ വിശേഷിപ്പിച്ചത്. സമകാലീന അമേരിക്കൻ പാരിസ്ഥിതിക നോവലിലെ സുപ്രധാനകൃതികളിലൊന്ന് എന്നാണ്.[5] അതിലെ കഥാപാത്രമായ തായോ 'ലാഗൂണ' എന്ന റെഡ്ഇന്ത്യൻ ഗോത്രവംശജനാണ്. ലാഗൂണ ഇന്ത്യക്കാരുടെ മണ്ണിൽനിന്നാണ് ഹിരോഷിമയിലും നാഗസാക്കിയിലും വർഷിച്ച ആണവബോംബുകൾക്കുവേണ്ട യുറേനിയം ഖനനം ചെയ്തിരുന്നത്. ഖനനം തീർന്ന് ഉപേക്ഷിക്കപ്പെട്ട ലാഗൂണ മണ്ണിലേക്ക് തായോ മടങ്ങിവരുന്ന രംഗം സിൽക്കോ വർണിക്കുന്നതിങ്ങനെയാണ്.

> ജീവനുള്ള എല്ലാറ്റിന്റെയും - ഭൂമിയുടെ തന്നെയും - വിധി നിർണയിച്ച സംഗമസ്ഥാനത്ത് അയാൾ എത്തിച്ചേർന്നു - ജാപ്പനീസ് ശബ്ദങ്ങളും ലാഗൂണ ഒച്ചകളും എന്തുകൊണ്ടാണ് ഒന്നായി ച്ചേർന്നു ലയിച്ചതെന്ന് അയാൾ തിരിച്ചറിഞ്ഞു. ലോകത്തിന്റെയും സംസാരത്തിന്റെയും രേഖകൾ ആ ലഘുവും മൃദുവുമായ മണൽത്തരികളിൽ ഇരുണ്ടു പരന്ന വരകളായി ആലേഖനം ചെയ്യപ്പെട്ടിരുന്നു..... അപ്പോൾ മുതൽ മനുഷ്യവർഗവും സമസ്ത ജീവജാലങ്ങളും ഒന്നായി മാറിയിരുന്നു. നാശം വിതയ്ക്കുന്ന ഘാതകർ അവർക്കായി നിശ്ചയിച്ച വിധിയിലൂടെ ഒന്നിച്ചവർ: പന്ത്രണ്ടായിരം മൈലുകൾക്കകലെയുള്ള നഗരങ്ങളിൽ മനുഷ്യരെ കത്തിയെരിച്ച മരണത്തിന്റെ വലയത്തിലൂടെ ഒന്നിച്ചവർ...

വിദൂരസ്ഥമായ ഒരു സ്ഥലത്തും സാംസ്കാരിക പശ്ചാത്തലത്തിലും നടന്ന ഖനനത്തെ ഭൂമിയിലെ ജീവന്റെ നിലനിൽപ്പുമായി കലാത്മകമായി ബന്ധിപ്പിച്ച് നോവൽ സാർവലൗകികതയിലേക്ക് ഉയരുന്നു. താമോയുടെ അമ്മാവൻ ജോസയ്യയുടെ മുഖത്ത് അയാൾ ജാപ്പനീസ് 'ശത്രു'വിന്റെ മുഖം കണ്ടു. താമോയ്ക്ക് ഭ്രാന്താണെന്ന് പറഞ്ഞ് അധികൃതരെ ഏൽപ്പിക്കാൻ അയാളുടെ ആൾക്കാർതന്നെ തയാറായി.

സമരത്തിനിടയിൽ തലയ്ക്കേറ്റ മുറിവുമൂലം ഡിസൂസയും ഇടയ്ക്ക് ഉന്മാദാവസ്ഥയിലേക്കു വഴുതാറുണ്ട്. എന്നാൽ ബോധമുള്ളപ്പോഴും ജനം അയാളെ ഭ്രാന്തനായി കണ്ടുതുടങ്ങി. സിൽക്കോയുടെ നോവലിലെ താമോയുടേതുപോലെ ഡിസൂസയുടേത് ഭ്രാന്തല്ല - ശരിയായ കാഴ്ചകളാണ്. വൈകാരികാനുഭൂതിയുടെ അനിയന്ത്രിതമായ മൊൺടാഷുകൾ (Uncontrollable montaging of impressions). അവന്റെ രോഗം കമ്പോളവൽക്കൃതമായ ഒരു സംസ്കാരത്തിന്റെ രോഗാതുരതയുടെ പ്രതിഫലനമാണ്. ഗർഭസ്ഥമായ കുഞ്ഞിന്റെ ഭാവിയോർത്ത് ഉന്മാദിനിയാകുന്ന കൃഷ്ണകുമാരിയുമൊത്ത് കടലിലേക്കും മരണത്തിലേക്കും കൂപ്പുകുത്തുമ്പോൾ നോവലിലെ ദുരന്തഭാവന ശക്തമാകുന്നു. അവളും അവനുമായി പ്രേമമായിരുന്നു എന്നും *ചെമ്മീൻ* സിനിമയിലെപ്പോലെ അവരുടെ ശരീരങ്ങൾ കെട്ടിപ്പിടിച്ച് തീരത്തടിയും' എന്നും ജനം കരുതുന്നു. പഴയ ചരിത്രത്തെ പുതിയതുമായെന്നപോലെ നമ്മുടെ സാഹിത്യചരിത്രത്തെയും ആഖ്യാനത്തെയും സമകാലികതയുമായി ഈ പരാമർശം ബന്ധിപ്പിക്കുന്നു; അതിലൂടെ ചരിത്രത്തിന്റെയും ആഖ്യാനത്തിന്റെയും രേഖീയ പുരോഗതിയെന്ന സങ്കൽപ്പത്തെ തിരസ്കരിക്കുന്നു.

സമകാലീനസംസ്കാരം ഗുരുതരമായ പ്രതിസന്ധിയിലാണ്. പഴയ നിർണയങ്ങൾ അപ്രസക്തമാവുകയും പുതിയ അറിവുകളും വെളിപാടുകളും വേരുറയ്ക്കാൻ ഇടം തേടുകയും ചെയ്യുന്ന സംക്രമണകാലമാണ് നമ്മുടേത്. ഈ കൃതിയിലെ ദുരന്തബോധം പരാജയബോധത്തിൽനിന്ന് ഉടലെടുത്തതല്ല; പ്രതിരോധത്തിന്റെ പ്രസക്തിയെ അത് നിരാകരിക്കുന്നുമില്ല. ചിന്തയുടെയും കർമത്തിന്റെയും പഴയരൂപങ്ങൾ അപര്യാപ്തങ്ങളാണെന്നു തിരിച്ചറിയുന്ന വിധ്വംസക സ്വഭാവം ദുരന്തഭാവനയ്ക്കുണ്ട്.[6] ഇന്ദുഗോപന്റെ *ഭൂമിശ്മശാനം* എന്ന ആദ്യനോവലിലും, *ഇരുട്ട് പത്രാധിപർ* എന്ന സമാഹാരത്തിലെ ചിലകഥകളിലും ഈ ദുരന്തബോധത്തിന്റെ വേരുകൾ കണ്ടെത്താനാകും. ഈ നോവലിലെ അപൂർണതകളോ നഷ്ടമായ ആഖ്യാനസാധ്യതകളോ ഡി എച്ച് ലോറൻസിന്റെ ഈ വരികളിലൂടെ മനസിലാക്കാൻ കഴിയും. 'ദുരന്തഭാവനയുടെ വെളിപാടുകളായ സാഹിത്യകൃതികൾ പൂർണതയെ പ്രതിരോധിക്കുന്നു. എങ്ങനെ പറയണമെന്നറിയാത്ത ചില കാര്യങ്ങൾ പറയുവാൻ അവ നിരന്തരം മല്ലിട്ടുകൊണ്ടിരിക്കുന്നു-ഒരിക്കലും വ്യക്തമായി പറയാൻ കഴിയാത്ത ചില കാര്യങ്ങൾ.[7]'

കുറിപ്പുകൾ

1. Vico Giambattista - *New Science*, Penguin Classics, 1999.
2. Jameson, Fredric - *Postmodernism: or The Cultural Logic of Late Capitalism*. Verso London, 1991
3. Ibid-*Postmodernism: or The Cultural Logic of Late Capitalism*. Verso London, 1991
4. Silko Leslie Mormon - *Ceremony*, Viking, New york 1977.
5. Buell Lawrence - *The Environmental Imagniation*, Harvard University Press, 1995.
6. Zamora Lois Parkinson - *Writing the Apocalypse*, Cambridge University Press, 1989.
7. Lawrence D H - *Apocalypse and the Writings on Revelation,* Cambridge University Press. 1980.

www.ingramcontent.com/pod-product-compliance
Lightning Source LLC
LaVergne TN
LVHW100825051026
849519LV00006B/2186
* 9 7 8 9 3 8 2 8 0 8 0 6 0 *